సమకాలీన

కన్నడ దళిత కథలు

అనువాదం:

రంగనాథ రామచంద్రరావు

 నవచేతన పబ్లిషింగ్ హౌస్

KANNADA DALITA KATHALU *(An Anthology of Translated Stories)*

- ***Ranganatha Ramachandra Rao***

ప్రచురణ నెం. : 2015/156 **వెల: ₹ 100/-**

ప్రతులు : 500

ప్రథమ ముద్రణ : జూలై, 2016

© మూల రచయితలవి / అనువాదకుడివి: 9059779289

టైటిల్ డిజైన్ : రమణజీవి

ప్రతులకు :

నవచేతన పబ్లిషింగ్ హౌస్

గిరిప్రసాద్ భవన్, జి.యస్.ఐ పోస్టు, బండ్లగూడ(నాగోల్),

హైదరాబాద్-500068. తెలంగాణ. ఫోన్: 24224453/54. 040-64103215.

E-mail: navachethanaph@gmail.com

నవచేతన బుక్ హౌస్

అబిడ్స్ & సుల్తాన్‌బజార్, యూసఫ్‌గూడ, కూకట్‌పల్లి,

బండ్లగూడ - హైదరాబాద్, హన్మకొండ, కరీంనగర్, నల్లగొండ, ఖమ్మం.

ప్రజాశక్తి బుక్ హౌస్ (అన్ని బ్రాంచిలలో)

నవతెలంగాణ బుక్ హౌస్ (అన్ని బ్రాంచిలలో)

ముద్రణ: **నవచేతన ప్రింటింగ్ ప్రెస్,** హైదరాబాద్- 68.

అనువాద స్వాగతం

శ్రీ రంగనాథ రామచంద్రరావు కన్నడ భాషలోని కథల్ని తెలుగుభాషలోకి అనువాదం చేయటంలో సమర్థుడు, సిద్ధహస్తుడు, సుప్రసిద్ధుడు. 2013లో 'ప్రసిద్ధ సమకాలీన కన్నడ కథలు' పేరిట కొన్ని ప్రసిద్ధ కన్నడ రచయితల కథలు, 'నలుపు, తెలుపు కొన్ని రంగులు' పేరిట కొన్ని ప్రసిద్ధ కన్నడ రచయిత్రుల కథలు అనువదించి తెలుగు పాఠకులకు మేలు చేశాడు. ఇకిప్పుడు 2016లో 'సమకాలీన కన్నడ దళిత కథలు' పేరిట కొన్ని సమకాలీన కన్నడ దళిత రచయితల కథలు అనువాదం చేసి తెలుగువాళ్ళకు అందిస్తున్నాడు.

తెలుగువాళ్ళకు అంతగా తెలియని కన్నడిగుల జీవితం, కథలు విడమర్చి చూపే కృషి ప్రశంసా పాత్రంగా చేశాడు. కన్నడిగుల, కన్నడ స్త్రీల, కన్నడ దళితుల మూడు వన్నెల జీవితం ఒక్క కథానికల జెండాలో చూపించే యత్నం విజయవంతంగా నిర్వహించాడు.

అనువాదం అనిపించనంత అందంగా ఆంధ్రానువాదం చేశాడు. రెండు భాషల్లో సమాన పాండిత్యమే కాదు, ప్రేమ, ఆత్మీయత, అనుబంధం ఉన్న సాహితీమూర్తి కృషికి నికషోపలం. ప్రాథమికంగా కన్నడ భాషా జీవితాలకు, పరిణతంగా తెలుగుభాషా జీవితాలకు ఈ మూడు అనువాద గ్రంథాలు ముమ్మూర్తులా ప్రయోజనకారులు.

కథల్నే తన ఆరాధనా కేంద్రంగా చేసుకొన్న అనువాదకుడు ఆ యా భాషలకే కాదు, భాషీయులకూ ఆత్మీయుడయ్యాడు. ఇంత విశిష్ట కృషి చేసిన అనువాదకుణ్ణి ఆత్మీయంగా ఆలింగనం చేసుకుని అనువాదకృషికి స్వాగతం పలుకుతున్నాను. సోదరుడు రంగనాథ రామచంద్రరావును హృదయపూర్వకంగా అభినందిస్తూ ఈ అనువాదకుడి కృషి పరిశీలించి ప్రోత్సహించవలసిందిగా సాహిత్యాభిమానులైన తెలుగు సోదరుల్ని కోరుతున్నాను. ఈ దీక్షా తపస్విని మరింత కృషి చేయవలసిందిగా ఆకాంక్షిస్తున్నాను.

హైదరాబాద్ — శుభాకాంక్షలతో-

27-06-2016 — **- ఆచార్య కొలకలూరి ఇనాక్**

తల్లిమట్టిని ముద్దాడిన కన్నడ దళిత కథలు

భారతదేశం బహుళత్వానికి పెట్టింది పేరు. కన్యాకుమారి నుండి కాశ్మీరం దాకా ఎత్తుపల్లాలతో కూడిన అసమతల నేల మన జీవితాలలో అనంతమైన వైవిధ్యాన్ని, అసంఖ్యాకమైన వైరుధ్యాలను సృష్టించింది. భౌగోళిక స్థితితోపాటు, ఇక్కడ సామాజిక వ్యవస్థకూడా ఇందుకు దోహదం చేసింది. అనేక భాషలు, మతాలు, కులాలు, ఆహారాలు, ఆచార వ్యవహారాలు ఇక్కడ సహజీవనం చేస్తున్నాయి. వీటిమధ్య ఐక్యత, ఘర్షణలు కొనసాగుతున్నాయి. ఇవి మన సాహిత్యాలలో ప్రతిఫలిస్తున్నాయి. మానవులు ఒకరికొకరు అర్థం కావడానికి సాహిత్యం గొప్ప సహాయకారి. ఒక భాషావ్యవహర్తల జీవితం మరొక భాషావ్యవహర్తలకు అర్థం కావడానికి వాళ్ళ సాహిత్యం పెద్ద సాధనం. దీనికి అనువాదం ఒక్కటే ప్రధాన మార్గం. అనువాదం భారతదేశం వంటి బహుళత్వ ప్రధాన దేశంలో భావానుసంధానం చేయడానికి ఏకైక సాధనం. ఆదానప్రదానాలు ఇరుగుపొరుగు అర్థం కావడానికి దోహదపడతాయి. ఆదానప్రదాన ప్రక్రియ ఎంత బలంగా ఉంటే భారతీయ జీవితం అంత గొప్పగా అర్థమౌతుంది. సామాజిక సామరస్యం కూడా కుదురుతుంది.

"మతం యేదైతేను యేమోయి
మనసులొకటై మనుషులుంటే"
అని గురజాడ అన్నట్లు-
భాష యేదైతేను యేమోయి
భావమొకటై భాషీయులుంటే-
అని సమాధానపడటానికి ఆదానప్రదాన ప్రక్రియ వేగవంతం కావాలి. నేషనల్ బుక్ ట్రస్ట్, సాహిత్య అకాడెమీ, హైదరాబాద్ బుక్ ట్రస్ట్, నవచేతన

పబ్లిషింగ్ హౌస్', విశాలాంధ్ర పబ్లిషింగ్ హౌస్, ప్రజాశక్తి బుక్ హౌస్, నవతెలంగాణ బుక్ హౌస్‌ల వంటి అనేక సంస్థలు ఆదానప్రదాన కృషిని చేస్తున్నాయి. 'విపుల' మాసపత్రిక ఈ దిశగా నిర్వహిస్తున్న పాత్ర కీలకమైనది.

మనకు పొరుగు భాష కన్నడం. లిపిలోనేగాక, చాలా విషయాలలో తెలుగుకు అత్యంత సమీపంగా వచ్చేది కన్నడం. ఈ రెండు భాషల మధ్య ఆదానప్రదానాలు ముమ్మరంగానే సాగుతున్నాయి. ఈ ఉద్యమంలో సైనికుడిగా పనిచేస్తున్నవారు రంగనాథ రామచంద్రరావుగారు. ఈయన నవలా, కథానువాదాలలో సిద్ధహస్తులు. ఈయన ఇప్పటికే కన్నడం నుండి అనేక కథలు, నవలలు తెలుగులోకి అనువాదం చేశారు. కర్నూలువాసి అయిన రామచంద్రరావుగారికి కన్నడం బాగా వచ్చు. కన్నడం నుంచే నేరుగా అనువాదం చెయ్యగలరు. ఆయన ఇప్పుడు "కన్నడ దళిత కథలు" మనకందిస్తున్నారు. జనరల్‌గా కథాప్రియులకు, ప్రత్యేకించి దళిత కథాప్రియులకు ఇది ఆనందం కలిగించే పని. తెలుగు కథాప్రియుల పక్షాన రామచంద్రరావుగారికి అభినందనలు, శుభాకాంక్షలు!

***

ఏ దేశంలోనైనా గర్వించదగిన అంశాలుంటాయి. సిగ్గుపడాల్సిన అంశాలూ ఉంటాయి. భారతదేశంలోనూ ఈ రెండు రకాల అంశాలూ ఉన్నాయి. అయితే ఏది గర్వపడవలసినదీ, ఏది సిగ్గుపడవలసినదీ అన్నది ఆ పడేవాళ్ళ దృక్పథం చైతన్యాలను బట్టి ఉంటుంది. గర్వించదగిన వాటినే చెప్పుకుంటూ తొడలుకొడుతూ, జబ్బలు చరుస్తూ, సిగ్గుపడాల్సిన వాటిని విస్మరిస్తే దానివల్ల దేశానికి జరిగే నష్టం అపారం. సిగ్గుపడాల్సిన విషయాలను ఎత్తిచూపి దాని మూలాలను గుర్తించి వాటిని పరిష్కరించుకుంటే జాతికి తలవంపులు తప్పుతాయి. భారతదేశ గొప్పతనాన్ని గురించి ఆవేశంగా చాలా విషయాలు చెప్పుకుంటాం. "లేదురా యిటువంటి భూదేవి ఎందు" అని పొంగిపోతాం. ఇక్కడ వేదాలు పుట్టాయి. ఉపనిషత్తులు పుట్టాయి. సప్తర్షులు పుట్టారు. అష్టాదశపురాణాలు పుట్టాయి. భగవద్గీత పుట్టింది. ముక్కోటి దేవతలున్నారు-ఇలా చెప్పుకుంటూ ఉంటాం. అదే సమయంలో ఇక్కడ అంటరానివారున్నారు. మాలమాదిగ పల్లెలున్నాయి. వాళ్ళు కష్టజీవులు. వాళ్ళకు సుఖసంతోషాలు లేవు-అంటే మన నోళ్ళు మూతపడతాయి.

కనుబొమలు ముడివడతాయి. ఈ స్థితి మీద "కలదమ్మా వ్రణమొక్కటి" అంటూ గుర్రం జాషువ "వచింప సిగ్గగున్" అని వ్యాఖ్యానించారు. భారతదేశంలో సిగ్గుపడవలసిన మొదటి అంశం అంటరానితనం అనే దుర్మార్గం. ఇది మన దేశంలోని సాంఘిక నిరంకుశత్వానికి పరాకాష్ఠ. మనం గర్వపడే అంశాలన్నిటినీ ప్రశ్నించేది అంటరానితనం. స్వాములు, బాబాలు, విద్వాంసులు ప్రతీరోజూ వ్యాఖ్యానించి చెప్పే పురాణాల సారాన్ని అంటరానితనం నిరంతరం ప్రశ్నిస్తూనే ఉంది. సమాధానం మాత్రం శూన్యం. మనుషుల్ని మనుషులుగా చూడని దేశంలో అలాంటి గొప్పలు ఎన్నుంటే ఎందుకు? సాటిమనుషులను ఊరికి దూరం చేసి, ఉనికికి దూరం చేసి, అవమానించి, వాళ్ళ శ్రమనూ, మానాన్ని దోచుకొని ఆనందించే దుర్మార్గం ముందు - మరే గొప్పతనమూ గొప్పతనంగా నిలవదు.

అన్ని భారతీయ భాషలలో జాషువలు, ధర్మన్నలు, ఇనాక్‌లు ఇంకా ఈ దుర్మార్గం పట్ల ఆగ్రహం వ్యక్తం చేస్తూనే ఉన్నారు. పూర్వకాలంలో పాల్కురికి సోమన, అన్నమయ్య, వేమన, బసవన, కబీర్, వీరబ్రహ్మం వంటి అనేకులు ఈ పని చేశారు. కులవివక్ష పట్ల నిరసన, అస్పృశ్యతా ప్రతిఘటన, శ్రమదోపిడిపై తిరుగుబాటు, దళితులపై అకృత్యాల మీద విప్లవం వంటి రూపాలను భారతీయ రచయితలు నిరంతరం ప్రకటిస్తూనే ఉన్నారు. తెలుగు సాహిత్యం ఈ విషయంలో చాలా ముందుంది. కన్నడ సాహిత్యం కూడా ఇందులో వెనకబడలేదు.

కన్నడ సాహిత్యంలోని, ప్రత్యేకించి, కన్నడ కథానికలోని దళిత చైతన్యానికి రామచంద్రరావుగారి ఈ అనువాద సంకలనం ఒక సంకేతం. ఆధునిక భారతీయ సాహిత్యంలో దళిత సాహిత్యం ఒక పెద్ద అధ్యాయం. ఇందులో కన్నడ కథకుల పాత్రను ఈ సంకలనం సూచిస్తుంది.

ఈ సంకలనంలో దేవనూరు మహాదేవ మొదలుకొని సంతోష గుడ్డియంగడి దాకా 14 మంది రచయితల 15 దళిత కథానికలు ఉన్నాయి. ఇవి 1968-2015 మధ్య 48 ఏళ్ళ కాలంలో రాయబడిన కథలు. వీటిలో మొదటి పది కథలు 20వ శతాబ్దానికి చెందినవి. తక్కినవి 21వ శతాబ్దంలో గత పదేళ్ళలో రాయబడ్డాయి. మొదటి దశలోని కథలలో దళిత జీవితం స్పష్టాస్పష్టంగా

చిత్రింపబడింది. కొన్ని కథలలో అభ్యుదయ కథానికా లక్షణాలు బాగా ఉన్నాయి. రెండో దశలోని కథలలో దళిత దృక్పథం స్పష్టంగా కనిపిస్తుంది.

మొదటి దశలోని కథలలో దళిత జీవితంలోని ఆవేదనలు, పీడనలు, హింస చిత్రింపబడ్డాయి. ప్రతిఘటన, ప్రశ్న, ఎదురించడం వంటివి చాలా తక్కువ మోతాదులో కనిపిస్తాయి. రెండవదశలోని కథలలో దళితుల తిరుగుబాట్లు వాస్తవికంగా ఆవిష్కరింపబడ్డాయి. మొదటి దశలోని కథలలో ఫిర్యాదు లక్షణం కనిపిస్తుంది. రెండవ దశ కథలలో సమస్యల పరిష్కార దృష్టి వ్యక్తమౌతుంది. మొదటి దశ కథలలో నెమ్మదితనం తొణికిసలాడగా, రెండవదశ కథలలో క్రియాశీలత ప్రదర్శితమౌతుంది.

అన్ని కథలలోనూ దళిత జీవితంలోని వెలుగు చీకట్లు ఆవిష్కరింపబడ్డాయి.

ఈ కథలన్నిటిలో ఒక విభజన కనిపిస్తుంది. అది రెండు వర్గాల విభజన. భూస్వామ్య సంపన్న వర్గం, పేద దళితవర్గం దాదాపు అన్ని కథలలోనూ పరుచుకుని ఉన్నాయి. ఒకచోట వర్గదృష్టి, మరోచోట కులదృష్టి కనిపిస్తుంది. గౌడ ఈ కథలలో అగ్రకుల ప్రతినిధి. సమస్యను ఏ పార్శ్వంతో, ఏ స్థాయిలో, ఏ దృక్పథంతో ఆవిష్కరించారన్నది అలా ఉంచితే అందరికీ ఈ సామాజిక విభజనపై దృష్టి ఉన్నదన్నది మాత్రం వాస్తవం.

'అమ్ముడుపోయిన వాళ్ళు' కథలో గౌడ కొడుకు కిట్టప్ప దళిత మహిళల్ని లొంగదీసుకుని అనుభవించడానికి అలవాటుపడ్డాడు. బీరడి భార్య లక్ష్మి ఆత్మగౌరవంతో ఆకలి దహించి వేస్తున్నా కిట్టప్పను ధిక్కరించినా, చివరికి అతనికి లొంగిపోక తప్పలేదు. ఆర్థిక దారిద్ర్యం దళిత మహిళ ఆత్మగౌరవాన్ని, వ్యక్తిత్వాన్ని ఎలా పరాయీకరించిందో–ఈ కథ చిత్రించింది.

దళితులూ మనుషులే. వాళ్ళకూ పండుగలూ పబ్బాలూ ఉన్నాయి. వాటిని ఉన్నంతలోనే బాగా జరుపుకోవాలని వాళ్ళు అనుకుంటారు. అందుకోసం అగ్రకుల సంపన్నుల దగ్గర అప్పు చెయ్యక తప్పదు. 'పండుగ–బలి'లో సణ్ణ అలా సాంస్కృతిక ఉత్సాహంతో భూస్వామి దగ్గర అప్పుచేసి తీర్చలేక ఇరుక్కుపోయాడు.

గ్రామీణ భూస్వామ్య దుర్మార్గాన్ని 'తూర్పుసీమలో హత్యగిత్య వగైరా' కథ వాస్తవికంగా ఆవిష్కరించింది. మొదటి కథలోలాగా 'కరువు' కథలోనూ రాముని

భార్య చన్నిని అగ్రకుల పెత్తందారు రంగప్ప లొంగదీసుకున్నాడు. 'చిల్లర నాణ్యం-నీళ్ళు'లో బావిలో నీళ్ళు తోడుకున్నందుకు సైద శిక్ష అనుభవించాల్సి వచ్చింది. ధనికస్వామ్య వ్యవస్థలో డబ్బుకు మానవసంబంధాలు ఎలా విచ్ఛిన్నం అవుతాయో, దానికి రక్తసంబంధాలు కూడా ఎలా విలువ లేకుండా పోతాయో 'రక్తసంబంధం' ఆవిష్కరించింది.

'మూగడి బాధ' ఈ సంకలనంలో ఆర్ద్రమైన కథ. వ్యవసాయ కుటుంబంలో ఎద్దు చనిపోతే రైతుకు బాధ. పేద దళితులకు పండుగ. ఇదొక పార్శ్వం. ఈ కథలో గౌడకు ఎద్దు చచ్చిపోయిందన్న బాధకన్నా దాని ద్వారా చేయాలనుకున్న వ్యాపారం దెబ్బతినిందే అన్నదే బాధ. కాని దళిత జీతగాడు మూగడికి మాత్రం గౌడ ఎద్దు కాళ చచ్చిపోయిందన్న బాధ మిగిలింది. మనిషికి పశువుకూ మధ్య ఉండే సజీవ సంబంధం మూగడి ద్వారా ఈ కథ అద్భుతంగా ప్రదర్శించింది.

'రక్తసంబంధం'లో డబ్బు ముందు రక్తసంబంధాలు ఓడిపోయినట్లే, 'సంజీవ-వాడి ఇల్లు'లో కూడా అవి ఓడిపోయాయి. తల్లి డబ్బు కోసం సర్వమానవ లక్షణాలను ఈ కథలో విసిరి పారేస్తుంది. ఇద్దరినీ ఆర్థిక సూత్రమే నడిపించినట్లు ఈ కథ సూచిస్తుంది. 'మా తాతకొక కల ఉండేది' ఈ సంకలనంలో అతి పెద్ద కథ. అగ్రకుల పెత్తందార్ల బతుకుల కోసం దళితుల జీవితాలు బుగ్గయిపోయిన తీరును ఒక 'తట్ట' ప్రతీకగా తీసుకుని ఈ కథ రాయబడింది. అతి పెద్ద దళిత కుటుంబంలోని తాత తన వాళ్ళంతా డా.బి.ఆర్. అంబేద్కర్‌లాగా బాగా చదువుకుని గొప్పవాళ్ళు కావాలని కోరుకుంటాడు. కాని ఆయన కొడుకులు అందుకు భిన్నంగా తయారౌతారు. వ్యవస్థ అలా చేస్తుంది. ఈ కథలో ఇంకా అనేక సామాజిక వ్యక్తిగత రుగ్మతల్ని కూడా చిత్రించారు రచయిత.

ఈ కథలన్నిట్లో విమర్శనాత్మక వాస్తవికత ప్రధాన సూత్రంగా ఉంది. ఆ తర్వాత రాబోయే కథల్లో క్రియాశీల వాస్తవికత ప్రధాన సూత్రమైంది. ఇప్పటిదాకా పేర్కొన్న కథలలో కొన్నింట్లో ప్రతిఘటనలు ఉన్నా అవి విఫలమయ్యాయి. తర్వాతి కథలలో దళితుల తిరుగుబాట్లు సఫలమౌతాయి. దళితుల ఉద్యమ చైతన్యం ఈ కథల్లో వెల్లివిరిసింది. రాజకీయ స్వభావం సుష్టుగా కనిపిస్తుంది.

సాంస్కృతిక వివక్ష మీద ఒక యువకుని నాయకత్వంలో దళితులు తిరుగుబాటు చేసి విజయం సాధించిన కథ 'తిరుగుబాటు', అయితే దళితులను రాజ్యాధికారం వైపు నడిపించిన కథ 'ఊరేగింపు'. సంఘటిత దళిత చైతన్యాన్ని మొదటి కథ ప్రతిపాదించగా, క్రియాశీల రాజకీయ చైతన్యాన్ని రెండో కథ ప్రతిపాదించింది. దళితుల శ్రమ కావాలి. వాళ్ళ స్పర్శ మాత్రం నిషేధింపబడాలి. ఈ దుర్మార్గాన్ని ఎత్తి చూపిన కథ 'అస్పృశ్య గులాబి'. అలాగే ప్రేమ చుట్టూ ఆవరించిన అస్పృశ్యతను కూడా ఈ కథ చిత్రించింది. పీడిత కులాలలోనే పీడకులు పుట్టుకొచ్చి స్వజాతి పీడనకు పూనుకునే వాస్తవాన్ని 'ఓ యర్రన్న కథ' చెప్పింది. 'ఓ పలక ముక్క కథ' విద్య ద్వారా దళితులు తమ జీవితాలను బాగు చేసుకున్న క్రమాన్ని ఆవిష్కరించింది. బానిసత్వంలోంచి స్వేచ్ఛాజీవితంలోకి ప్రవేశించడానికి ఆధారమైన 'పలక' చుట్టూ ఈ కథ అల్లబడింది. రెండు గ్లాసుల పద్ధతి మీద తిరుగుబాటు చేసిన కేశవుని కథ 'గొడ్డు కాఫి'.

ఈ దళిత కథలు భారతదేశ సామాజిక అప్రజాస్వామికతను ఆవిష్కరిస్తూ, ఆలోచనలు రేకెత్తిస్తున్నాయి. మనదేశం నిజమైన ప్రజాస్వామిక దేశంగా మారవలసిన అవసరాన్ని ఇవి గుర్తుచేస్తున్నాయి. ఈ కథల్ని అనువాదం చేసి అందించిన రంగనాథ రామచంద్రరావుగారు అభినందనీయులు. కన్నడం బాగా తెలిసిన రావుగారు మంచి తెలుగులో ఈ కథల్ని అనువదించారు. కన్నడ స్థానికతను గౌరవిస్తూ అనువదించారు. కన్నడ వాక్యనిర్మాణాన్ని అక్కడక్కడ నిలబెట్టారు. ఇవి ఇప్పుడు తెలుగు కథలు. మన కథలు. చదవండి.

అనంతపురం — **ఆచార్య రాచపాళెం చంద్రశేఖర రెడ్డి**

10-06-2016 — కేంద్ర సాహిత్య అకాడెమీ అవార్డు గ్రహీత

అనువాదమే ఆరాధనగా...

కన్నడంలో దళిత కథలు సుమారు ఆరు దశాబ్దాలుగా కనిపిస్తున్నాయి. మౌఖిక పరంపరలో ఉన్న దళిత కథ, పాటలు, నృత్యాలు, మొదలైన కళాప్రక్రియలు సాహిత్యంగా రూపుదిద్దుకోవడం సామాజికంగానూ, సాంస్కృతికపరంగానూ గొప్ప విషయం. దళితేతరులు ఎంత గొప్పగా దళిత సంవేదనతో కూడిన కథలు రాసినప్పటికీ దళితులే స్వయంగా రాసినపుడు వారి జీవితాల్లోని బాధలు, అంతరంగ మథనలు, స్పందనలు, స్పష్టంగా, నిర్దిష్టంగా చోటుచేసుకుంటాయి. అందుకే దళితులే రాసిన కథలతో ఈ సంకలనాన్ని తీసుకుని రావటం జరిగింది.

ఈ కథా సంకలనం ఇలా రూపొందడానికి ముందు ...

సమకాలీన కన్నడ కథా సంకలనానికి ముందుమాట రాయించాలనే తలంపుతో ప్రసిద్ధ రచయిత, కేంద్ర సాహిత్య అకాడెమీ అవార్డు గ్రహీత శ్రీ కేతు విశ్వనాథ రెడ్డిగారిని సంప్రదించినపుడు మాటల్లో కన్నడం నుంచి దళిత కథల సంకలనాన్ని తెస్తే బాగుంటుంది కదా అని ఆయన అనటం నా మనసులో మరో కథా సంకలనానికి బీజం పడింది. దళిత కథల సంకలనాన్ని తీసుకురావాలనే ఆలోచన నా మనసులో బలంగా రూపుదిద్దు కుంది. ప్రియమిత్రులు ప్రసిద్ధ కన్నడ రచయిత కుం. వీభద్రప్పగారిని సంప్రదించినపుడు శ్రీ మూడ్నాకూడు చిన్నస్వామిగారి ఫోన్‌నెంబరు ఇచ్చి సంప్రదించమన్నారు. నేను మూడ్నాకూడు చిన్నస్వామిగారిని సంప్రదించాను. వారు సంతోషంగా నా ప్రయత్నాన్ని ప్రోత్సహిస్తూ నాకు తమ కథా సంపుటి 'మోహనదీప' పంపటంతో పాటు, కన్నడ మత్తు సంస్కృతి నిర్దేశనాలయ, ప్రచురించిన 'దళిత కథలు' సంకలనాన్ని జీరాక్స్ తీయించి నాకు ఉపయోగపడుతుందేమోనని హైదరాబాదుకు వచ్చినపుడు స్వయంగా నాకు అందించారు. అందులోంచి కొన్ని కథలను ఎన్నుకుని ఆ యా రచయితల నుంచి అనుమతులు సంపాదించి అనువాదం చేస్తుండగా కథలన్నీ 1996 కు ప్రచురింపబడినవి కావటం వల్ల 1996 తరువాత దళిత కథ ఎలా ఉంది? అనే ప్రశ్న మనసులో మెదలటంతో మళ్ళీ నా అన్వేషణ మొదలైంది. కన్నడ అనువాదకుడు, మిత్రుడు సృజన్‌కు నా ప్రయత్నం తెలియజేయటంతో ఆయన యువదళిత కథా రచయితలను పరిచయం చేయటంతోఈ సంకలనాన్ని మీ ముందుకు తెస్తున్నాను. అయితే ఇది కన్నడ దళితకథల ఒక చిన్న పార్శ్వం మాత్రమే. కేవలం నాకు అందుబాటులోకి వచ్చినవని సవినయంగా మనవి

చేసుకుంటున్నాను.

'దళిత కథా సంకలనం' కన్నడ నుంచి తీసుకురావాల్సిన అవసరాన్ని గుర్తు చేసిన ఆచార్య శ్రీ కేతు విశ్వనాథరెడ్డిగారికి హృదయపూర్వకంగా కృతజ్ఞతలు.

మిత్రులు శ్రీకుం.వీరభద్రప్పగారికి, మూడ్నాకూడు చిన్నస్వామిగారికి ప్రత్యేకంగా కృతజ్ఞతలు తెలియజేసుకుంటున్నాను.

దళిత యువకథకులను పరిచయం చేసిన మిత్రుడు సృజన్‌కు కృతజ్ఞతలు.

నా కోరికను మన్నించి డా.దేవనూరు మహాదేవగారు వెంటనే తమ కథలకు అనుమతి పంపారు, అదే విధంగా డా.అరవింద మాలగత్తిగారు, డా.బి.టి. లలితా నాయక్‌గారు, డా, బరుగూరు రామచంద్రప్పగారు, డా. మూడ్నాకూడు చిన్నస్వామిగారు, డా. ఈరణ్ణ కోసగిగారు, బి.టి. జాహ్నవిగారు, మోదూరు తేజగారు, డా. అనసూయ కాంబళెగారు, మంజునాథ వి.ఎం., టి.కె.దయానంద గారు, పి. మంజునాథగారు, సంతోష గుడ్డియంగడిగారు-తమ కథలను అందించారు. వారందరికి మనస్ఫూర్తిగా కృతజ్ఞతలు తెలియజేసుకుంటూ-

మిత్రులు శ్రీసడ్లేపల్లి చిదంబర రెడ్డిగారు నా కోరికమేరకు ఎంతో శ్రమ తీసుకుని ఈ 'కథా సంకలనం' ప్రూఫ్ దిద్దారు. వారికి కృతజ్ఞతలు. అలాగే సాయిబాబా శర్మగారికి.

ఈ కథా సంకలనం సిద్ధం అయిన వెంటనే ప్రసిద్ధ రచయిత, విమర్శకులు శ్రీ సింగమనేని నారాయణగారికి అభిప్రాయం కోసం పంపాను. వారు చదివి ముందు మాటలు రాయించే బాధ్యతను భుజానకెత్తుకున్నారు. స్వయంగా వారే గొప్ప సాహితీమూర్తులైన ఆచార్య రాచపాళెం చంద్రశేఖర రెడ్డిగారితోనూ, ఆచార్య కొలకలూరి ఇనాక్‌గారితోనూ మాట్లాడి ఆ కార్యాన్ని సఫలం చేశారు. వారికి హృదయపూర్వకంగా కృతజ్ఞతలు తెలియజేసుకుంటున్నాను.

ఈ సంకలనానికి ముందు మాట రాసిన శ్రీ రాచపాళెం చంద్రశేఖర రెడ్డిగారికి, 'అనువాద స్వాగతం' అందించిన ఆచార్య కొలకలూరి ఇనాక్‌గారికి ప్రత్యేకించి కృతజ్ఞతలు తెలియజేసుకుంటున్నాను.

ఇందులోని కథలు కొన్ని నవ్య వారపత్రికలోనూ, ఆదివారం ఆంధ్రప్రభలోనూ, ప్రజాసాహితి మాస పత్రికలోనూ ప్రచురించి ప్రోత్సహించిన ఆ యా పత్రికల యాజమాన్యానికి, సంపాదకులకు కృతజ్ఞతలు. అలాగే ఈ కథా సంపుటిని పుస్తకరూపకంగా ప్రచురిస్తున్న **'నవచేతన పబ్లిషింగ్ హౌస్'** వారికి కృతజ్ఞతలు

త్వరలో మరో అనువాద కథల సంకలనంతో మీ ముందుకు వస్తానని మనవి చేసుకుంటూ...

- రంగనాథ రామచంద్రరావు

విషయసూచిక

డా॥ దేవనూరు మహాదేవ

అమ్ముడుపోయినవాళ్ళు

సాయంత్రపు ఎరుపుకు ముఖం తిప్పి కూర్చున్న బీరడి బుర్రలో కిట్టప్ప రూపాలు రకరకాలుగా ఏర్పడసాగాయి. కిట్టప్ప పెళ్ళికి ఒప్పుకుని చావబోయే తండ్రికి ఉపశమనం కలిగించలేదు. అతడికి అతడి పట్టుదలే ముఖ్యం. కాలేజీకి వెళుతున్నప్పుడు ఆడదాని వెనుక తిరిగి ఫెయిలై ఇంటికి తిరిగొచ్చినా ఆమె పిచ్చి వదల్లేదు. వారానికో, పది రోజులకో మైసూరు వెళ్ళటమూ మానలేదు. గౌడగారు ఓపికవున్నంత వరకూ చెప్పాడు; తిట్టాడు; వినలేదు. వయసుకు వచ్చిన కొడుకు. ఈ మధ్యనైతే గౌడగారు కిట్టప్ప ఏం చేసినా ప్రశ్నించడమే లేదు. "నేను చనిపోయే వరకైనా ఊరకుండరా వెధవా అన్నా వినవు. నేను ఇంకేమి చేయగలను? ఇల్లు అమ్మినా బాధ లేదు. ఎన్నడో అది పాడైంది. ఈ పనికిమాలినవాడిని పట్నానికి పంపకుండా నాగలి పట్టించాల్సింది. నేనే తప్పు చేసి వాడిని అనటం అంటే ..." పూర్తిగా చెప్పకుండా మిగిలినది గుటక వేసి ఒకసారి చేదుగా ముఖం పెట్టి నవ్వేవారు. కూర్చుని తిన్నా కరగనంతటి ఆస్తితో కిట్టప్ప ఎలా ఉండాలి? అలా కాకుండా ఈ గుడిసెలో ఎన్ని రోజులు తాగి పడివుండలేదు? వారం పది రోజులు దీన్నే మొండిగా పట్టుకున్నవాడు, ఎంత చెప్పినా తీసిపారేస్తాడు. ఏదైనా చెబుదామంటే తిండిపెట్టే యజమాని...

రాబోయే ఉగాదికి ఇక్కడికి వచ్చి సంవత్సరం అవుతుంది. దిక్కుదివాణం కనిపించక మూటాముల్లె కట్టుకుని లక్ష్మితోపాటు బయలుదేరినపుడు చేతిలో చిల్లిగవ్వ లేదు. రాత్రి రైలెక్కి వెనుక పెట్టెలో కూర్చుని మైసూరు చేరేసరికి పొద్దుపోయింది. స్టేషన్‌లోనే పడుకుని పంపునీళ్ళతో ముఖం కడుక్కుని ఏమీ చేయడానికీ తోచక తల మీద చేతులు పెట్టుకుని కూర్చున్నప్పుడు లక్ష్మి "నంజనగూడు తొట్టు పోదామా" అంది. 'సరే' అని కదులుతున్న రైలు ఎక్కి కూర్చుని టికెట్టు అడగటానికి వచ్చిన వారి చేతికి చిక్కి బాధలు పడుతున్నప్పుడు గౌడ వారికి నచ్చజెప్పి పంపాడు. తరువాత ఎవరు, ఏమిటి, ఎక్కడికి అని విచారించాడు,

పొరుగూరివాళ్ళమని, పనుల కోసం ఊరోదిలి వచ్చామని చెప్పగానే గౌడ కాస్సేపు ఆలోచించి "మా తోటలోనే పని చేయడానికి స్థిరంగా ఉండే ఇద్దరు మనుషులు కావాలి. తోటలోనే ఉండటానికి ఇల్లూవాకిలి ఉంది. మీరు ఉండేటట్టయితే..." అన్నారు.

గౌడ వారికి దేవుడిలా కనిపించాడు.

ఊరి వైపు బీర తిరిగి చూశాడు. అప్పటికే పొద్దుమునిగి చీకటి పడింది. ఈ పాటికే కిట్టప్ప రావాల్సింది కదా అని ఆలోచిస్తూ బీడి అంటించాడు. దూరంలో కనిపిస్తున్న బ్యాటరీ వెలుతురు దగ్గరవుతూ ఉంది. చీకటిని చీల్చుకుని దగ్గరవుతున్న బ్యాటరీ వెలుతురునే చూస్తూ అది పరుగుతీస్తున్న వైపుకు చూపులు సారిస్తూ దగ్గరకు రాగానే తలెత్తి చూస్తే మిల్లులో పనిచేసే కుర్రవాడు పాషా వచ్చి నుంచున్నాడు. అతడు వచ్చీరాగానే "మోటర్ కాయిల్ పాడైపోయింది. కిట్టప్పగారు మైసూరుకు తీసుకుపోయారు. ఇప్పుడు రారట" అని అన్నాడు. బీర "అట్లనా" అన్నప్పుడు పాషా తలూపి, "నేను వెళతానన్నా" అని పక్కకు తిరగ్గానే, బీర, "రా సాయిబు, బువ్వ తిని పోదువుగానీ" అన్నాడు. "లేదులేన్నా, చాలామంది జనం మిల్లు దగ్గర ఎదురు చూస్తున్నారు. ఇప్పుడు చిన్న మిల్లు నడుపుతున్నారు. చెప్పమన్నారు. చెప్పటానికే వచ్చాను" అని గబగబా అడుగులు వేస్తూ వెళ్ళిపోయాడు. బీర దగ్గుతూ, వెలుగుతున్న బీడి చేతి వేళ్ళను చుర్రుమనిపించటంతో మరొకటి తీసి దాన్ని ముట్టించుకున్నాడు.

లక్ష్మి ఆలోచనలో పడింది. ఈ మధ్యన చలి వేస్తోంది. గుడిసె లోపలే ఇంత చలివుంది. ఇక బయట ఎలా ఉందో? తన తండ్రి ఆస్తి అన్నట్టు బీర ఎప్పుడూ ఆ బండరాయి మీదే కూర్చుని ఉంటాడు. బయటికి వెళ్ళినపుడు కావాలని దగ్గినా చూడలేదు. కుతకుతమని ఉడుకుతున్న చారులో ఉప్పు వేసింది. గుమగుమలాడే వాసన గుడిసెనంతా కమ్ముకుంది. అడుగుల సద్దు కావటంతో తలెత్తి చూస్తే బీర. కిట్టప్ప కనిపించలేదు. "ఈ పొద్దు కిట్టప్ప రాడంటనే.... మైసూరుకి పోయిండాడంట, పాషా సెప్పి పోయినాడే" అని సారా సీసాలు పెట్టిన వైపు నడిచాడు. ఈ రోజు కిట్టప్ప రాకపోతే ఈ పాడు మనిషి మొత్తం తాగి ఏమీ రంధి చేస్తాడోనని లక్ష్మికి భయం వేసింది. అంతలో అతడు ఏమి చేసినా అది తనకు అలవాటయిపోయింది కదా అని తనకు తాను నచ్చుజెప్పుకుంది. దాంతోపాటు నవ్వు వచ్చింది.

బీర కంచెం ముందు కూర్చుని సారా సీసాల మూతలు తీసి పక్కన పెట్టుకున్నాడు. రాగిముద్దను తీసుకొచ్చిన లక్ష్మికి అతని ఆరాటం చూసి నవ్వొచ్చింది. "యే నీ దరిద్రపు ఆశకు మన్నుపొయ్య. రొంత తాగు" అంది. బీర పకపకా నవ్వి , "ఈ యాల కడుపు

పట్టినంత తాగీ, తినీ, నిన్ను నంజుకోవాలి" అన్నాడు. ఇప్పుడు ఊరకే అన్నా తాగిన తరువాత అతనలాగే చేసేవాడు. చలి అనిపించటంతో లక్ష్మి లోపలికి వచ్చి బూడిద కప్పుకున్న నిప్పులను కెలికి చేతులు కాచుకోసాగింది. బీర ఆగకుండా గటగటా తాగటం, మాంసపు ముక్కలు కొరకటం వినిపిస్తోంది. "ఇంగా రొంత కొండ్రాయే" అని అన్నప్పుడు లక్ష్మికి ఆశ్చర్యం వేసింది. 'అరే, దెయ్యం పట్టినోడిలెక్క ఎంత తింటున్నాడబ్బా' అని అనుకుంది. గిన్నె నిండా మాంసం ముక్కలు నింపుకుని గదిలోంచి వచ్చింది. బీర తట్ట చుట్టూ ఎముకలు పడివున్నాయి. ఒకటిన్నర సీసా ఖాళీ అయింది. 'అరే, ఇదేందయ్యో, దెయ్యం లెక్కన తింటావుండావు?' అని అనటానికి నోటి వరకు వచ్చినా, తాగివున్నాడని మిన్నకుండిపోయింది. మూతలో ఉన్నదంతా కంచెంలో వొంపింది. బీర చుట్టూ గబ్బు వాసన పరుచుకునివుంది. లక్ష్మికి తలతిరిగి వాంతికి వచ్చినట్టు కావడంతో నోటికి కొంగు అడ్డం పెట్టుకుని గదిలోకి వెళ్ళి కూర్చుంది. ఈ నడుమ బీర మారిపోయాడు. రోజూ తాగడం, పైగా ఊపిరి పీల్చడానికి ఇబ్బందవుతున్నా బీడీలు బీడీలు అని ప్రాణాలు తోడుతున్నాడు. మనిషిలో మునుపటి కళ లేనేలేదు. ఎంత చెప్పినా వినిపించుకోడు. మల్లీపురం షావుకారు తాగీతాగీ గుండెపోటు చనిపోయిన విషయం చెబితే కొద్దిసేపు గమ్మున ఉండి "యవరు మాత్రం సాస్వతం సెప్పు" అని అదోలా నవ్వాడు. 'తాగుడు మానే మునిగేదేమి?' అని అడిగితే ఒక రకంగా చూసి, "నాను" అని చెప్పి మౌనం వహించాడు.

తొంగి చూస్తే బీర కాళ్ళు చాపి హాయిగా పడుకునివున్నాడు. సీసాల్లో ఒక్క చుక్క సారా లేదు. తట్టలో రెండు మాంసపు ముక్కలున్నాయి. "థూ, ఈయప్ప గోడే ఇంత" అని గొణిగి బయటికి వచ్చి తట్ట చుట్టూ పడివున్న ఎముకలను ఏరి తట్టలో వేసింది. మూతలు పడుతున్న కళ్ళను బీర విశాలంగా తెరిస్తే నిప్పులను చూసినట్టయ్యింది. అతను ఒకటి రెండు సార్లు హాహాహా అని "యవడోడు నా కాడికి వచ్చే ధీరుడు" అన్నాడు. లక్ష్మి తిరస్కారంగా, "ఇంగ ఊరికే పడివుండు" అనగానే "యేయ్ ... నా లచ్చిమి... బంగారూ... రాయే... నాను యవరనుకునేవే" అని లేవటానికి ప్రయత్నించి చేతకాక నేల మీదికి ఒరిగి కళ్ళు మూసుకుని "లచ్చిమి...లచ్చిమి..." అని పలవరించసాగాడు. లక్ష్మి గది మూలలో చాప పరుచుకుని గోడవైపు తిరిగి దీపం ఆర్పి రగ్గును ఒళ్ళంతా కప్పుకుని పడుకుంది.

చీకటి కమ్ముకోగానే, "మా సూర్యప్పని పీక్కుని పోయిండేది యవరు?" అని బీర నెమ్మదిగా అడిగాడు. లక్ష్మికి నవ్వొచ్చింది. ఆమె ఆపుకోలేకపోయింది. గట్టిగా నవ్వింది.

"నగుతావా.? నగు నగు... నీవు యాడనో దెయ్యమో గియ్యమో అయివుంటావు" అన్నాడు. ఆ మాటలకూ లక్ష్మి కిలకిలా నవ్వింది. "నువ్వు యాడికి పోయినా నాను వొదిలేదు లేదు. మంచి మాటల్తో ఇను. ల్యాకపోతే..." అని అతను గట్టిగా అరవటంతో లక్ష్మికి తల చిట్లినట్టనిపించింది. "ఊరికే పడివుండటం నేర్సుకో; ఇంగ నా పానాలు తియ్యకు" అంది. బీర కాస్సేపు మిన్నకున్నాడు. కంఠం గుర్తించిన వాడిలా నవ్వి, "ఓయ్ ఇప్పుడు తెల్సింది... నా లచ్చిమి... సక్కని లచ్చిమి" అన్నాడు. లక్ష్మి మాట్లాడలేదు. "ఇంగా సిగ్గేనా నీకు? ఇన్ని రోజులు అయినా? రా అంటే రావాల్ల" అన్నాడు. లక్ష్మి అప్పటికీ మాట్లాడలేదు. పసిబిడ్డలా నవ్వింది. బీర కోపం నెత్తికెక్కింది. "నాను పిల్చినా నువ్వు రావేమే" అని అనగానే లక్ష్మి "ఇంగ ఊరికే పడివుండు" అని గడుసుగా అంది. "యేడిదే నీ ధిమాకు. ఇంతకాటికి వస్తివా?" అని అరిచాడు. లక్ష్మి ఏమిటో గొణిగింది. "అయినా నువ్వు మాట్లాడతావా? నాతోన ఎట్లా మాట్లాడతావు సెప్పు... కిట్టప్పతోన మాట్లాడతావుగానీ... ఎంతయినా ఆడు నీ మిండగాడు గదా" అన్నాడు.

లక్ష్మికి మిన్ను విరిగి మీద పడ్డట్టయ్యింది. కాళ్ళు, చేతులు చిన్నగా వొణికాయి. అయినా ధైర్యం తెచ్చుకుని, ఏమంటూ ఉండావు నువ్వు? " అని చెవులు రిక్కించుకుని కూర్చుంది. "నాను యవర్ని అంటుండానా అని అడుగుతుండావా? పిల్లి కళ్ళు మూసుకుని పాలు తాగి యవరు సూడలేనుకుంటాదంట. హ్హాహ్హాహ్హా , మీ కథ చెబుతాను... పొద్దుపొడవనీ, నువ్వు ఉండవు, ఆడు ఉండడు. కాళ్ళు ముక్కలు ముక్కలుగా నరుకుతాను. నన్ను అంత సేతకానోడిననుకుంటివా? ఇప్పుడేమైండాదిలే... పొద్దుపొడవనీ, పొద్దుపోడవకపోతుందా? రేపు ఆడు రాకుండా పోతాడా? రానే వొస్తాడు. మిండగత్తె ముఖం సూసేకి..." అని వెకిలిగా నవ్వాడు.. తరువాత కాస్సేపు ఆపకుండా దగ్గి కేకరించి ఉమ్మాడు. "అబ్బా" అని గుటక మింగాడు. "చూరులో కత్తి పెట్టేనే... రడీ...రడీగా వుండాది" అన్నాడు.

లక్ష్మి నేలకు చేయాన్చి కూర్చుంది. అతను నవ్వాడు. దగ్గాడు. "అయ్యయ్యప్పో" అన్నాడు. కేకరించి ఉమ్మాడు. క్షణం సేపు ఎలాంటి సద్దు లేదు. ఆమె కూర్చునే ఉంది. ఆమెకు తల గిర్రున తిరుగుతున్నట్టయ్యింది. తొడలు వణుకుతున్నాయి. గుండె దడదడ కొట్టుకుంటోంది. కొద్దిసేపటి తరువాత గురక... తీవ్రమైన గురక శబ్దం వినిపించింది.

లక్ష్మికి దిక్కుతోచనట్టయ్యింది. తాగి మాట్లాడినా, విషయం తెలియకుండా ఈ మాటలు ఎలా వస్తాయి? బీరకు అంతా తెలిసిపోయింది. ఏం చేస్తాడో దేవుడా? అతడి ఆటలు ఇప్పుడు చూడటం లేదు. రెండు పంటల కాలం నుంచి బాగా తెలుసు. హాస్టల్లో

భోజనానికి బెల్లు కొట్టి చాలా సమయమైంది. ఇప్పుడు మధ్య రాత్రి అవుతుండాలి. గదంతా గురక సద్దు. సారా వాసన భరించలేనట్టుగా ఉంది. బీర పక్కకు దొర్లాడు. కొద్దిసేపు ఆపకుండా దగ్గాడు. తరువాత మళ్ళీ గురక సద్దు. లక్ష్మికి నిద్రపోవాలనిపించింది. ఆవులించింది. తలను మోకాళ్ళకు అదిమి కూర్చుని కళ్ళు మూసుకుంది.

తోటలో కాలుపెట్టిన మూడవ రోజునే కిట్టప్ప వచ్చాడు. "మన షావుకారు కుమారుడు" అని బీర అన్నాడు. కిట్టప్ప ఆమెను అదోలా చూశాడు. బీర దగ్గాడు. తను తల దించుకుని నేల వైపు చూడసాగింది. చెమటలు పట్టి నుంచోవటానికి కాక కసువు చిమ్మాలనే నెపంతో లోపలికి దూరింది. కిట్టప్ప బయటే ఉన్నప్పటికీ ఇంకా తననే చూస్తున్నట్టు అనిపించింది. అతను వెళ్ళే వరకు, వెళ్ళిన తరువాత కూడా ...

...ఒక రోజు సారా సీసాలను పట్టుకుని బీర పళ్ళికిలిస్తూ వచ్చాడు. ఆ రోజు మాంసమూ ఎక్కువగానే ఉండింది. ఈ రోజు కిట్టప్ప వస్తాడని బీర అన్నాడు. తనేమీ మాట్లాడలేదు. కావలసింది చేసిపెట్టింది. చీకటి పడిన గంట తరువాత కిట్టప్ప వచ్చాడు. బాగా తయారై వచ్చాడు. "పెళ్ళికూతుర్ని సూడ్డానికి వస్తివా కిట్టప్ప" అని బీర నవ్వుతూ అనగానే కిట్టప్ప కూడా నవ్వాడు. అతను పుడుతూనే నవ్వుతూ పుట్టాడేమో?

తిన్నారు. ఇద్దరూ తిన్నారు. తాగారు. బీరనే ఎక్కువగా తాగాడు. తరువాత కళ్ళు మూసుకుని కాళ్ళు బార్లాచాపి పడుకున్నాడు. కిట్టప్ప ఎంతసేపైనా కదల్లేదు. తను గదిలోకి వెళ్ళింది. కిట్టప్ప దగ్గాడు. మేము అక్కడికి రావడానికి ముందు నుంచీ ఉన్న నులక మంచం మీద కూర్చున్నాడు. కాస్సేపు అలాగే మౌనంగా కూర్చుని దాని మీద నెమ్మదిగా వొరిగాడు. ప్రాణాలరచేతుల్లో పెట్టుకుని గదిలో కంబళి పరుచుకుని రగ్గు కప్పుకుని దీపం ఆర్పింది. చీకటైంది. కళ్ళు మూసుకున్నా నిద్రపట్టలేదు. ఏవేవో ఊరివైపు జ్ఞాపకాలు...

కునుకు పడుతోంది. వసారాలోంచి బీర పెడుతున్న గురక వినిపిస్తోంది. కిట్టప్ప అప్పుడప్పుడు దగ్గుతున్న సద్దు, పక్కకు పొర్లినపుడు నులక మంచం చేస్తున్న చప్పుడు, బీడి పీల్చినపుడు గుప్పుమనే వెలుతురు, బీర పెడుతున్న గురక సద్దు, అన్నిటినీ చూడనట్టు తనలో కరిగించుకున్న కటిక చీకటి. గట్టిగా కళ్ళు ముసుకున్నా నిద్ర జాడే లేదు. దగ్గటమూ కష్టమైంది. గుటక వేయటం కష్టమైంది. గుటక వేస్తే సద్దవుతుంది. చుట్టూ ఎలాంటి అలికిడి లేదు. బీర పెడుతున్న గురక మాత్రం పెద్దగా వినిపిస్తోంది. కిట్టప్ప నిద్రపోలేదని అనిస్తోంది. అతను బీడీలు కాల్చటం, దగ్గటం తెలుస్తోంది. పుట్టి కలుపు

తీయటానికి వచ్చినపుడు కిట్టప్ప చరిత్రనంతా చెవిన వేసిపోయింది. తనకూ నిద్ర పట్టలేదని అతడికి తెలిసిపోతే? ఛీ...ఛీ...

"లక్ష్మి" అని మెల్లగా పిలిచి, ఒళ్ళు ముట్టుకుని కదిపాడు. ఉలిక్కిపడి మేల్కొంది. ఆలోచన, దిగులు మధ్యన ఎప్పుడు నిద్రపట్టిందో తెలియదు. గుడిసె ఎగిరిపోయేలా గుండె కొట్టుకోసాగింది. మెల్లగా ఒళ్ళు నిమిరాడు. ఊపిరి అదుపు తప్పింది. ఒక చెయ్యి తొడ మీద పెట్టి, మరొక చేత్తో చిబుకం పట్టుకుని కదిపాడు. ఇక ఊరుకోవటం బాగుండదని భయపడుతూ, "ఎవరు?" అంది. "నేను కిట్టప్పను" అన్నాడు. బీర గురక విని ఒళ్ళు వణికింది. కిట్టప్ప చెయ్యి ఆమె తొడను నిమురుతోంది.

ఏమనాలో తోచక తడబడుతూ–"బీర పండుకున్నాడు" అనగానే కిట్టప్ప, "ఆఁ తాగి పడివున్నాడు" అన్నాడు.

***

పొద్దుపొడిచింది, మెలుకువ వచ్చిన బీర ఒళ్ళు విరుచుకోవటంతో తేలికపడ్డట్టు అనిపించింది. బీరకు రాత్రి మత్తు దిగింది. రెండు చేతులను బరబరా రుద్ది, ముఖానికి ఎదురుగ్గా తెచ్చుకుని అరచేతులను చూసుకున్నాడు. మెల్లగా "లచ్చిమీ" అని పిలిచాడు. జవాబు రాలేదు. 'ఇంత పొద్దుపోయినా ఆడదానికి నిద్రనా' అని అనుకుని కుడివైపుకు తిరిగి కంబళి జరిపి గది వైపు చూశాడు. లక్ష్మి ముఖమంతా రగ్గు కప్పుకుని ముడుచుకుని పడుకునివుండటం కనిపించింది. పోయిన సోమవారం కిట్టప్ప ఆ రగ్గు ఇచ్చి, "తీస్కో బీరా, చలికాలం వస్తోంది" అన్నాడు. ఆ రాత్రి పడుకునేటప్పుడు లక్ష్మి ముసిముసిగా నవ్వుతూ దాన్ని తనవైపు గబుక్కున లాక్కుని "ఇది నాకు కావల్ల" అని గట్టిగా పట్టుకుంది.

బీర చేతులు చాపి ఆమెను దగ్గరికి లాక్కుని ఎదకు అదుముకుని, "ఫోన్లేయే నువ్వే తీస్కో... నిన్ను నాకిచ్చెయ్. దానికన్నా నువ్వే యెచ్చగా ఉండావు" అని అన్నాడు. ఆ మాటలకు ఆమె కిలకిలా నవ్వింది. ఇప్పుడు ఆమెకు వెచ్చదనం అనుభవం అవుతూ ఉండొచ్చు.

కిట్టప్ప ఇచ్చిన రగ్గు లక్ష్మిని ఆవరించుకుని ఉంది.

కిట్టప్ప కట్టించిన ఇల్లు ఇద్దరినీ ఆవరించుకుని ఉంది.

తనైతే పర్లేదు, అదే లచుమిని అంటే...

పటేల్ ఇంటికి గుత్త ఒప్పందానికి వచ్చినవాడు లక్ష్మిని ఏదో అన్నాడని చెవిన పడిన వెంటనే, అరుగు మీద కాలు మీద కాలు వేసుకుని కూర్చున్నవాడి కాలర్ పట్టుకుని లేపి, "నీ షావుకారుతనం ఉంటే నీ ఇంటికాడ సూపించుకో. నాకు సూపించటానికి

వస్తావా" అని తన్నబోయాడు. అంతలోనే పటేల్‌గారు మధ్యలో కలగజేసుకుని చేతులు విడిపించి "వేరే ఊరి పిల్లగాడు, ఏదో తెలియక..." అని నచ్చజెప్పారు. ఇంటికి వచ్చాక లక్ష్మి ఎదకు హత్తుకుపోయింది.

ఎడమ చేత్తో పొట్టను నిమిరి చేతిని పైకి తెచ్చి ఎద మీద పెట్టుకున్నాడు. గుండెలో చిన్నగా నొప్పి ప్రాకింది.

"తాగొద్దని ఎంత మొత్తుకున్నా యినవుకదా? మల్లీపురం షావుకారు గిట్లనే తాగీతాగీ గుండె పగిలి సచ్చిపోయిండంట. తాగితే అది పేగుల్నంతా కోస్తదంట."అని లక్ష్మి మొత్తుకుంది.

'ఏమైనా షావుకారికి అయినట్టు తనకూ అయితే అప్పుడు లక్ష్మికి ఎవరు దిక్కు?' ఆ ఆలోచనతో ఎలాగెలాగో అవసాగింది.

బీడీ తాగాలనిపించింది. తలదిండు జరిపి చూస్తే కనిపించలేదు. బయట మంచు కురుస్తోంది. అసలే చలి. బీడీ కూడా లేదు. ఎండ వచ్చేంత వరకు ఇలాగే ఉండాలి...

"ఇక పొద్దెక్కే సమయం. పసిబిడ్డ లెక్కన పడుకునే ఉండాడు. సిగ్గు యేయటం లేదేమి ఈ మనిషికి"

ఇంత పొద్దున్నే కిట్టప్ప? చలి వదిలిన వాడిలా కంబళి కప్పుకుని లేచి గది వైపు చూస్తే లక్ష్మి ఇంకా పడుకునేవుంది. లేపాలని అనుకున్నా మనస్కరించలేదు. కుడివైపు వేలాడదీసిన చాముండేశ్వరి ఫోటోకు చేతులు జోడించి, తడిక తలుపు తెరవగానే తూర్పు దిక్కు నుంచి గుడిసెలోపలికి గాలి తోసుకొచ్చింది. చూస్తే కిట్టప్ప నుంచుని ఉన్నాడు.

లక్ష్మి లేచి కొద్దిసేపు సంభాళించుకోవటానికి ప్రయత్నించినా మత్తు వదల్లేదు. రాత్రి జ్ఞాపకాలు చురుక్కుమనటంతో చూరువైపు దృష్టి సారించింది. కత్తి అక్కడే ఉంది. ఎలాగెలాగో అనిపించి బయటికి తొంగి చూసింది. బీర అప్పటికే లేచి బయట ఎవరితోనో మాట్లాడుతున్నాడు. సద్దు చేయకుండా తలుపు దగ్గరికి వచ్చి తడికకున్న చిల్లులోంచి చూసినపుడు ఆశ్చర్యం వేసింది.

ఎందుకో కిట్టప్ప నవ్వాడు.

బీర కూడా నవ్వాడు.

***

రచనా కాలం–*1968*

డా॥ బి.టి.లలితా నాయక్

పండుగ-బలి

ఊరి ముందరి అమ్మ గుడి నుంచి ఆగకుండా తప్పెట శబ్దం వినిపిస్తోంది. మొత్తం పల్లే ఆ సద్దు వల్ల స్ఫూర్తి పొంది పండుగ నిర్వహణలో నిమగ్నమైనట్టుగా ఉంది. బీద-ధనిక భేదభావం ఆ ఒక్క రోజు పూర్తిగా తొలగిపోయి 'గరీబి హటావ్' అనే నినాదం నిజమైన అర్థాన్ని పొంది 'గరీబు'లే లేని 'భాగ్యవంతుల' పల్లెగా మారింది.

ప్రతీ ఇంటి ముందు చతురస్రాకారంలో బారెడు వెడల్పు అంకణాన్ని పేడతో అలికి, ముగ్గులు వేసి, పీట వేసి దానిమీద పిడికెడు బియ్యపు గింజలు పోసి మారెమ్మ కలశాన్ని ప్రతిష్ఠించటం జరిగింది.

వేప ఆకులు, ఎర్రగన్నేరు, ఎర్రమందారం, బొండు మల్లెలు మొదలైన పువ్వులతో అలంకరించి, పసుపు కుంకుమ, ధూపదీపాలతో అలంకరించిన 'తల్లి' ఎదుట తమ తమ శక్త్యానుసారం మేక, గొర్రె, కోళ్ళను బలిచ్చి, తల్లికి మొక్కులు తీర్చుకున్నందుకు సంతృప్తి చెంది అక్కడి జనం కృతాకృత్యులయ్యారు.

సాటివారిలా సణ్ణ కుటుంబమూ ఆ ఏడు పండుగ సంబరంలో పాల్గొనటానికి సిద్ధమైంది. ఆహ్వానాన్ని మన్నించి వచ్చిన బంధువులతో అతడి చిన్ని పూరిగుడిసె ఒళ్ళు విరిగేలా కిటకిటలాడుతోంది.

ఇంటి యజమానురాలు కెంచి గీతల జరీ అంచు కొత్త చీర కట్టుకుని సరసరమని సద్దు చేస్తూ ఇల్లంతా కలయ తిరుగుతోంది. సణ్ణ కూడా కోడి బొచ్చులాంటి తెల్లగా మెరుస్తున్న పంచె కట్టుకుని, అదే రోజున దర్జీ నరసోజి దగ్గర ఎక్కువ కూలీ ఇచ్చి కుట్టించుకుని తెచ్చిన మోచేతులను దాచే తెల్లటి పొడుగు చేతుల అంగీ తొడుక్కుని, భుజంమీద కొత్త సెల్లా వేసుకుని చూరుమీద కప్పిన కొబ్బరి మట్టల సందులో గత సంవత్సరం దూర్చిన కత్తి కోసం వెదకసాగాడు.

అతడి ఆరుమంది సంతానంలోని ముగ్గురు కొడుకులకూ కడూరు సంతనుంచి ఒకే కొలతలుగల నల్లగీతల ఎర్రటి అంగీలు, చడ్డీలు కొని తెచ్చాడు. పిల్లలు సంతోషంతో వాటిని తొడుక్కున్నారు.

మొదటి పిల్లవాడి అంగీ కొంచెం మోకాలు కనిపిస్తున్నట్టుగా ఉంది. వాడు కూర్చున్నప్పుడు, వంగినపుడు అకస్మాత్తుగా ఒక్కొక్కసారి లోపలి చడ్డీ కనిపించేది. అయితే అతని కన్నా చిన్నవాడి అంగీ మోకాలి కిందికి జానెడు పొడుగు వుండి చడ్డీ వేయకపోయినా పరవాలేదన్నట్టు ఉంది.

వారి వయసు పిల్లలంతా "అయ్యయ్యో, ఈని అంగీ సూడండ్రా ఎంత జంపుగా ఉండాదో, లోన చడ్డీనే ఏసుకోలేదలే" అని ఎగతాళిగా నవ్వినపుడు "లేయ్, ఈడ సూడండలే, కొత్త చడ్డీ ఏసుకునేనే" అని పిల్లవాడు తన అంగీని పూర్తిగా పైకెత్తి చూపించి రుజువు చేయాల్సి వచ్చింది.

మూడవవాడి అంగీ మడిమలను తాకేలా ఉంది. ఆ కారణంగా పాపం, వాడికి తిరగటానికి ఇబ్బందవుతున్నా 'కొత్త అంగీ' అనే మమకారంతో ఆ బాధను భరిస్తున్నాడు.

ఆడపిల్లలదీ ఆదే పరిస్థితి. పెద్దపిల్ల పుట్టమ్మ తిరుగుతున్నప్పుడు గంజి వేసినట్టున్న ఆ చీటి లంగా అంచు నేలను ఊడుస్తున్నట్టు ఉండటం చూసి "ఇంత జంపుగా ఎందుకు కుట్టించుకుండావే" అని చూసిన వాళ్ళంతా అడుగసాగారు.

"నీళ్ళలో యేసినంక పొట్టిగా అవుతాదని దర్జీ మాయప్పతోనే అనిండాడంట" అని పుట్టమ్మ సమర్థించుకుంది. "పైకెత్తి నడుములో చిక్కించుకోవే, లేకపోతే అంచు నల్లగయితది" అని కొందరు సలహా ఇస్తున్నారు. అయితే కొత్త లంగాను పండుగ ముగిసే వరకైనా స్వేచ్ఛగా ఎగరడానికి వదలాలని ఆశించిన పుట్టి, దాన్ని పైకి లాగి నడుములో బిగించడానికి ఇష్టపడలేదు.

లంగాలో మునిగిపోయిన మరొక పిల్ల కాలు తొట్రుపడినట్టయి, అడుగుకొకసారి తూలిపడి, ఎవరైనా చూస్తే బోరుమని ఏడుస్తూ, ఎవరూ చూడలేదని నమ్మకం కలిగితే పైకి లేచి లంగాను విదిలించుకుని గడియ గడియకూ దాని రంగు మారుతుండటాన్ని చూసి విస్మయం చెందుతోంది.

తల్లి నడుమునో, లేదా బంధువులలో ఎవరి నడుమునో అంటుకునివున్న చివరి పిల్ల అయితే తన అస్తిత్వాన్నే పోగొట్టుకుని లంగామయమైంది. నెల రోజులైనా నూనెను కానీ, నీళ్ళను కానీ చూడని వాళ్ళ తలలు అ రోజున వడ్డీతో సహా కొరత తీర్చుకున్నట్టుంది. ఎక్కువైన ఆముదం వాళ్ళ నుదురు, చెంపలు, చెవుల వెంబడి ధారగా కారసాగింది.

ప్రతీ రోజూ రొట్టెముక్క కోసం నోళ్ళు తెరుచుకుని చూడాల్సిన వాళ్ళకు ఈ రోజు అజీర్ణం అయ్యేంత ఆహారపదార్థాలు. పండుగకు వచ్చిన బంధువులు తెచ్చిన బొరుగులు, చక్కిలాలు, పకోడీలు, బత్తాసులు మొదలైన వాటితో జేబులు నిండటమే కాకుండా, మసాలా నూరుతున్న చిగమ్మ నుంచి అరచేతి వెడల్పు కొబ్బరిముక్క కూడా దొరికింది.

"అమ్మోరికి నైవేద్యం తీస్కనిపోతారు. పోయి సూడండి. మీరూ మొక్కుకోండి" అని సణ్ణ అక్క మాదేవక్క పిల్లల గుంపును బయటికి తరిమినపుడు వాళ్ళు కుతూహలంతో గూడెంలోకి పరుగున వచ్చారు. కలశంలో పూజించిన తల్లి ఎదుట సణ్ణ బంధువు కర్రంగ గొర్రెపొట్టేలు వెనుకకాళ్ళను పట్టుకుని నిలబెట్టుకున్నాడు. కెంచి తమ్ముడు గోయింద కత్తి పట్టుకుని దాన్ని బలివ్వటానికి సిద్ధంగా ఉన్నాడు. కెంప, బసజ్జ, జుట్టిమ్మ మొదలైన వాళ్ళంతా ప్రేక్షకులుగా నిలుచున్నారు.

ఊరమ్మతల్లికి సణ్ణ మంగళారతి ఇచ్చి తీర్థాన్ని గొర్రెపోతు ఒంటి మీద ప్రోక్షించి పూలు, కుంకుమ చల్లాడు. ఒంటి మీద చల్లటి నీళ్ళు పడగానే గొర్రెపొట్టేలు ఒక్కసారి బలంగా ఒంటిని విదిలించింది. దాని కోసమే ఎదురుచూస్తున్న బసజ్జ, "ఊఁ తల్లి ఆనతిచ్చింది. ఏటు వేయరా గోయిందా" అని అనగానే అతడు దేహంలోని శక్తినంతా చేతుల్లో తెచ్చుకుని బలంగా కత్తి దించాడు.

బలిపశువు మెడ కసుక్కున తెగి నేలమీద పడగానే చివ్వున చిమ్మిన రక్తాన్ని తాంబాణంలో సేకరించడం జరిగింది. కొద్ది నిముషాలు గిలగిలా తన్నుకున్న మొండెం చివరికి స్తబ్ధమైంది.

తల్లి ఎదుట పెట్టిన రుండం నుంచి నెమ్మదిగా కారుతున్న రక్తం నేలమీద మడుగు కట్టింది. దాంతోపాటు చెదరిన కుంకుమ ఎర్రటి పూల మధ్య భీకరంగా విరాజిల్లుతున్న 'తల్లి'ని పిల్లలంతా భయం నిండిన కళ్ళతో చూస్తూ పెద్దల సూచనమేరకు చేతులు జోడించారు.

"మా తల్లే, మా యమ్మే, ప్రతీ ఏడు గిట్లనే పండుగ జరిపి నీకు మొక్కులు తీర్చే యోగ్యత మాకియ్యమ్మా. మా పేదరికాన్ని పోగొట్టమ్మా" అని వేడుకుంటూ సణ్ణ, కెంచిలు తల్లి ముందు సాగిలపడ్డారు.

అటు తర్వాతి కార్యక్రమం మెరుపు వేగంతో జరిగిపోయింది. మగవాళ్ళ నైపుణ్యంగల చేతులు కత్తులు పట్టుకుని చకచకా మాంసాన్ని కోసి కుప్పలు పోశాయి. లోపల ఆడవాళ్ళు అదే చురుకుదనంతో మిరపకాయలు వేయించడం, దంచటం, మసాలా నూరటం మొదలైన వంట తయారీకి పూనుకున్నారు.

వంట పూర్తి కాగానే "గుడిలోని తల్లికీ" నైవేద్యం పెట్టి రావటం జరిగింది. పద్ధతి ప్రకారం మగవాళ్ళు మొదటి పంక్తి భోజనానికి కూర్చున్నప్పుడు వాళ్ళతోపాటు పిల్లలూ కూర్చున్నారు. ఒక్కొక్క తట్టలో ఇద్దరు, ముగ్గురు భోజనాలు చేయసాగారు.

అప్పటికే కావలసినంత సారాయి తాగి మత్తెక్కిన సణ్ణ, తాను తాగటం కన్నా ఎక్కువగా తనతోపాటు భోజనాలకు కూర్చున్నవాళ్ళను తడబడుతున్న మాటలతో మర్యాదలు చేయసాగాడు. "తినండప్పా, అడిగి పెట్టించుకుని కడుపు నిండా తినండప్పా... మా

ఇంటికి మీరు రోజూ వచ్చేటోళ్ళు కాదు. యాడాదికి ఒక తూరి పిలిస్తే వచ్చేటోళ్ళు. ల్యాకపోతే ఏనాడూ రారు. ఏమిడిదో ఈ ఏడు తల్లి దయ నా మింద ఉండాది. షావుకారు పెద్ద మనస్సు సేసుకున్నాడు. దానికే నలుగురిలా ఆ మహాతల్లి మొక్కు తీర్సి పుణ్యాత్ముడ్ని అయిండాను"

"మంచిదప్పా, ఆ తల్లి దయ నీ మింద ల్యాకపోయింటే ఇంత సంబరం సేయడానికి నీ సేత అయ్యేదా?" అని బసజ్జ గొంతు కలపటంతో "ఆఁ అలా సెప్పు మాయప్పా. తల్లి దయ ల్యాకపోతే నాలాంటి నరమానవుడి సేత ఏమవుతది?" అని సణ్ణు సీసాలోంచి పొడువైన అల్యూమినియం లోటాలోకి సారాను వొంపుకుని "తాతా, తీస్కోప్పా, దీన్ని తాగు" అని బసజ్జ ముందు పట్టుకున్నాడు.

"ముందు నీవు తీస్కో" అని బసజ్జ ఔపచారికంగా అనగానే "అయ్యయ్యో, ఎంత మాటంటివి తాతా! కొండలాంటి నువ్వు మా ముందు కూర్చుని ఉండగా నేను ముందుగా తీసుకోవటమా? ఇదిగో తాతా, మేమంతా మీ పిల్లలం. నీవు ఎంగిలి సేసి ఇడిసింది మేము తీసుకునేటోళ్ళం" అంటూ సణ్ణు లోటా అందించాడు. బసజ్జ కళ్ళు మూసుకుని గటగటా అరలోటా తాగి లోటా తిరిగి ఇచ్చి, ముఖం చిట్లించుకుంటూ తట్టలోని మాంసపు ముక్కను తీసుకుని నంజుకున్నాడు.

బసజ్జ 'ఎంగిలి' సేవించిన తర్వాత సణ్ణు అందరికి మరొకసారి తాగటానికి పోసి, "ఏయ్ కెంచి, మరో రెండు రెండు గరిటెలు మాంసం ముక్కలు తెచ్చి యెయ్యి" అని భార్యను ఆజ్ఞాపించాడు. కెంచి ఉదయం నుంచి ఒకే విధంగా పొయ్యి ముందు కూర్చుని కూర్చుని ఆ వేడిలో ఉడికి, చెమటతో తడిసి ముద్దయినా విసుక్కోకుండా అత్యుత్సాహంతో చేతి గిన్నె నిండా మాంసం ముక్కలు తెచ్చి వడ్డించసాగింది.

అప్పటికే పొట్టపగల తిన్న కొందరు "అక్కా అక్కా, వద్దక్కా నీకాలికి మొక్కుతామక్కా, వడ్డించద్దక్కా" అంటూ కంచానికి చేతిని అడ్డంగా పెట్టగానే "ఊరకే పెట్టించుకోండప్పా, మీరు తినకూడనివి తినటం లేదు" అని సణ్ణు ఒత్తిడి పెట్టనే పెట్టాడు. ఆడవాళ్ళు భోజనాలకు కూర్చున్నప్పుడు కూడా అతను వాళ్ళ దగ్గర కూర్చుని మర్యాదలు చేశాడు.

మరుసటి రోజు 'ఊరమ్మ' ఉత్సవం. అలంకరించిన రథంలో 'తల్లి' విగ్రహాన్ని పెట్టి వీధిలో ఊరేగింపుగా బయలుదేర దీయటం జరిగింది. తప్పెట, దప్పు, డోలు మొదలైన వాయిద్యాల నేపథ్యంలో కీలుగుర్రం నృత్యం సాగింది. దాంతోపాటు ఛద్మవేషధారి చోమదేవుడి గంతులు సాగాయి. పిన్నలూ పెద్దలంతా రెప్పలు వాల్చకుండా రాత్రంతా 'ఉచ్చయ్య' వైభవాన్ని చూసి తరించారు.

వీధికి రెండన్నట్టు తెరిచిన అంగళ్ళలో పెద్దలు ఆకులు వక్కలు, పొగాకు, బీడీ, సిగరెట్లుతో కుతి తీర్చుకుంటే, పిల్లలు తీపు పదార్థాలు, తినుబండారాలు తనివితీరా

తిన్నారు. పల్లెలోని ఉత్సాహవంతులైన యువకులు అభినయించిన 'శ్రీకృష్ణ పారిజాతం" నాటకం పండుగకు ప్రత్యేక మెరుగు తెచ్చిపెట్టింది. పండుగ మరుసటి రోజు మిగిలిన చద్ది పదార్థాలను ముగించి సణ్ణ బంధువులు తమతమ ఊళ్ళకు బయలుదేరారు. మాదేవక్క బయలుదేరేటప్పుడు సణ్ణ పిల్లల చేతుల్లో ఐదైదు పైసలు పెట్టి, "వచ్చే పున్నమికి మా ఊళ్ళో మాదేవప్ప జాతర జరుగుతుంది. ఇంటికొక్కక్కరు నైవేద్యమిస్తాం. అప్పుడు అందరూ రండి" అని ఆహ్వానించి వెళ్ళింది.

***

సణ్ణ సద్దితిని చాపమీద అడ్డం పడ్డాడు. రాత్రంతా నిద్ర చెడటం వల్ల కళ్ళు మూసుకుపోతున్నాయి.

"పొయ్యి ముందు ఒక్క కట్టెపేడు సూద్దామన్నా లేదు...పండుకున్నావు కదే... రేపు గంజి కాయనీకి ఏంసేయాలి? లెయ్యి... నానొక్కదాన్నే కట్టెపుల్లలకు పోవాల్నా?" అని కెంచి గట్టిగా నోరు చేసుకోవటంతో సణ్ణ చప్పున కళ్ళుతెరిచి ఆశ్చర్యంతో అడిగాడు, "ఏమన్నావు పదిపదైదు మోపులు కొట్టి తెస్తిని. అప్పుడే కట్టెపేళ్ళన్నీ అయిపోయిండాయా?"

"వొచ్చినోళ్ళకంతా వండి పెట్లేదా? ఇంక్యాడ మిగుల్తాయి. కట్టెలే కాదు, కుండ అడుగుకు ఒగ బియ్యం గింజ లేదు, ఒగ రాగిరవ్వ సూద్దామన్నాలేదు...అంతా కడిగినముత్యంమల్లే..." అని కెంచి గట్టిగా అనగానే –

"పోన్లేయే, తల్లిసేవ చేసి, నలుగురికి తినడానికి పెట్టి ఈ విధంగా ఎత్తి సూపకూడదు. చేసిన పున్నెం ఒంటికి అంటదు. ఇద్దరం పోయి రెండు మోపులు కట్టుకొద్దాం. రొంతసేపు ఆయాసం తీర్చుకుందాం రా, రొంతసేపు నువ్వూ అడ్డంపడు" అని అతను నచ్చజెబుతుండగా షావుకారు జీతగాడు హిన్నాగ వచ్చి "ధనీ పిలుస్తుండాడు రారా సణ్ణ" అని అరిచాడు.

"ధనీ" అన్న శబ్దం చెవిన పడగానే సణ్ణ చాపమీది నుంచి గబుక్కున లేచి కూర్చున్నాడు. కెంచి కూడా భయంతో భర్త ముఖం చూసింది. పండుగ మత్తులో ఒళ్ళుమరిచిన వారికి దాని నేపథ్యంలో జరిగిన వ్యవహారం చప్పున గుర్తొచ్చింది...

ఊరి వారంతా పండుగ ఏర్పాట్లు చేసుకుంటున్నప్పటికీ సణ్ణ ఎలాంటి ఏర్పాట్లు చేయకుండా చేతులు ముడుచుకుని కూర్చున్నాడు. పోయినేడు కూడా అతని పరిస్థితి ఇలాగే ఉంది. మిగతావారంతా పెద్దపెద్ద బలులు ఇచ్చి 'తల్లి' కృపాకటాక్షణ'కు పాత్రులయ్యారు. సణ్ణ, సణ్ణలాంటి పేద కుటుంబాలు మాత్రం కేవలం ఒక్కొక్క కోడితోటే 'తల్లి'ని తృప్తిపరిచి తాము మాత్రం అసంతృప్తిగా మిగిలిపోయారు.

అయితే ఈ ఏడాదైనా అలాంటి పిసినారితనం చేయకూడదు. ఇంటి జనాలందరికి కొత్త బట్టలు కుట్టించి, బియ్యం, రాగులు, ఉప్పు, పప్పులు, అన్నిటిని ధారాళంగా తెచ్చి

మంచి మేకపోతును తెచ్చి 'తల్లి'కి అర్పించి బంధువులనంతా పిలిచి వారికి పెట్టి, తాము ఇంత తిని పండుగ జరుపుకోవాలి అని సణ్ణు నిర్ణయించుకున్నాడు.

అయితే వారనుకున్న పని అనుకున్నంత సులభం కాలేదు. భార్యాభర్తలు ఎంతగా రెక్కలు ముక్కలు చేసుకున్నా పూటకు ఎనిమిది మంది కడుపులు నింపటమే కష్టమైంది. ఇక పండుగ చేసుకునేదెలా? సణ్ణు ఆలోచించి ఆలోచించి అలసిపోయాడు. చివరికి అతనికి కనిపించింది ఒకే ఒక దారి. ఊరి షావుకారైన మల్లేసప్ప దగ్గర అప్పు చేయటం.

మొదటి రోజు అతడు షావుకారును కలవటానికి వెళ్ళినపుడు "ఆయన ఊళ్ళో లేరు, రేపు వస్తారు" అనే జవాబు ఆయన చిన్న భార్య నుంచి వచ్చింది. మరుసటి రోజు వెళ్ళినపుడు "ఇప్పుడు పడుకుని ఉన్నారు. సాయంత్రం రా" అని అనిపించుకుని మళ్ళీ సాయంత్రం వెళ్ళాడు. అప్పుడు,"కాఫీ తాగుతున్నారు. వచ్చేవరకు కొట్టంలో కూర్చో" అనగానే ఒకటి రెండు గంటలు ఆకాశాన్ని చూస్తూ కొట్టంలో కూర్చున్నాడు.

షావుకారు బయటి అరుగు దగ్గరికి వచ్చి దర్శనమిచ్చినపుడు "దండాలు ధనీ" అని పెద్ద దండం పెట్టాడు. ఆయన వాలు దిళ్ళకు ఆనుకుని కూర్చుని "ఏంరా వచ్చినావు?" అని మామూలుగా అడిగ్గానే, "పండుగొచ్చింది కదా ధనీ...దానికే ఓ రెండు నూర్లు అప్పుడగనీకి వొచ్చేనె" ఆరడుగుల దేహాన్ని మూడడుగులకు కుంచించి తలగోక్కుంటూ సణ్ణు నివేదించుకున్నాడు.

షావుకారు "ఊఁ ఊఁ" అని కనుబొమలు ఎగరేసి "రెండు వందల రూపాయల అప్పు. ఎప్పుడు తిరిగిస్తావు?"అని అడిగారు.

"వచ్చే కోతలప్పుడు యిచ్చేస్తాను ధనీ" సణ్ణు దృఢంగా అన్నాడు.

"ఎక్కడ్నుంచి తీరుస్తావు? అప్పటికి కేవలం వడ్డీ అయినా తీర్చటానికి అవుతుందో లేదో? ఊరి బయట పొలం లేదు. ఊళ్ళో ఇల్లు లేదు. రెండొందలు అప్పు ఇచ్చి మూడు నామాలు పెట్టుకోమంటావా?" అని షావుకారు తమ అభిప్రాయాన్ని ఎలాంటి సంకోచం లేకుండా తమ ధోరణిలో అతడి ముందు పెట్టినపుడు సణ్ణు ఆలోచనలో పడ్డాడు.

సత్యం. తనకున్న ఆస్తి భార్య, ఆరుమంది పిల్లలు. పిల్లలంతా చిన్నవాళ్ళు ఒక్కరైనా చేతికి రాలేదు. పులి వచ్చి తిందామన్నా ఒక పాడియావు లేదు. ఎలుక వచ్చి తిందామన్నా ఒక గింజ కూడా తన గుడిసెలోలేదు.

"నీవన్నది సత్యము ధనీ. అయితే మీ పుణ్యం వల్ల నా కాళ్ళు చేతులు గట్టిగా ఉండాయి. కూలీనాలీ చేసి మీ అప్పు తీరుస్తాను. పేదోడి మింద కొంచెం కనికరం సూపు ధనీ. పోయినేడుకు మల్లే చేస్తే తల్లికి కోపమొస్తది" సణ్ణు దీనంగా వేడుకున్నాడు.

"సాధ్యం కాదు. ఎక్కడైనా చూసుకో. నీవు కూలీనాలీ చేసి సంపాదించేది నీ భార్య పిల్లలు తినటానికే చాలదు. ఇక అప్పు ఎలా తీరుస్తావు" అని షావుకారు పుల్లవిరిచినట్టు

అని తమ వ్యవహారాల వైపు దృష్టిసారించడానికి ఉద్యుక్తుడవటంతో సణ్ణు నిరాశపడ్డాడు.

"ఒకరి గంటు ఎగ్గొట్టే సేతకానోడ్ని కాను ధనీ. నా మాట మింద మీకు నమ్మకం ల్యాకపోయినంక యేమి సేయగల్ను?పోతాను ధనీ" అంటూ బయలుదేరటానికి సిద్ధమయ్యాడు.

షావుకారు మనసులోనో ఏదేదో నిర్ణయించుకుని , "పోనీ ఇలా చెయ్యరా సణ్ణు" అనగానే నీట మునిగిపోతున్నవాడికి చేతికి కఱ్ఱదుంగ దొరికినట్టయి "ఏం ధనీ" అని సంతోషంగా అడిగాడు.

"చూడూ, రెండు వందలు కాకపోతే మరో యాభై ఎక్కువే తీసుకునిపోయి పండుగ చేసుకో? ఎందుకంటే ఇప్పటి కాలంలో నూఱ్రూపాయలంటే పది రూపాయలకు సమానం. సుమారుగా ఉన్న గొఱ్ఱెపిల్లను తీసుకోవాలంటే నూఱ్రూపాయలకు పైనే కావాల్సి వస్తుంది. ఇక బట్టలు, దుప్పట్లు, ఉప్పు పప్పులకంతా మళ్ళీ ఎవర్ని అడుగుతావు" అన్నాడు షావుకారు.

షావుకారు ఈ మాటలు అంటున్నాడో లేక ఊరమ్మ దేవతే అతనిలోకి వచ్చి ఈ విధంగా చెప్పిస్తోందో అనే అనుమానం కలిగి సణ్ణు మూగవాడై ఆయన్నే చూడసాగాడు.

"ఎందుకు మాట్లాడటం లేదు? నేను చెబుతున్నది నిజమా? కాదా? " అని ఆయన హెచ్చరించటంతో సణ్ణు కృతజ్ఞతా భావంతో నవ్వుతూ "సత్యము ధనీ" అని మాత్రమే అన్నాడు.

"చూడరా సణ్ణు, నీవు కూలీనాలీ చేసి అప్పు తీరుస్తాననే మాటలన్నీ అబద్ధాలు. అది నీ చేత కాదు. ఇప్పుడు రెండు వందల యాభై ఇస్తాను. తీసుకునిపో. ఒక సంవత్సరం నా ఇంట్లో గాసం చేసి తీర్చు. రోజుకు రెండు పూటలు తినటానికి పెడతాను. కట్టుకోవడానికి పాతబట్టలు ఇప్పిస్తాను. ఏమంటావు?" అన్నారు.

ఆయన చూపించిన ధారాళత్వానికి అసలైన అర్థం అప్పుడు సణ్ణుకు తెలిసింది. అతడి నుదుట విచార రేఖలు పొడసూపాయి. ఇప్పటిదాకా ఎవరి దయాదాక్షిణ్యాలకు లోనుగాక స్వతంత్రంగా సంపాదిస్తూ భార్యాపిల్లలతో బతుకు సాగిస్తున్నవాడికి ఇప్పుడు పరుల ఇంట జీతగాడిగా ఉండటానికి మనస్సు వెనుకాడింది.

అయితే షావుకారు షరతుకు ఒప్పుకోకపోతే అప్పు దొరికేలా లేదు. అప్పు దొరకకపోతే పండుగ చేసుకునే అవకాశం లేదు. సణ్ణు అంతకన్నా ఎక్కువగా ఆలోచించటానికి పోలేదు.

"యాడాదంతా కట్టపడితే రెండొందల యాభై రూపాయలేనా ధనీ, మరో యాభై సేసుకో ధనీ" అని విన్నవించుకున్నాడు.

మనిషి పరిస్థితుల చేతుల్లో కీలు బొమ్మ అయినపుడు ఎలా వివేచనా శక్తిని కోల్పోతాడో షావుకారు అనుభవంతో గ్రహించినవాడు. అతడికి వేట ఇంత సులభంగా దక్కుతుందని

అనుకోలేదు. రోజుకు ఒక్క రూపాయి లెక్కలో కూలీ ఇచ్చిన నెలకు ముప్ఫయి. సంవత్సరానికి మూడువందల అరవై ఆయిదు. అలాంటప్పుడు పై అరవై అయిదు లాభంగా మిగలటంతోపాటు ఇలాంటి దృఢమైన జీతగాడు దొరుకుతున్నప్పుడు వద్దనగలడా?

చాలాసేపు ఆలోచించినట్టు నటించి, "ఊఁ నీవింతగా అడుగుతున్నప్పుడు నేను 'కుదరదు' అనటం బావుంటుందా? నాకు యాభై రూపాయలు నష్టమైన చింతలేదు. నీవు బీదవాడివి. బతుక్కోపో. మూడు వందలు ఇస్తాను. ఇంకేమప్పా" అని అన్నాడు.

సణ్ణి ఇంకేమి చెప్పే స్థితిలోలేడు.

తన వ్యక్తిత్వాన్ని కేవలం మూడువందలకు అప్పటికే అమ్ముకోవడం జరిగిపోయింది.

ఆలస్యం చేస్తే సణ్ణి మనస్సు మార్చుకుంటాడేమోనని సందేహించిన షావుకారు ఆ క్షణమే అతడి చేతికి డబ్బిచ్చి ఒప్పందం ప్రతం రాయించి ఎడమ చేతి బొటనవేలి ముద్ర వేయించుకున్నాడు.

చేబదులు తెస్తానని వెళ్ళిన భర్త జీతగాడి పట్టా కట్టించుకుని రావటం విని కెంచి ఉలిక్కిపడింది. "అంబలో, గంజో తాగి మన ఇంట్లో మనం సల్లగా ఉన్నాం కదా ! పోయి పోయి సంవత్సరం వనవాసాన్ని మోసుకొచ్చావుకదయ్యా" అని కంటతడి పెట్టింది.

సణ్ణికూ తాను తొందరపడి షావుకారు పన్నిన 'ఉచ్చు'లో పడ్డానేమోనని అనిపించినా భార్య ముందు ఒప్పుకోవడానికి అతను సిద్ధంగా లేడు. "మరో దారి లేదు కెంచి. పొరుగోళ్ళు దున్నపోతులను తల్లికి బలిస్తుంటే మనం ఊరికే కూకుంటే ఆ తల్లికి కోపం రాదా?" అని భయాన్ని వ్యక్తపరిచి తన పనిని సమర్థించుకున్నప్పుడు, "సర్లే" అని కెంచి మనసులోని చింతను దూరంగా తోసి పండుగ హడావుడిలో ఒళ్ళు మరిచింది.

***

"రావయ్యా, నిలుచున్నపాటున పిలుచుకుని రమ్మని ఆర్డర్ వేశారు షావుకారుగారు" అని హిత్నాగ బయటి నుంచి మరోసారి పిలవటంతో సణ్ణి దీనంగా భార్యాపిల్లల వైపు చూశాడు.

"పిలుస్తుండారంట పో, వద్దంటే అయితదా? మాకు శివుడే ఉన్నాడు" పొంగుకొస్తున్న దుఃఖాన్ని ఆపుకోడానికి ప్రయత్నిస్తూ అంది కెంచి.

ఆమెకు ఏదో చెప్పాలనుకున్న సణ్ణి గొంతు బిగపట్టినట్టయి మాట్లాడలేక మౌనంగా బయటికి వచ్చి హిత్నాగను అనుసరించాడు.

***

రచనా కాలం : *1972*

డా॥ దేవనూరు మహాదేవ

తూర్పుసీమలో హత్యగిత్య వగైరా...

తూరుపు సీమ హత్యలకు, దోపిడీలకు ప్రసిద్ధి చెందింది అనే మాట వాడుకలో ఉంది. ఆ సీమ జనం మొరటువాళ్ళు అని ఎవర్ని అడిగినా చెబుతారు. ఆ సీమ హద్దులో ఒక ఊరు ఉంది. అక్కడ రంగప్ప అనే వాడొకడున్నాడు. అతడ్ని రంగ, రంగప్ప, రంగస్వామి-ఇలా తమకు తోచినట్టు ఆ ఊరి జనం పిలుస్తారు. అతడి తల్లితండ్రులు ఎక్కడున్నారో ఏమో? అతను మాత్రం రెండు పంటల కాలం నుంచీ ఆ సీమ మట్టినే ఒంటికి, చేతులకు పులుముకుని పెరిగినటువంటివాడు. తాతల తండ్రుల కాలం నుంచీ అతడికి ఆస్తి అన్నది లేదు. ఒక గుడిసె, ఒక భార్య, ఓ ఆరేళ్ళ కొడుకు మాత్రమే అతనికి చెందిన ఆస్తి అన్నట్టు ఉంది. అంటే రెక్కాడితే గానీ డొక్క ఆడదు. అతడు పుట్టినప్పటి నుంచీ ఆ ఊరి గౌడగారి పొలంలో సేద్యం పనులు చేస్తూ వచ్చాడు. అతను చేసే శ్రమ వల్ల గౌడగారి ఇంటి స్తంభాలు నిలబడ్డాయని ఊరివాళ్ళు అనేవాళ్ళు. అతడి గుడిసె, అతడి భార్య, అతడి కొడుకు అతడి రెక్కల బలం మీదనే ఆధారపడ్డారని చెప్పొచ్చు. అయితే అతను మాత్రం అలా అనుకోవటం లేదు. గౌడ కళ్ళు తెరిస్తేనే తన కడుపులో ప్రాణం నిలబడుతుందని అనుకుంటాడతను.

అలాంటి రంగప్ప గుడిసె ఊరు నుంచి కాస్త అటూఇటూ అన్నట్టుగా ఉంది. అప్పుడో ఇప్పుడో అన్నట్టు ఉంది. అతను చేతులు చాపుకుని కూర్చున్నాడు. అతని ఎదుట అతడి భార్య కొడుకు వేసుకోవాల్సిన చిరిగిన చడ్డీలో సూది గుచ్చుతూ, బయటికి లాగుతూ కుట్టడంలో మునిగివుంది. తల్లిని కోతిపిల్లలా కరుచుకుని ఉన్న అతడి ఏడేళ్ళ కొడుకు నిద్రతో జోగుతూ ఉన్నాడు. పొద్దు మునగటానికి ఇంకా బారెడు దూరం ఉన్నప్పటికీ గుడారంలాంటి గుడిసె కావటం వల్ల అప్పటికే అక్కడంతా చీకటి కమ్ముకుని గభాలున లోపలికి వచ్చినవారికి లోపలున్నవారు కచ్చితంగా స్పష్టంగా కనిపించరు. ఆ మసక చీకట్లో కళ్ళు చించుకుని చూస్తే నెమ్మదిగా అతడు, అతడి భార్య, అతడి కొడుకు రూపురేఖలు ఏర్పడవచ్చు. అక్కడ గుడిసె చూరులోని గడ్డి అటూ ఇటూ చెదరి కంత

ఏర్పడి అందులోంచి ఆకాశం కనిపిస్తోంది. అటువైపు నుంచి లోపలికి తొంగి చూసే వెలుతురు అక్కడక్కడే తచ్చాడుతోంది. "వచ్చేడిది వర్షాకాలం, పండుకునేకి రొంత జాగా అయినా ఉండాల్నా, గడ్డి తెచ్చి గుడిసె మింద కప్పవయ్య"-అని భర్తతో భార్య చెప్పీ చెప్పీ, అతను ఊఁ, ఊఁ అనటం వినీ వినీ ఆమెకు విసుగొచ్చి ఈ మధ్యన చెప్పటం మానేసింది.

అక్కడ రంగప్ప తన జేబును అటూ ఇటూ తడుముతుండటంతో ఒక విధమైన చలనం మొదలైంది. భార్య అతడి తడబాటును గ్రహించి తనను కరుచుకున్న కొడుకును మెల్లగా నేల మీద పడుకోబెట్టి బీడికి నిప్పురవ్వ తెద్దామని లేచింది. కొడుకు మెడ వెనక్కూ ముందుకూ వాలుతూ ఉన్నది ఇప్పుడు ఆగి మెడలు నిలిచి మౌనంగా పడుకున్నాడు. రంగప్ప కళ్ళు చిట్లించి "ఏమే, నీ కొడుక్కి సందెపొద్దున్నే నిద్ర పట్టిండాదే" అన్నాడు. ఆ మాటకు ఆమె "ఒగ చడ్డీ కావాలని పట్టుబట్టి కూసునేడే. ఏడుస్తూ నిద్రపోయిండాడు" అని కాస్సేపు నిలబడి మళ్ళీ అక్కడ్నుంచి కదలి నిప్పు పట్టుకొచ్చి, "వచ్చే వారం సంత గింత అని పోతే ఒగ చడ్డీ కొంద్రా" అంది. ఆ మాటకు అతడు ఆఁ అనలేదు, ఊఁ అనలేదు. అప్పటికే ఎంత వెదికినా బీడి దొరకకపోవటంతో అతడు తనను తాను తిట్టుకున్నాడు. "అగ్గి తెచ్చి ఈడ పెట్టు" అన్నాడు. ఆమె లోలోపల గొణుక్కుంది. అగ్గిరవ్వ తెచ్చి అతని ముందు పెట్టి మళ్ళీ మునుపట్లా కూర్చుంది. కొడుకు వైపు చూస్తున్నవాడు అలాగే చూస్తూ "యేడిదైనా తినేకి ఉందా?" అన్నాడు. "రేత్రిదే సద్ది కూడుంది" అంది. 'అయినా చేసిపెట్టడానికి ఏముండాది' అన్నట్టు ఆమె ముఖం చిట్లించుకుని చెప్పనవసరం లేదు. అతడు తలుపు గుండా బయటికి చూడసాగాడు. మళ్ళీ ఇటు వైపు తిరగ్గానే తనవైపే భార్య చూస్తుండటం కనిపించింది. తాను ఆమె వైపు చూడగానే కళ్ళు, మెడ ఎటో తిప్పుకుంది. గౌడనైనా కలసివద్దామని అతను లేచాడు.

2

నంజనగూడు వైపు ప్రయాణమై వెళ్ళిన గౌడ వచ్చాడో రాలేదో అనే అనుమానం రంగప్పకు ఉన్నదే. పోయిన వారం నర్సమ్మకు బదిలీ అయిందని ఊరంతా మాట్లాడుకుంది. ఇప్పుడు గౌడ వచ్చివుంటే ఆయనతోపాటు బదిలీ లేదు అనేవార్త కూడా వచ్చి ఉండేది. ఏడాది క్రితం ఊరికి ఒక నర్స్ కావాలి అని పైఅధికారులతో పోట్లాడి ఆమెను తీసుకొచ్చింది ఆయనే. ఆయన, ఆయనలాంటి వాళ్ళు 'ఊరు ఒక కొంప' అని పొరుగూళ్ళవాళ్ళు ఎవరైనా అంటే కొంచెం కూడా భరించలేరు. నర్స్ ఊళ్ళోకి రాగానే ఆమె కిరస్తానీ అని ఎవరూ ఇల్లు ఇవ్వని సంఘటననే చూడవచ్చు. గౌడ తమ వసారా ఇంటికి అద్దె అక్కర్లేదంటూ ఆమెకు ఇచ్చారు. ఆమె రాగానే ఊరివారందరితో

కలిసిపోయింది. అటు తరువాత ఊరంటే ముఖ్యంగా ఆ కులం, ఈ కులం అనకుండా పల్లెటూరి ఆడపిల్లలందరూ ఆమెలా మారటానికి తపించేవాళ్ళు. అదలా ఉండనీ, ఈవాళ ఊరికి ఊరే కరెంట్ వస్తున్న సంబరంలో గర్వపడుతోంది. దానికి కారణపురుషులు గౌడ. వారంలో ఒక రోజు ఆయన ఊళ్ళో ఉంటే అదే అపురూపం. ఆయన వెళ్ళిన దిక్కుల్లో పనులు వాటంతటవే పుట్టుకొచ్చేవి. గౌడ వచ్చారో? రాలేదో?

ఒకవేళ గౌడ వచ్చివుంటే పెద్ద ఇంటి అరుగు మీద ఆయన కూర్చునే వైఖరి చూసినవాళ్ళ కళ్ళను కుక్కేలా ఉండేది. వారం క్రితం జరిగిన సంగతి: ఆ రోజు గౌడ ఎప్పటిలాగే కూర్చున్నారు. ఆయన ఎదుట రంగప్ప తన ఒంటిని కుంచించుకుని నుంచున్నాడు. నాలుగు సేర్ల జొన్నలు తెచ్చి పెట్టిన గౌరమ్మ ముఖం తిప్పుకుని వెళ్ళిపోయింది. రంగప్పకు ముఖం చెల్లకుండాపోయింది. గౌడ నిక్కచ్చిగా "ఇంక పంట వచ్చేవరకు అడగొద్దు, తెలిసిందేమిరా?" అని చరచరా లోపలికి వెళ్ళిపోయాడు. జొన్నలు మోసుకుని వస్తున్నప్పుడు గౌడ మాటలు, గౌరమ్మ ప్రవర్తన కలగలసి అతనికి శవపు భారాన్ని మోస్తున్నట్టనిపించింది.

ఈ రోజు ఏ ముఖం పెట్టుకుని ఆయన్ను కలిసి అడగాలి అనే ఆలోచనలు అడుగులు పెడుతున్నట్టల్లా రంగప్ప మీదికి ఎగిరెగిరి పడుతున్నాయి. ఆకలితో పడుకునివున్న కొడుకు, పాలిపోయిన ముఖంతో మాట్లాడకుండా ఆఁ ఊఁ అనే భార్య తలలో చేరుకుని హింసిస్తున్నారు. పుట్టినప్పటి నుంచీ ఎన్ని విధాలుగా పడపాట్లు పడినా కడుపు నిండా సమకూర్చటానికి ఇప్పటిదాకా సాధ్యం కాలేదు. అక్కడ సంపాదించాలి. ఇక్కడ ఇవ్వాలి. ఇచ్చింది తీసుకుని వచ్చి కడుపు నింపుకోవాలి. అటు తరువాత కళ్ళు, నోరు, చేతులు ఉన్నవే. అవి తప్ప అతడి జీవితంలో ఇంకేమైనా ఉన్నాయా? అంటే అలాంటిదేమీ లేదనే చెప్పొచ్చు. అయితే ఒక విషయం–నేలతల్లి చీల్చుకుని ఒక్కసారిగా అన్నిటినీ తన కడుపులో దాచుకుంటే ఎంతో నెమ్మది అని అతను ఎంతగా అనుకున్నా అలా జరగలేదు. మేము, మీరు చూసినట్టుగానే ఇప్పటిదాకా అలాంటిదేమీ జరగలేదు.

3

భర్త బయటికి వెళ్ళిపోయిన తరువాత పార్వతికి ఏం చేయాలో తోచక మౌనంగా కూర్చుంది. అదే సమయంలో అంతటా చీకటి కమ్ముకుంటూ ఉంది. అక్కడే పడుకున్న కొడుకు ఉలిక్కిపడి తడబడుతూ లేచి కళ్ళు మూసుకుని కూర్చున్నాడు. పార్వతి వాడి తల నిమిరి, "యాల రాజు, ఎందుకప్పా, కలగానీ కంటివా?" అంది. రాజు కళ్ళు విప్పార్చి తదేకంగా చూశాడు. తల్లి ఎదురుగ్గానే ఉంది. రాజు ఊఁ అంటూ తలూపాడు. "ఏం సూసినావో సెప్పు" అని మళ్ళీ అంది. అలా అడగ్గానే రాజు ముఖం గంటు

పెట్టుకుని , "సూడమ్మా, సూడమ్మా, పటేల్ గోరి శంభప్ప ఉన్నాడే, వాడు... వాడు... మల్లా నన్ను రాజు అని పిలవనంటాడు" అన్నాడు. "ఏంటికి?" అని పార్వతి అడగ్గానే, "శంభప్ప బడి ఇడిసినపుడు, 'మీరు దళితుల్రా, దాన్కే నిన్ను రాజా అని పిల్వను. గీజా అని పిలుస్తాను అనిండాడు" అని, తల్లి ఏమంటుందోనని ఆమె ముఖంలోకి చూస్తూ కళ్ళు పెద్దవి చేశాడు. పార్వతి వాడి బుగ్గలు సాగదీసి, "నువ్వు తెలివైనవాడివప్పా. వాళ్ల జోలికి పోకప్పా" అని ఇంకేమీ చెప్పటానికి తోచక వాడి వెన్ను నిమురుతూ కూర్చుంది. రాజు తల్లి దగ్గరికి జరిగి ఆమె చెవి దగ్గర నోరు పెట్టి, "దాపుకు రా, ఒక మాట సెబుతాను" అన్నాడు. వాడి మాట తీరుకు పార్వతికి నవ్వొచ్చింది. "అదేడిదో సెప్పప్పా" అంది. "అదేనమ్మా కొత్త సారును సూసినావా?", "ఊఁ", "ఆయనది మన కులమేనంట", "అది నాకు గొత్తులేరా", "అయ్యో నీకు గొత్తా?" అని తెల్లబోయి, ఏమనాలో తోచక క్షణం ఆగి మళ్ళీ, "ఆ మీన ...ఆ మీన..." అని మొదలు పెట్టాడు. ఆమె "ఆ మీన ఏమిట్రా" అనగానే వాడు "అదే ఆ సారూ...ఊఁ పెద్దసారు ఇంట్లో, ఊఁ వాల్ల గ్లాసులో..." అని సాగదీసినపుడు ఆమె ఊఁ అనకుండా "అదేమిడిదో బిరీన సెప్పప్పా" అంది. వాడు గబగబా "అదే ఆయన వాల్ల గ్లాసులో నీళ్ళు తాగుతాడు. వాల్ల అరుగు మిందకి పోతాడు." అని తల్లి ముఖంలోకి చూశాడు. "అదిగూడా నాకు గొత్తు" అంది. ఆమె అలా అనేసరికి రాజుకు ఏడ్పు వచ్చినట్టయ్యింది. "ఛూ...పో, నీకు అంతా ముందుగానే గొత్తయిపోతది" అని తల్లి మెడకు వేలాడుతూ గింజుకోసాగాడు. ఇక ఆకలవుతుందని వాడు మొండిపట్టు పడితే ఏమిటప్పా గతి శివా అని పార్వతి వాడిని ముద్దు చేస్తూ "లేదు, లేదు, నువ్వు సెబితేనే నాకు గొత్తయింది బిడ్డా... నీవు తెలివైనవోడివి, మా నాయనే" అంది.

4

మలుపు తిరిగితే మాస్టరు ఇల్లు కనిపిస్తుందన్నంతలో రంగప్పకు 'ఐసా ఐసా' అనే శబ్దాలు వినిపించాయి. ఇదేమిటప్పా అని పది బారులు ముందుకు పోయి చూస్తే ఎనిమిది, పది మంది మాస్టరు ఇంటి ముందు తవ్విన గొయ్యి దగ్గరికి లైటు స్తంభాన్ని లాగుతున్నారు. వాళ్ళలో ఒకడు రంగప్పను చూడగానే అక్కడి నుంచే చేయూపి "రా రంగూ" అని ఊపిరి బిగపట్టి పిలిచాడు. ఎంతైనా ఊరికి సంబంధించిన పని అనుకుని రంగప్ప స్తంభాన్ని లేపుతున్న చోటికి గబగబా వెళ్ళగానే ఒకడు "అన్నా, రొంత భుజం ఇవ్వన్నా" అన్నాడు. రంగప్ప వెంటనే భుజాన్ని ఆసరాగా ఇచ్చాడు. ఒక్కొక్క అడుగే వేస్తూ 'ఐసా ఐసా' అంటూ లాక్కుంటూ గొయ్యిలోకి దించేసరికి అందరికీ చెమటలు కారిపోయాయి. అందరూ చేతులు దులుపుకుంటూ ఎగశ్వాసలు పీలుస్తూ నుంచున్నారు.

ఎదురుగ్గా శాస్త్రి మాస్టరుగారి ఇల్లు. రెండు రోజుల నుంచి కడుకు ఏమీ తినకపోవటంతో రంగప్పకు కాళ్ళు చేతులు స్వాధీనం తప్పినట్టయ్యింది. నీళ్ళు కావాలనిపించి అటువైపు చూస్తే మాస్టరు కూర్చుని ఉన్నారు. ఆయన వైపే చూస్తూ కొత్త మాస్టరు కూర్చునివున్నారు. వారి చేతిలో వెలుగుతున్న సిగరెట్టు పొగను చిమ్ముతూ ఉంది. వారి దువ్వుకున్న తల మీది జుత్తు చెదరిపోలేదు. కిందా పైనా తెల్లటి దుస్తులు ధరించటం వల్ల ఒక విధమైన మెరుపును వెదజల్లుతున్నారు. వయస్సు చూస్తే పెళ్ళయినట్టు అనిపించలేదు. ఆయన్ను చూస్తూ రంగప్ప దగ్గరికి పోయాడు.

"ఏమయ్యా రంగయ్యా, ఎలా ఉన్నావు?" అని శాస్త్రి మాస్టరు పలకరించారు. సమాధానంగా "గిట్లా ఉన్నాను సామి" అని, "రొంత తాగనీకీ నీళ్ళు కావాలి సామి" అన్నాడు. ఆయన గొంతు పెంచి, "ఒసెయ్ శార్దూ, కొంచెం నీళ్ళట, రంగప్పకు తాగటానికట..." అని మాటల్ని పట్టిపట్టి అన్నారు. మళ్ళీ వెంటనే కొత్త మాస్టరు వైపు చూస్తూ, "చూడండి, ఈయన రంగప్ప అని వ్యవసాయ పనుల్లో సాటిలేని మనిషి" అని మళ్ళీ రంగప్ప వైపు తిరిగి, "ఇంకేమిటి రంగయ్యా, ఈ సారి వర్షమూ, పంటలు ఎలా ఉన్నాయి" అని అడిగారు. ఆ మాటకు జవాబుగా "ఎట్లా సెప్పనీకి వస్తది సామి. అంతా పైవోడి దయ" అని మళ్ళీ "తొలిసారైతే సగాని సగం సేతికి సిక్కనేలేదు. గట్లాంటప్పుడు నేలను నమ్ముకుని కడుపులు పట్టుకున్న మేము యాడికి పోవాలి" అన్నాడు. అన్నాక 'ఎందుకైనా అన్నానా' అనిపించి మౌనం వహించాడు.

మాటలు లేక, కథలు లేక అందరూ కొద్దిసేపు మౌనం వహించారు. శాస్త్రి మాస్టరు గుటక వేసి తేలిగ్గా, "నువ్వు చెప్పేది నిజం" అని రంగయ్య మాటలకు వత్తాసు పలికాడు. ఆ సమయానికి చెంబులో నీళ్ళు తీసుకుని శారద వచ్చి నుంచుంది. ఎంతో పొడువుగా పెరిగి వొళ్ళంతా వయసు ప్రాకుతున్నదానిలా నుంచుంది. ఆమె బొటనవేలి మొదలు ఆమె ఒళ్ళు, చేతులు అప్పుడే స్త్రీత్వాన్ని సంతరించుకున్నాయి.

రంగప్ప దూరంగా వెళ్ళి చేతుల్ని దోసిలిగా చేసుకుని నోటికి పెట్టి నుంచోగానే శారద నీళ్ళు పోస్తూ అతను నీళ్ళు తాగి చాలన్నట్టు తల ఊపిన తరువాత నీళ్ళు పోయటం ఆపి తల వంచుకుని అటూఇటూ చూడకుండా గబగబా లోపలికి నడిచింది. నీళ్ళు తాగిన తరువాత రంగప్పకు ఎంతో నిమ్మలంగా అనిపించింది. శాస్త్రి వైపు అడుగువేసి , "శారదమ్మ లగ్గం యెప్పుడు సామి?" అన్నాడు. శాస్త్రి "కలసి రావాలి కదా" అని, మళ్ళీ కొత్త మాస్టరుతో కబుర్లలో పడ్డారు. ఆయన ఈ ఊరికి బదిలీ మీద వచ్చినప్పటి నుంచీ ఆయన ఇల్లు కట్టుకోవడం వంటి విషయాలు వారి మాటల్లో వచ్చాయి. ఊరి పండుగలు, పబ్బాలు, పెళ్ళి, ఉపనయనాలు మొదలుకొని అంత్రాలు, తాయత్తులకంతా ఊరంతటికి

తామే కావటం గురించి ప్రస్తావన వచ్చింది. ఒకింత పొలం కొనటం గురించి వచ్చింది. ఏదో విధంగా బావిని తవ్వించటం వచ్చింది. చివరికి రంగప్ప ఆలస్యమైందని గ్రహించి "నాను హొస్తాను సామి, రొంత గౌడ ఇంటికాడికి పోవాలి" అనగానే "సరేనయ్యా, మంచిది" అన్నారు.

5

కెకెకే అంటూ ఊరి బయట చెరువుగట్టు మీద కూర్చుని కాలక్షేపం చేస్తున్న శివరాముడి కుడిఎడమ బంట్లు నవ్వటం ఆపనే లేదు. శివరామ చురచుర చూశాడు. ఒకడు పొట్ట పట్టుకుని ఇంకా కిలకిలా నవ్వుతున్నాడు. నిన్నటి రోజున, పొద్దు మునిగే సమయంలో శివరామ బావి కట్ట మీద తనపాటికి తాను బీడి కాల్చుతూ కూర్చున్నాడట. నీళ్ళకు నర్సమ్మ , ఆమెకు తోడుగా ఉండే వట్టిపోయిన గేదెలాంటి హెణ్ణావి వచ్చిందట. కడవకి పగ్గం కట్టి బావిలోకి వదిలినపుడు శివరామ నర్సమ్మను చూస్తున్నాడట. ఆమె బావిలోకి దిగుతున్న కడవనే చూస్తున్నదట. సరే, ఇతను ఊరుకోకుండా అటు తిరిగి, "రావే రావే అందాల సొగసైన తారా" అని పాట పాడటం మొదలుపెట్టాడట. నర్సమ్మకు నవ్వొచ్చి, నవ్వి, నవ్వి, నవ్వు ఆపుకోనూలేక, నిలబడటానికీ కాక నీళ్ళు తీసుకోకుండానే వెళ్ళిపోయిందట. తరువాత...

తన కథకు తన మిత్రులు అంతగా నవ్వటం శివరామకు సమంజసంగా తోచలేదు. ముఖమంతా చిట్లించుకుని, "ఏం చూశారయ్యా, అంతగా నవ్వటానికి" అని అడగ్గానే వారికి నవ్వే వచ్చిందట. అయితే నవ్వటం బాగుండదని, వస్తున్న నవ్వును ఆపుకుని ఒక్కొక్కరు ఒక్కొక్క దిక్కు చూడసాగారు. అలా కొద్దిసేపు మౌనంగా ఉన్న తరువాత, "అదే వారం వారం ఆమె దగ్గరికి వస్తాడు కదా, అతను ఆమె అన్న కాదట. ఆమె అతడ్ని ఉంచుకుందట" అంటూ రామన్న విషయం మార్చాడు. "అది నాకు ఎన్నడో తెలుసులే" అన్నాడు శివరామ. తనకు తెలియనిది ప్రపంచంలో ఏదీ లేదనే గర్వం అతడి కంఠంలో ధ్వనిస్తూ ఉంది. అందుకు మరొకడు, "అంతే కాదయ్యా, గౌడ ఇంట్లోనే కదా ఆమె ఉంటున్నది, గౌడ, ఈమె సరసాలు ఆడటం మా ఇంటి జీతగాడు చూశాడట" అని ఎకసెక్కంగా అన్నాడు. అటు తరువాత తాము ఎంత చదివినా ఆ ఇంగ్లీషు పట్టుబడలేదు కదా. 'ఆమె ఆ ఇంగ్లీషు భాషను ఉరుములు ఉరిమినట్టు ఎలా మాట్లాడుతుందో" అనే అంశం ప్రస్తావనకు వచ్చింది. అదుండనీ, నెలల పొడువునా మూడు కాసుల గేము లేదు. అయినా రెండు మూడు వందలు తీసుకునే ఆమె లక్కు గురించి ప్రస్తావన వచ్చింది. అదేమైనా పాడవ్వనీ, చీకటి పడేలోగా ఆమె ముఖాన్ని దర్శించుకునీ రాత్రి సుఖంగా నిద్రపోవాలనే అభిప్రాయానికి అందరి అమోదముద్ర దొరికి అందరూ లేచారు.

6

రంగప్ప ఎదుట ఒళ్ళు విరుచుకుని కళ్ళంతా నింపుకున్నట్టు నుంచున్న గౌడ భవనం కళ్ళను కుక్కింది. అది ఏ తరానిదో? సగం ఊరిని ఆక్రమించుకుని నుంచుంది. అది నుంచున్న తీరుకు ఉరుములు, పిడుగులు భయపడతాయి. నాటి నుంచి నేటి వరకు ఊరికి ఊరినే పట్టుకుంది. లేదా ఊరే ఆ భవనాన్ని పట్టుకుందని చెప్పవచ్చు. ఆ భవనానికి తగినట్టుగానే అక్కడ జనం పుట్టడం, ఉండటం, బతకడం, చావటం కూడా. గౌడ తండ్రి, తాతలు అలా ఉండేవారు, ఇలా ఉండేవారు అని చెప్పుకునే కథలు ఊళ్ళోని ఏ ఇంటి తలుపు తట్టినా గుంపులు గుంపులుగా వస్తాయి. గౌడ నడిస్తే వీధంతా కళకళలాడుతుంది. వాళ్ళు వీళ్ళు మాట్లడుకున్నట్టుగా 'అడవి మృగాన్ని దాచి గౌడను చూపించవచ్చు, గౌడను దాచి అడవి మృగాన్ని చూపించవచ్చు' అన్నట్టుగా ఆయన ఉంటాడు. ఆయన ముఖమంతా ఉన్న స్ఫోటకపు మచ్చల్ని దాస్తూ అటు కొంత ఇటు కొంత పొదల్లా పెరిగన మీసాలు దిక్కు లేనట్టు సాగి ఆయన నవ్వినా అది కనిపించదు. అదుండనీ…

అప్పుడు పొద్దు వదిలిపోయిన వెలుతురు భూమి మీద గంతులేస్తోంది. వసారా ఇంట్లో ఉన్న నర్సమ్మ గడప దగ్గర పుస్తకం పట్టుకుని కూర్చుంది. అదే సమయంలో తల ప్రమాణంలోని గాజు దీపాన్ని వెలిగించారు. దీపం వెలుతురు ఆమె ముఖం మీద పడి సూర్యుడు ఒకవైపు, చంద్రుడు ఒకవైపు మెరుస్తున్నట్టుగా ఉంది. ఆమె అరుదుగా కట్టుకునేటటువంటి చీర రంగులను ఎగజిమ్ముతూ ఆమెను అంటుకునే ఉంది. ఆమె తలెత్తినపుడు రంగయ్య కంటపడ్డాడు. "ఏం రంగయ్యా, చాలా రోజులకు వచ్చావు?" అంది. మళ్ళీ "ఎందుకు రంగయ్యా ఇంత చిక్కిపోయావ్?" అంది. అతను ఒక వెర్రినవ్వు నవ్వాడు. బయటి సద్దు వినిపించో లేదా లోకాభిరామాణం కోసమో అన్నట్టు గౌరమ్మ బయటికి వచ్చారు. ఆమె కట్టుకున్న ఆకుపచ్చని కొత్తచీర ఊరకుండక ఆమె నుంచున్నా, కూర్చున్నా సరసరమని సద్దు చేస్తూవుంది. మోచేతుల వరకు తొడుక్కున్న గాజుల చేతిని కదిలించి, "ఆయన లేరు కదా రంగా, ఇంకా రానే లేదు. ఎప్పుడొస్తారో ఏమోనప్పా" అని మళ్ళీ ఆమే "ఏం వచ్చావ్?" అంది. "గుడిసెలో తిన్నీకి ఏమీ లేదు. రొన్ని జొన్నలో…" అంటూ అతడు మాటలు ముగించటానికి మునుపే, "ఇది మరీ బాగుందయ్యా, ఎక్కడ్నుంచి తేవాలి మేము? మాకు మర్యాదగా బతుకు సాగించడమే కష్టంగా మారింది" అని నిట్టూరుస్తూ మౌనం వహించింది. అది విని రంగప్పకూ మాటలు గొంతులోంచి బయటికి రాలేదు.

అతను మిన్నకుండిపోయాడు. చాలా సేపటివరకు అక్కడ మౌనం ఆక్రమించుకుంది. ఏదో గుర్తుకు వచ్చినట్టు గౌరమ్మనే "ఒరేయ్, అక్కడ ఒక కర్రదుంగ ఉంది, కట్టెపేళ్ళే లేవు. కొంచెం కొట్టిపెట్టు" అంది. జీతగాడు గొడ్డలి తెచ్చి అంగణంలో పెట్టి లోపలికి పోయాడు. రంగప్ప గొడ్డలి పట్టుకుని కర్రదుంగను చీల్చటానికి అనువుగా దాన్ని అటూఇటూ కదిలించాడు. గౌరమ్మ, నర్సమ్మలు కబుర్లలోపడ్డారు. ఆమె ఏదో చెప్పటం ఈమె ఏదో అనటం జరుగుతోంది. గౌరమ్మ చేతిని ఎత్తినా, దించినా జల్లుమనే గాజులు సద్దు వారి మాటలకు నేపథ్యాన్ని చేకూర్చుతోంది. నర్సమ్మ, "ఒక విధంగా పల్లెటూరే బాగుంటుందండి. ఎటువైపు చూసినా పచ్చపచ్చగా ఉంటుంది. ఉప్పులుపప్పులు కొనాల్సిన అవసరం లేదు. అదే సిటీలో..." అంటూ ఏదేదో చెప్పింది. గౌరమ్మ చేతులు కదిలిస్తూ దానికేదో సమాధానం చెప్పింది. ఆమె చెప్పింది గాజుల సద్దులో అణగిపోయింది.

రంగప్ప ఒంట్లో ఉన్న బలమంతా కూడదీసుకుని గొడ్డలి ఎత్తి అంగణంలో కర్రదుంగను చీల్చటానికి దెబ్బలు వేయసాగాడు. ఎందుకో రాను రాను అతడి కళ్ళు మసకబారసాగాయి. కళ్ళు మసకబారుతున్నట్టల్లా ఒక్కొక్కసారి రంగప్పకు సర్కస్‌లో వచ్చినట్టు గౌడ, గౌరమ్మ, నర్సమ్మ, శాస్త్రి మాస్టరు, కొత్త మాస్టరు అందరూ కర్రదుంగలోనే రూపుదిద్దుకుంటున్నట్టు అనిపించి ఒళ్ళంతా నీరసం కమ్మింది. నిలబడటానికి చేతకాక నేలకు చేయాన్చి నెమ్మదిగా కూర్చున్నాడు. ఆకాశం నుంచి భూమికి చీకటి నక్షత్రాల వెంబడి దూకుతూ నేలను చేరుతూ ఉంది.

ఆ సమయానికి శివరామ, అతడి మిత్రబృందం ఈలలు వేస్తూ సాగిపోయింది. మాటల్లో మునిగిపోయిన గౌరమ్మ, నర్సమ్మలకు మాటలే సర్వస్వం అయిపోయాయి. గభాలున తిరిగి చూసినపుడు రంగయ్య నేలకు చేతిని ఆన్చి కూర్చున్నది కనిపించింది. అది చూసిన గౌరమ్మ అక్కడి నుంచే, "ఎందుకు? ఏమైందిరా?" అంది. రంగప్ప క్షీణస్వరంతో "యాలనో సేతకావటం లేదమ్మా" అన్నాడు. ఆ మాత్రం చెప్పటానికి తల్లి కడుపులో మరొకసారి జన్మ తీసుకున్నట్టు అనిపించింది. గౌరమ్మ లేచి "అయ్యో దేవుడా, కట్టెలే లేకుండా ఈ రోజు ఏం చేయాలప్పా? పశువులు తినే చొప్పదంటే గతైందే" అని లోపలికి వెళ్ళింది. ఆమె చాలా లోపలికి వెళ్ళే వరకూ ఆమె చీర సద్దు వినిపిస్తూవుంది. అటు తరువాత అంగణమంతా బిక్కుబిక్కుమనసాగింది. రంగప్ప నేలకు ఆన్చిన చేతి బలం మీదనే పైకి లేచాడు. అడుగులు ఎత్తి ఎత్తి పెట్టినట్టల్లా అతని కొడుకు, అతని భార్య, అతని గుడిసె దగ్గర దగ్గర కాసాగాయి.

***

రచనా కాలం, 1973

డా॥ బరుగూరు రామచంద్రప్ప

కరువు

రాముడికి ఉబ్బసం తగ్గలేదు. ఎప్పటికన్నా తీవ్రంగా దగ్గు పొడుచుకుని వస్తోంది. పక్కనే పెట్టుకున్న చిప్పలో ఉమ్మాడు. అలా దగ్గుతూ చిప్ప నిండుతున్నప్పుడు దాన్నే చూస్తున్న అతడికి అసహ్యం వేసింది. "పాడు ప్రారబ్ధ కర్మ, చావనైనా చావకూడదా?" అనుకుని చన్నీ వైపు చూశాడు. మండని పచ్చి వంట చెరుకు. పొయ్యిని వెలిగించడానికి ఆమె ఆపకుండా ఊదుతోంది. మంట మండకుండా పొగ కమ్ముకుని కళ్ళల్లో నీళ్ళు వస్తున్నాయి. చిరిగిన చెంగుతో తుడుచుకుంటూ ఉఫ్‌ఉఫ్‌మని ఊదుతూనే లోలోపల "అయ్యో నా బతుకు" అని తిట్టుకుంటూనే విధిలేనట్టు ఊదుతోంది. ఏదోలా వంట సిద్ధం చేయాలి. అది తప్ప మరో దారి లేదు. కంబళి మీద కూర్చుని దగ్గుతున్న రాముడి వైపు చూసింది. దగ్గు ఎందుకో తగ్గేలా కనిపించలేదు. కట్టెలు అంటుకునే సూచన అగుపించలేదు. రాముడు ఒకసారి తన దేహాన్ని చూసుకున్నాడు. దేహమంతా ఎముకలే అనుకున్నాడు. పెళ్ళయి మూడేళ్ళయ్యాయి. ఒక సంవత్సరం క్రితం కనిపించిన దగ్గు - ఆస్తమా అనిపించింది కొన్నాళ్ళ తరువాతే. అప్పుడు ఇరుగుపొరుగువాళ్ళ నోళ్ళు చన్నీని వేయించి, కాల్చి మెత్తగా చేశాయి. "కాలి గుణం సరిగ్గా లేదు. దానికే దమ్ము వచ్చేదె, బిడ్డా పుట్లేదు" అని ఆరోపించాయి. అప్పటి చన్నీ నిండైన అంగసౌష్ఠం చూసి జొల్లు కార్చినవారు ఆమె దక్కకపోవటంతో "ఏ వదలండ్రా, అదొక గొడ్డుది" అని మాటలు జారారు.

చన్నీ తన మొదటి కర్తవ్యం అన్నట్టు ఊదుతూనే ఉంది. రాముడు దగ్గుతూనే ఉన్నాడు. చన్నీని చూశాడు. ఎంత చిక్కిపోయింది అని అనుకున్నాడు. ఆ ఊళ్ళోనే చక్కటి అంగసౌష్ఠం కలిగిన చన్నీ కట్టెపుల్ల అయిపోయింది. ఆ ఏడు వచ్చిన కరువు ఊరినే గడగడలాడించి, సుఖపు తల మీద గునపంతో బాదింది. పశువులు చచ్చాయి. పొలాలు ఎండి వ్యథను నుదుట రాస్తున్నాయి. కూలీ కూడా గిట్టనపుడు కొన్ని కుటుంబాలు ఊరు వదిలిపోయాయి. చన్నీ మొండిగా ఉపవాసమో, వనవాసమో చేస్తూ కాలం గడపసాగింది.

రెండు రోజుల క్రితం వర్షం తీవ్రంగా కురిసి తరి భూములున్న వాళ్ళకు అనుకూలం చేసింది. ఆ ఊళ్ళో ఆరేడు ఇళ్ళవారికి మాత్రం చెరువు కింద భూములు ఉండటం వల్ల, వర్షాన్ని నమ్ముకున్నవాళ్ళకు కలిగిన అనుకూలం అంతంతమాత్రమే. పంటంతా ఎండిపోయి ఇక ఎంతగా గింజుకున్నా ఫలితం లేదని ఒక నిర్ణయానికి వస్తున్నప్పుడు వర్షం భోరుమంటూ కురిసింది. కరువు కాలపు కార్యక్రమాలను మంజూరు చేసిన ప్రభుత్వం సమృద్ధిగా కురిసిన వర్షాన్ని నెపంగా చూపి అనేక కార్యక్రమాలను నిలిపేసింది. చన్నీలాంటి వాళ్ళు "పొద్దు కాని పొద్దులో ఈ వాన ఏంటికి వచ్చిండాదో, పాడు వాన" అని తిట్టుకోకుండా ఊరుకోలేదు. చన్నీ పాలిట మరే పొలమూ లేదు. ఉన్న పొలమంటే ఉబ్బసపు రాముడు- తన భర్త- ఒక్కడే. ఈ పొలాన్ని మిగుల్చుకోవటం కోసం ఉదయం నుంచి కాయాకష్టం చేసి రెండు పూటలకు కూడు పుట్టించాలి. "కొడుకు పుట్టలేదుగానీ, ఈళ్ళకు కూడు పుట్టించడమే నా బతుకు" అని ఎన్నోసార్లు అనుకుంది...

ఎంత ఊదినా పొయ్యి మండలేదు. "థూ, దీని దుంప తెగ" అని తిట్టింది. రాముడు మాట్లాడక, మాట్లాడలేక ఎప్పటిలా నిస్సహాయ స్థితిలో అటువైపే చూస్తున్నాడు. విలవిల్లాడుతున్నాడు. ఒక వైపు కరువు. మరొక వైపు ఈమెకు ఇలాంటి పరిస్థితి రాకూడదనిపించింది. చూస్తూ చూస్తూ "చన్నీ" అని పిలిచాడు. తిరిగి చూసింది. పాలిపోయిన బక్కచిక్కిన ముఖంలో ధారగా కారుతున్న చెమటలు. చెదరిన జుత్తు, జుత్తు మీద అక్కడక్కడ బతుకు తీరును రాస్తున్న బూడిద. "చిప్ప నిండిందే" అన్నాడు. లేచి వచ్చింది. చిప్ప తీసుకుని బయటికి వచ్చి మూలన చేసిన గుంటలో వొంపి, దాన్ని కడిగి, మళ్ళీ తెచ్చి అతడి దగ్గర పెట్టింది. మళ్ళీ పొయ్యి ఊదటానికి పూనుకుని ఊది ఊది విసుగొచ్చింది. మంట మండటం, కొద్దిసేపటి తరువాత ఆరిపోవడం, పొగ కమ్ముకోవడం-ఇలా దాగుడుమూతలు ఆడుతుండగా కళ్ళు తెరవటమే కష్టమనిపించింది. ఎదురింటి మల్లిని అడిగి ఊదుగొట్టమైనా తెచ్చి ఊదుదామని బయటికి వచ్చింది.

అదే సమయంలో మల్లి ఇంటి వసారాలో "రేపు పొద్దుగాల కలుపు తీయిస్తుండాం. రావాలి" అని లోపలున్న మల్లిని సంబోధిస్తున్న గొంతు విని "ఓ పాడుబుద్ధి రంగప్ప అప్పుడే వచ్చేడ్నే" అనుకుని క్షణం సేపు నుంచున్న చోటే నుంచుంది. లోపలి నుంచి బయటికి వచ్చిన మల్లి అతనికి మరీ దగ్గరిగా నుంచుని, అతని పొట్టమీద మృదువుగా ఒక చిన్న దెబ్బ వేసి, వెంటనే ఎవరైనా చూశారేమోనని అటూఇటూ చూసింది. అది చూడలేక చన్నీ చప్పున లోపలికి వచ్చి పొయ్యి ముందు కూర్చుంది. పొయ్యిలో నిప్పు రాజుకోవటానికి ఎప్పటికన్నా విసురుగానే ఊదసాగింది. "పనికిమాలినోడు,

యాడికిపోయినా దారికడ్డమొస్తాడు. ఊళ్ళోని ఆడోళ్ళందరూ ఈనికే కావాల్ల" అని లోలోపల మండిపడుతూ 'ఊదుగొట్టం తీసుకుని రావటానికి అడ్డం వచ్చిన యదవ' అని శపిస్తూ, ఎంతకీ మండని కట్టెల్ని ఛీకొడుతూ "కట్టుకున్న పెళ్ళాన్ని బతకనీయకుండా ఊరంతా తిరుగుతూ ఉండే వీడొక ముండల ముఠాకోరు" అని ఎందుకో లోలోపల పదే పదే ఉమ్మాలనిపించి విధిలేక పొయ్యి ఊదసాగింది. ఒకసారి ఊదటం, మరొకసారి తీవ్రంగా దగ్గుతున్న మొగుడ్ని చూడటం - ఇలా కొద్దిసేపు గడిచింది. ఎప్పటికన్నా ఈ రోజు పొగ ఎక్కువైనా కిమ్మనకుండా, చలిగాలి కారణంగా లేచి బయటికి వెళ్ళలేక గురక పెరుగుతుండటం వల్ల కూర్చోవటానికీ సాధ్యంకాక అతను పడే బాధ చూసి జాలిగా లేచి అటూ ఇటూ కదులుతున్న మట్టిప్రమిదలోని దీపాన్ని చూసి "కిరసనాయిల్ బుడ్డి దీపం ఉన్నా బాగుండేది. అదీ పాడైపోయింది" అని కలవరపడింది. చివరికి పాడైపోయినదాన్నే వెదికి దాని అడుగున కొద్దిగా కిరసనాయిల్ ఉండటం చూసి ఆనందపడ్డది. మట్టికడవల సందులో ఉన్న గుడ్డపీలికను తీసుకుని ఒక పుల్లకు చుట్టి దాన్ని బుడ్డి అడుగుభాగానికి అద్దింది. అది క్షణంలో కిరసనాయిల్‌ను పీల్చుకుంది. దాన్ని వెలిగించి పుల్లల కింద పెట్టి ఊదగానే భగ్గుమని అంటుకోవటంతో రాముడు ఉలిక్కిపడి "ఏమిటే అది" అన్నాడు. "పుండుకూర ఉడికిస్తుండాను" అని మండుతున్న పొయ్యిని ఏదో సంతృప్తితో చూస్తుండగా, "పొలంలో కలుపు తీస్తుండారు. మీరిద్దరూ రండీ" అని ఇంటి పక్క నుంచి కేకపెట్టడం వినిపించింది. తనకు వినిపించాలనే ప్రతీసారి గట్టిగా అరుస్తూ ఇరుగుపొరుగువారికి చెప్పి రంగప్ప వెళుతున్నాడని అర్థమవటంతో "సచ్చినోడు" అని మెటికలు విరిచి "ఊళ్ళో దున్నపోతు తిరిగినట్లు తిరుగుతుండాడు" అని తిట్టుకుంది. ఎందుకో పదే పదే అతడే గుర్తుకు రావటంతో కడుపులో తిప్పినట్టయి మండే పొయ్యిని చూస్తూ మౌనంగా కూర్చుంది.

పాడుకరువు వచ్చి ఊరిని వల్లకాడు చేసిందికదా అని బాధ పడుతున్నప్పుడు, పక్కనుంచి నవ్వు చెవులను తాకినట్టయి, "వాడిదే, ఆ రంగప్పగాడిదే, ఆ మల్లికి మొగుడంటే లెక్క లేదు. పాపం, నెమ్మదైన మనిషి. పైగా ఏదో ఊరికి పోయిండాడు. ఇప్పుడు వీడే మరాజు అయ్యేడె" అని అనుకుని తన ఒంటిని తాకి చూసుకుని రోజు రోజుకు తిండి లేక చిక్కిపోతోందనిపించి "యా జనుమలో సేసుకున్న పాపమో?" అని తనను తానే తిట్టుకుంటుండగా, "టయానికి సరిగ్గా రండమ్మా కరువు కాలంలో నోట్లో మట్టి పోసుకోకూడదు... తరువాత నా పొలంలోకి వచ్చేలేదని ప్రతిజ్ఞ చేసేరు" అని రంగప్ప పెద్దగా నవ్వుతూ ఎవరితోనో అంటుండటం విని; కరువు కాలంలో నోట్లో మన్ను,

ప్రతిజ్ఞలాంటి మాటలన్నీ తన గురించే అన్నవేనని అర్థమై కూర్చున్న చోటే కోపంతో పళ్ళు నూరింది. వెలుగుతున్న పొయ్యిలోని మంటను చూస్తూ ఒక విధమైన అసహాయత కలిగి నిట్టూర్చింది. కుండమీది మూత తీసి నీళ్ళు వేడెక్కుతున్నాయనీ, అయితే ఆక్కూర ఇంకా ఉడకలేదనీ కచ్చితపరుచుకుంది. అంతలో రంగప్ప మాటలు గుర్తొచ్చాయి. చలి వేస్తున్నట్టు అనిపించింది. గాలికి టపటపా కొట్టుకుంటున్న తలుపును ముందుకు వేయడానికి లేచింది.

కరువుసెగలో జీవించటమూ దుర్భరమైంది. ఒక్క పూటకు కూడు సంపాదించటమూ కష్టమైంది, తలుపు అక్కడక్కడ విరిగి లోపలి గడియ ఒక్కసారి గట్టిగా లాగితే ఊడి వచ్చేంతగా వదులైంది. తలుపులోని చెక్కపలకలు వదులయ్యాయి. తానొక్కతే కష్టపడి భర్తను సాకుతూ తాను ప్రాణాలు బిగపట్టుకునే దారుణం లోలోప కోస్తూ కంఠంలోంచి తోసుకొచ్చే ఏడ్పుతో పెనుగులాడుతున్నప్పుడు రంగప్ప ఎవరితోనో పకపకమని నవ్వుకుంటూ వెళ్ళటం మసకమసకగా కనిపించింది. అతడి పొలంలోకి పనికి వెళ్ళనని పట్టు పట్టకపోయివుంటే ఎంతో కొంత డబ్బులు చేతికి అందేవేమో అనిపించింది. మరుక్షణం "ఛీ... ఆ కుక్క పొలంలోకి పోకూడదు" అని మనసులో ఒట్టు పెట్టుకుంది. తలుపు గొళ్ళానికి వదులైన మేకులను గుండ్రాయితో దబదబా బాది, అలసి, అలాగే మౌనంగా కూర్చుంది. మళ్ళీ లేచి గడియను చూసి, 'దీనికి వచ్చిండాది పాడు రోగం' అని కోపమో, ఏడ్పో, అసహాయతో, విసుగో లేదా అన్నీ కలగలిశాయోమోననే అర్థం కాని భావం ప్రతిబింబించి పాడైపోనీ అనిపించింది. అయితే ఊరుకోలేక మళ్ళీ వచ్చి అక్కడి మేకులను గుండ్రాయి దెబ్బకు దొరకకపోయినా కొట్టి బిగించడానికి ప్రయత్నించి విఫలమై కొట్టిన దానితోటే సమాధానపడింది. అంతలో పొయ్యి మీది కుండలోని ఎసరు పొంగినట్టు అనిపించటంతో గబగబా అటు వచ్చింది. విరిగిన గరిట చివరతో కుండలోని వేడి ఆకుకూరను తీసుకుని చేత్తో పిసికి సరిగ్గా ఉడికిందో లేదో పరీక్షించింది. అదే సమయంలో తలుపు కొట్టుకుంది. ఎలా సరిచేయటం సాధ్యమా అని ఆలోచించింది. ఏమొచ్చింది దీనికి అని తిట్టుకుంది. తలుపు పడిపోయి గాలికి కొట్టుకుపోతే...అనిపించి కూర్చున్నచోటే వణికింది. నేల తనదో కాదో, నేల మీద ఉందో లేదో, ముట్టి చూడాలనిపించింది. ఏదో భయం వేసి, మనసు, తనువు అస్వస్థమైంది. అంతలో భర్తకు దగ్గు తీవ్రమవటం గమనించి దేనికి స్పందించాలో తోచక మోకాళ్ళ మధ్య తల పెట్టుకుని మౌనంగా కూర్చుంది.

"ఏంటికో సలి, గాలి ఎక్కువైనట్టుండాదే, తలుపు గట్టిగా యేసినట్టులేదు. ఏమైండాదో, ఏం కథనో" అన్నాడు రాముడు. అది విని చన్నీకి చురుక్కుమనిపించింది,

ఉలిక్కిపడి నిస్తేజమైన భావంతో మౌనంగా భర్త ముఖంలోకి చూసి ఏమీ చెప్పడానికి తోచక తల గోక్కుంది. "అంతా సరిపోతదిలే, నువ్వు ఊరుకూరికే సింతసేయొద్దు" అని భర్త ముఖాన్ని క్షణం సేపు చూసి విషాదంగా నవ్వి ఆకుకూర ఉడికిందో లేదో చూడటానికి మూత తీయగానే-జీవితాంతం చెరలో ఉండాల్సి వస్తుందని తల్లడిల్లుతున్నవారిని ఉన్నట్టుండి విడుదల చేసినట్టు నీటిఆవిరి చప్పున పైకి తోసుకొచ్చి ముఖానికి వేడిగా తగిలి మనసు లోలోతుల్లోకి దిగినట్టయి, కాళ్ళుచేతులు బంధించినట్టయి గరిట పట్టుకుని కొద్దిసేపు అలాగే కూర్చుండిపోయింది.

రంగప్ప తన పొలంలో కూలీపనులకు వచ్చేవారితో తమాషాగా, సరసంగా మాట్లాడుతూనే వల విసరటంలో సాటిలేనివాడని రాముడు చన్నీకి ముందుగానే హెచ్చరించాడు. "వాడి బుద్ధి సరిగ్గా లేదు చన్నీ, జేగర్త" అన్నాడు. కూలికి తప్పనిసరిగా వెళ్ళాల్సి రావటంతో, వెళ్ళినా, ఒకసారి రంగప్ప చన్నీ దగ్గర నాలుక చాపి సరసాలు ఆడటం సహించకలేక "నీ ఇల్లుపాడుగానూ, నీ నాలిక్కి పురుగు పడ, నీ పొలంలో కాలు పెడితే సెప్పు" అని తిట్టి వెనక్కి వచ్చిన చన్నీ ఆనాటి నుంచి అతని పొలంలో కాలు పెట్టలేదు. అయినా ఏదో ఒక రోజు తన బుట్టలో పడుతుందేమోనని రంగప్ప తన చేష్టలు మానలేదు.

పక్కింటి కాళమ్మ వచ్చి, "చన్నమ్మా, మనూరి చెరువుకు గండి పడేద్నంట. వాన సానా జోరుగా వచ్చి నీళ్ళు పారుతుండాయంట. దాంతోపాటు యాడనో ఒగచోట గట్టు తెగిందట. ఇప్పుడు దాన్ని సరిసేయకపోతే సానా పెమాదమంట. ఊళ్ళోని జనమంతా తెగిన గట్టు పూడ్సనీకి మన్ను యెయ్యనీకి యెళ్ళాల్నంట. నువ్వు కూడా రా పిల్లే" అంది కాళమ్మ.

తనకే అపాయం కలిగినట్టు చన్నీకి కలవరం దాంతోపాటు ఏదో ఆరాటం కలిగింది. "ఈ వాన సూసినపుడే నాకు గిట్లా జరగొచ్చని అనిపించేది" అంది.

"బేగినే గండి సరిచెయ్యకపోతే జోరుగా వాన వస్తే గట్టు తెగచ్చు, మా ఊరి చెరువుకు యా పొద్దు గిట్లా కాలేదు కాళమ్మ" అని రాముడు కలవరపడుతూ అన్నాడు.

కూరాకు ఉడికింది. ఉన్న కొద్దిపాటి రాగిపిండికి ఎసరుపెట్టి ముద్ద చేసి రాముడికి పెట్టింది. తాను కేవలం కూరాకే తింది. అది చూసిన రాముడికి కడుపులోని పేగులు కత్తిరించినట్టు బాధ కలిగింది. అయినా ఏమీ చేయలేని నిస్సహాయ స్థితిలో మనసు లోలోపలే కుమిలిపోయాడు. "చన్నీ యేంటికే ఇట్లా సేస్తావు. నువ్వు రొంత తిని నాకింత పెడితే సరిపోయేది కదనే? రోజూ సెప్పనీకి అయితదా?" అని అన్నాడు.

"ఒగరికే సాలదు, ఇద్దరు ఎట్లా తినేది? జబ్బుసేసినోళ్ళు కడుపుకింత తింటే సాలు" అంది. రాముడు మిన్నకుండిపోయాడు. వెల్లికిలా పడుకుని కప్పుకు వున్న దూలాలను చూడసాగాడు. గాలి వీచి తలుపు కిర్రుమంది. "ఈ పొద్దు దీనికేడిదొచ్చిండాదో? రోజున్నట్టులేదు. ఈ గాలి సూడు. ఎట్లా సిర్రుమంటాంది" అని కంబళిని ఒళ్ళంతా కప్పుకుని ముడుచుకుని పడుకున్నాడు.

చన్నీ మౌనంగా కూర్చుంది. తన పట్టుదల నిలుపుకుంది. అయితే ఒంటికి సుఖం లేదు. మనస్సుకు శాంతి లేదు. ఎలా వేగాలో తెలియటం లేదు అని చింతిస్తుండగా ఆకాశంలో ఉరుముల, మెరుపుల ఆర్భాటం మొదలైంది. అది చూసి వాన రావచ్చు అప్పుడు చెరువుకు ఏమవుతుంది? గట్టు తెగితే, గండి పడితే? అని ఊహిస్తుండగానే నేల కంపించినట్టయి, దుమ్ముధూళి ఎగిసి తలుపు రయ్‌మంటూ వెనక్కి తోసుకొచ్చి మళ్ళీ ముందుకు వెళ్ళింది. ఆ సమయంలో లోపలికి తోసుకొచ్చిన వర్షపు వాసన అక్కడంతా కమ్ముకుని, ముక్కును తాకింది. కంటి ముందు చెరువు కనిపించింది. దాంతోపాటు భవిష్యత్తు భయంకరమనిపించింది. కుతకుతమని ఉడుకుతున్న దేని మధ్యనో చిక్కుకున్నట్టు అర్థమైంది. చాలా కాలంగా సుప్తావస్థలో ఉన్న శక్తి ఒంటినంతా పిండిపిప్పి చేస్తున్నట్టయింది. శక్తే లేని దానిలా మెల్లగా లేచి తలుపును ముందుకు చేరవేస్తున్నప్పుడు ఆడమగ అంతా పారా, పలుగు, తట్టాబుట్టల సమేతంగా బయలుదేరటం కనిపించింది, "వానొచ్చేట్టుంది. ఆకాశంలో మెరుపులు మెరుస్తుండాయి. బిరాన రండి" అని వాళ్ళనూ, వీళ్ళనూ కేకలు వేసి పిలుస్తూ నాయకత్వం వహించిన ఊరి పటేల్ "రండపో్పి బిరీన రండి, ఆలస్యం సేస్తే ఎక్కువ తక్కువలు అయిపోతాది. ఊరి పనులు సేసేటపుడు సెయ్యి బిగపట్టకూడదు. ఓ కాళమ్మా, చన్నక్కా, మల్లక్కా రండమ్మా ... రండి..." అని కేకలు పెడుతుండగా, చన్నీ "వస్తుండానన్నా" అంది.

ఊరిజనం గుంపుగా ముందుకు సాగుతుండగా తలుపు గడియ పెట్టింది. గడియ భద్రంగా లేకపోవటం వల్ల తలుపు గాలికి దబదబమని కొట్టుకోసాగింది. 'మల్లి చెరువు పనికి పోయిండాదో లేదో' అని అనుకుంది. మళ్ళీ మల్లి చాలా చక్కగా ఆరోగ్యంగా ఉందని అనుకుంది. తోట దగ్గరున్న రంగప్ప గదికి వెళ్ళి అతనితో పడుకుని రావడం తప్ప మల్లి చెరువు దగ్గరికి ఎందుకు పోతుందని అనుకుని అయినా చూద్దామని తలుపులు తెరుచుకుని బయటికి వచ్చింది. తన ఇంటి వసారా మూలలో ముడుచుకుని కూర్చున్న మల్లిని చూసి "చెరువు కాడికి పోలేదా మల్లక్కా" అంది. "పో, చన్నక్క నాకెంటికి ఇవన్నీ, ఇట్టమైనవాళ్ళు పోతారు. మీవంటోళ్ళు పోవాలనుకుంటే పేరంటాళ్ళలా పోండమ్మా" అని

క్షణం ఊరకుండి "అయినా నాను ఇంతకు ముందే బయటైనాను చన్నక్కా" అంది. చన్నీ "ఓ" అంటూ ఆకాసంలోని మబ్బుల వైపు చూసింది. వర్షం రాబోయే సూచనలు కనిపించాయి. ఆగి ఆగి ఒక్కొక్క చుక్క రాలుతోంది. అయినా ఎందుకో చెరువు గండి పూడ్చే పనికి పోవటానికి మనస్సురాక లోపలికి వచ్చి తలుపు మూయబోయి 'పాడు గడియ' అని తిట్టుకుంది. ఎక్కడికి వెళ్ళాలి? చెరువు పనికా? లేదు ...లేదు... మల్లి ఈ పొద్దు రంగప్పతో పడుకోదు. అ...క్క...డి..కి...

ఏదో ఆవేశం పూనినట్టు గుండ్రాయి తీసుకుని లోపలి గడియకున్న మేకులను ఎడాపెడా బాదింది. అయితే దెబ్బ మేకుకు పడకుండా గడియ మీద పడి అది మరింత వదులైంది. దాంతో ఎక్కడ లేని విసుగొచ్చింది. గాలికి కొట్టుకుంటూ కిర్రుమనే తలుపు మీద కోపం వచ్చి ఎలాగో బిగించి పట్టుకుని గడియను సరిచేయాలని నానా రకాలుగా ప్రయత్నిస్తుండగా మెల్లగా వర్షం కురియటం మొదలై ఇంకా పెరిగే సూచనలు కనిపించాయి. దాంతో ఆమె ప్రయత్నం మరింత తీవ్రమైంది, అయితే అది విఫలమవుతూ వచ్చి మనస్సు ఉద్విగ్నమై ఒళ్ళంతా మండిపోయి భరించలేక లోపలి గడియనే ఊడబెరకడంతో తలుపు విసురుగా తెరుచుకుంది. చల్లటిగాలి లోపలికి దూసుకొచ్చి మనసుకు హాయిగా అనిపించి, ముఖం మీది చెమటను కొంగుతో తుడుచుకుంటూ వెనుదిరిగి చూడకుండా నడిచింది. వసారాలో కూర్చున్న మల్లి చన్నీని చూసి, "చెరువు పనికి పోతుండావా చన్నక్కా?" అని అరిచింది. అయితే చన్నీ ఆ మాటలు చెవిన పడనిదానిలా బిరబిరా ముందుకు అడుగు వేసింది.

ఆకలి తీవ్రమవుతోంది. రాముడు జబ్బుపడిన తరువాత కడుపు నిండా తినడానికి లేక ఉపవాసమన్నది సాధారణమైపోయింది. కొన్నాళ్ళుగా ఆకలి పీక్కుని తింటూవుంది. ఒంట్లోని నరాలన్నీ పురి తిప్పుకుని ఎక్కడికో తీసుకునిపోయినట్టు అనిపిస్తోంది. అణచిపెట్టడం ఎంతవరకు సాధ్యం? ఈ రోజు ఉదయం కేవలం కూరాకు తినటం, అది సరిపోకపోయినా ఖాళీ కడుపుతో ఉండలేక కొంచెం తిన్నది. ఇప్పుడు కడుపులో సంకటం, ఏదో తిప్పుకొస్తున్నట్టు, పేగులు మెలితిరిగిన అనుభవం. ఆకలి వ్యాపిస్తు మొత్తం దేహాన్ని ఆవరించినట్టయి పుట్టలో పూడుకుపోతున్న తీవ్రత అధికమై చచ్చుబడినట్టున్న శరీరంలో ఏదో దాగి గొడవకు దిగుతున్న అనుభవం కలుగుతూ చన్నీలోని ఉద్విగ్నతకన్నా వేగంగా కాళ్ళు ముందుకు సాగాయి.

అక్కడ చెరువుపని సాగుతోంది. జనం మాటలు గాలిలో తేలుతూ వస్తున్నాయి. "లోపలి తొట్టు ఇసుక మూటలు బిరీన వేయండప్పా. బయటి తొట్టు గండి కనిపిస్తోంది కదా, ఆడ మన్ను, గిన్ను వేసి పూడ్చండమ్మ బిరీన". "అరెరే, అక్కడ

సూడండయ్యా, దూరంలో వాన జోరుగా కురుస్తున్నట్టు ఉంది. వాగును సూడండయ్యా ఎంత జోరుగా పారుతూవుండాదో? అప్పటికే చెరువుకు ఎంత నీళ్ళు వచ్చిండాయో? బిరీన ముగించండప్పా. ఆ తట్టు గట్టు కోత వస్తుండాది. గట్టు తెగితే ఏమి కథ, ఏమి గతి? రామరామా , బిరీన బిరీన..” పటేల్ కంగారుగా, గబగబా సూచనలు ఇవ్వసాగాడు.

చన్నీ గబగబా నడుస్తూవుంది. చెరువు మరమ్మత్తు సద్దు వినిపిస్తున్నప్పటికీ తనపాటికి తాను వెళుతూవుంది. వర్షపు జల్లు కొంచెం తీవ్రమై టపటపమని చినుకులు పడసాగాయి. మరమ్మత్తు వైపు నుంచి వస్తున్న సద్దు, వాళ్ళు మాట్లాడుకుంటున్న మాటలు, వేగంగా పనులు జరగటాన్ని సూచిస్తున్నాయి. ఎక్కడో దూరంలో జరుగుతున్న అస్పష్టమైన సమస్యాజాలంలాంటి వాతావరణంలా ఏ సంబంధాన్నీ కల్పించుకోవటానికి సామర్థ్యం లేనట్టు, చన్నీ దాని ధ్యాసే లేనట్టు వేగంగా నడవసాగింది. వర్షం తీవ్రంగా కురవటం మొదలవ్వగానే మరింత వేగంగా అడుగులు వేస్తూ నేరుగా రంగప్ప తోటకు వచ్చేసరికి వర్షం కుండపోతగా రాబోయే విషయాన్ని మెరుపులు, భూమి మీద నల్లటి కంబళి గుడారాన్ని పెట్టినట్టున్న ఆకాశం సూచించాయి. వాగు నిండి ప్రవహిస్తూ వస్తుండగానే ఇక్కడ కూడా వర్షం చాలా తీవ్రమై కుండపోతగా కురవటం మొదలై చెరువు మరమ్మత్తు జరుగుతున్న స్థలంలో అత్యంత ఉద్వేగభరితమైన వాతావరణం ఏర్పడి ఎవరు ఏమి చేస్తున్నారో, ఎవరు ఏమి మాట్లాడుతున్నారో ఏదీ తెలియనటువంటి సన్నివేశం ఏర్పడింది. అయినా అందరూ ఏదో చెబుతున్నారు. ఏదో మాట్లాడుతున్నారు.

వర్షంలో తడుస్తూనే చన్నీ రంగప్ప తోట గది తలుపు దగ్గరికి వచ్చింది. గుండె దడదడకొట్టుకోసాగింది. భయంతోనో, ఉద్వేగంతోనో ఆమెకే తెలియని రీతిలో హృదయం కదులుతున్నట్టు అనుభవమైంది. గదిలో వెలుతురు ఉంది. తలుపు సందులోంచి చూస్తే రంగప్ప ఒంటరిగా సిగరెట్టు కాలుస్తూ, ‘అనురాగపు అమరావతి’ అని సినిమా పాటను పాడుకుంటూ మధ్య మధ్యలో “పాడు వాన, పైగా మల్లి రాలేదు. ఛూ” అని గొణుక్కోవటం కనిపించింది. ఉన్నట్టుండి చెరువు వైపు నుంచి హాహాకారాలు చెలరేగి చుట్టుపక్కల ప్రాంతాన్నంతా ఉలిక్కిపడేలా చేశాయి. “అయ్యో, గట్టు తెగిన కాడ కూలబడుతా ఉండాది. అదిగో అప్పుడే నీళ్ళు తోసుకొస్తావుండాయి.. దేవుడా ఏమి గతి ! రండప్పా రండి రండి” అనే ధ్వని ఒంటి మీది రోమాలను నిక్కబొడుచుకునేలా చేసింది.

ఆ హాహాకారాలు గుప్పుమని వ్యాపించి రంగప్ప గబుక్కున లేవటం; చన్నీ తలుపులు దభాలున తోసుకుని లోపల అడుగు పెట్టటం ఒకేసారి జరిగింది. రంగప్ప ఆశ్చర్యంతో చప్పున అలాగే నుంచున్నాడు. చన్నీకి ఏమి చెప్పాలో తోచక ఎగశ్వాస పీలుస్తూ మాట్లాడకుండా అతడి ముఖాన్ని చూసింది.

రెండు మూడు నిమిషాలు కేవలం వర్షపు చప్పుడే. వర్షపు జల్లును చెదరగొడుతూ రంయ్‌మని వీస్తున్న గాలి, వీటి మధ్య దారి చేసుకుని రావటానికి ప్రయత్నిస్తున్న చెరువు దగ్గరి అరుపులు.

చివరికి రంగప్పనే "ఏం వచ్చావ్?" అన్నాడు. "నే...నే...నేను నీ పొలం పనికి వొస్తాను. నీ పొలంలో కాలుపెట్నని మొండికేస్తిని. తప్పయినాది" అంది. రంగప్ప 'ఓ' అంటూ దీర్ఘం తీశాడు. అవునా అన్నట్టు కళ్ళల్లో కొంటెతనాన్ని చిందించాడు. "సత్తెపెమాణంగా వొస్తాను. దానికే నేను పారిపారి వచ్చిండాను నీ తానికి. నీ పొలంలో ఉన్న కలుపునంతా కావాలంటే ఒగదాన్నే పెరికేస్తాను. ఇంగ ఎప్పుడు పిల్చినా వొస్తాను" అని చన్నీ ఉద్వేగపు ధ్వనిలో వర్షానికి సరితూగేలా చెప్పినపుడు రంగప్ప నవ్వుతూ ఒక విధమైన రీతిలో "భేష్, ఫరవాలేదు" అన్నాడు.

చన్నీలో ఉత్సాహం ప్రవహించింది. దగ్గరికి వచ్చింది. మెల్లగా అతడి చేయి పట్టుకుంది. వణికే చేతులతో అతడిని మళ్ళీ మళ్ళీ స్పృశిస్తూ పులకల పల్లవికి లోనైంది. అతడు ఈమె రెండు భుజాలనూ పట్టుకున్నాడు. తీక్షణంగా చూశాడు. వర్షంలో తడిసి వచ్చిన దేహాన్ని కంటి చూపుతో కొలిచాడు. పట్టుకున్న భుజాలు కేవలం ఎముకలు అనుకున్నాడు. ఒంటికి అంటుకుని ఉన్న బట్టల్లోని దేహంలో ఎత్తుపల్లాలు కనిపించక ముఖం చిట్లించుకున్నాడు. చన్నీ చేతులు కంపిస్తున్నాయి. పెదవులు అదురుతున్నాయి. కళ్ళు అరమూతలుపడ్డాయి. ఒంట్లో పులకలు ప్రతిధ్వనిస్తుండగా అతని దేహాన్ని తడుముతోంది. రంగప్ప ఆమెనే తదేకంగా చూస్తూ, వెనుకటి చన్నీని మనస్సులో చిత్రించుకుని, ఆమెను కళ్ళతోటే కొలిచి, కొవ్వు లేని ఆడది అనిపించి, ఎముకలగూడులా ఉన్న ఆమెను అలాగే పట్టుకుని తలుపుల దగ్గరికి తీసుకొచ్చి విసురుగా బయటికి తోసి, 'థూ' అని ఉమ్మి తలుపు వేసుకుని, "ఇప్పుడొచ్చింది ఇప్పుడు. ఎముకల మింద చర్మాన్ని కప్పుకుని, సెప్పనీకికాదు ఈమె ధిమాకు. ఇప్పుడు మహా వచ్చేసిండాది" అని ఏదేదో అనుకుంటుండగా చన్నీ దబ్బుమని నేలమీద పడి నివ్వెరపోయింది. భయంకరమైన స్థలంలో కళ్ళకు గంతలు కట్టి తెచ్చి వదిలినట్టు భయకంపితురాలైంది.

కురిసేవాన నిప్పుల మేకులా భూమిని నిట్టనిలువునా చీలుస్తూనే ఉంది.

(రచనా కాలం : 1975)

***

డా॥ అరవింద మాలగత్తి

చిల్లు నాణ్యం-నీళ్ళు

కిసుక్కున నవ్వుతున్నారు ఆ జనం.

వారి నవ్వుకు అర్థం ఏమిటన్నది తెలియటం లేదు. ప్రశ్నించేవారు పై వీధివారై గంభీరమైన ముఖముద్రను మోసుకున్నవారై ఉంటే జవాబిచ్చేవారు అంతే గంభీరతతో సమాధానమిస్తున్నారు. వాళ్ళు వెనుదిరిగితే చాలు నోటికి చేయి అడ్డం పెట్టుకుని గొల్లుమని నవ్వుతున్నారు.

'బసవేశ్వర మఠం బావిలో పంది పడిపోయిందట, నిజమా?" అనే ప్రశ్న పై నవ్వుల అలలకు కారణం.

ఆ వెనుకటి రాత్రి హరిజనవాడకు చెందిన బాగూడి పరసప్ప చేత మఠం బావిలో పడిన పందిని బయటికి తీయించి 'ఇదిలక్ష్మి. వేరే చోట పూడ్చటం సమంజసం కాదని మఠంలోని ఓ మూలలోనే పూడ్చిన వార్త. ఆ వీధిలో ఎవరికీ తెలియదు. స్వయంగా బాగూడి పరసప్పను అడిగినా "నాకు తేలీదప్పో" అని జవాబిచ్చే ఉప్పు తిన్న విధేయత కలిగిన జీవి. మఠం బావిలోకి దిగటానికి మునుపు ఇతడి ఎముకల గూడులాంటి శరీరంపై రెండు కడవల నీళ్ళు పోసి అతడిని బావిలోకి దించి పందిని బయటికి తీయించి పూడ్చి పెట్టించారు.

సూర్యుడి మొదటి కిరణం నేలను తాకటానికి మునుపే కూడల సంగమ దగ్గరి ఊరైన ముద్దేనూరులో ఈ సంఘటన జరిగింది. వెలుతురును పిడికిట్లో బంధించలేం. అలాగే వార్తను కూడా. బిందువు బిందువుగా చేరిన వార్త. బిందుకువు వేలాది అబద్ధాలనోళ్ళు తెరుచుకుని తక్షణం వికసిస్తాయి. మరుక్షణం వాడిపోతాయి. ఒకటి చస్తే మరో రెండు బతుకుతాయి. అదే విధంగా చీకటి పడినా బావి కప్పీలు, కడవలు, చేంతాళ్ళు.

"మఠం బావిలో పంది పడిపోయిందట, నిజమా?" అనే ప్రశ్నను అడగకపోలేదు.

అయితే మడివంతుల నోట "అయ్యయ్యో, పడింది పందికాదు. ఎవరో పోకిరి వెధవలు నల్లబట్టలో గడ్డిదూర్చి కట్టి బావిలో పడవేశారు..." అనే మాటలు కథలు కథలుగా వ్యాపించాయి. సాక్షంగా మఠం మూలలో పడివున్న నల్లటి బట్టను, గడ్డిని

చూసి ముందుకు సాగుతున్నారు.

***

ముద్దేనూరు సూర్యుడు అస్తమించే దిక్కులో దళితుల ఇండ్లు ఉంటే సూర్యుడు ఉదయించే దిక్కులో మంచి నీళ్ళ బావులు రెండున్నాయి. మధ్యన ముద్దేనూరు జొన్న సంగటి ముద్దలా నిలిచింది.

పశువులను అమ్మే స్థలమే పశువుల అడ్డా. ఆ అడ్డాలోనే మైసూరు రాజులు రెండు బావులను కట్టించారు. మాలమాదిగల బావిని గుర్తించటానికి అక్కడ ఎనుము కొమ్మును వేలాడదీస్తే; మిగతా కింది జాతివారి బావిని గుర్తించటానికి ఎద్దు కొమ్మును వేలాడదీశారు. ఊరి పశువుల అమ్మకాలు జరిగేటప్పుడు పశువుల దాహం తీర్చటం కోసం బావి కట్టించినా, వారంలోని అన్ని రోజుల్లో పశువుల అడ్డాలోని బావి నీళ్ళను దళితులే తాగేవాళ్ళు. ఇలా ఉన్న దళితులకు ప్రత్యేకంగా బావులున్నాయని మరియు పశువుల సంత పెద్దబజారుగా పిలవబడింది.

దళితులు ఒక ధృవం నుంచి మరొక ధృవానికి వెళ్ళి నీళ్ళు తీసుకుని రావటమంటే ఎడారిలోంచి నీళ్ళు తవ్వి తెచ్చిన అనుభవం కలిగేది. వేసవిలోనూ ఈ అనుభవం అడుగడుగుకూ కలిగేది.

ఆత్మగౌరవం లేనివారు, వయసు పైబడ్డవారు, పై జాతులవారి బావి ముందు కూర్చుని వచ్చిపోయేవారిని-

"అయ్యా, మాకు ఒక్క కడవ నీళ్ళు చేది పోయండి" అని అర్థించేవారు. వాళ్ళ ప్రయత్నం సఫలమయ్యేది కాదు. గంటల కొద్దీ ఎదురుచూసి, అడిగిందే అడుగుతూ, గొంతు ఎండిపోయినా కడవలోకి నీళ్ళు పోయటడం అటుండనీ, కనీసం తాగటానికి నీళ్ళు దొరికేవి కావు. ఒక కడవ నీళ్ళు దొరికితే దేవుడే వచ్చి నీళ్ళు కురిపించినట్టయ్యేది. యవ్వనవంతులకు, అందమైనవారికి దేవుడు తొందరగా ప్రత్యక్షమయ్యేవాడు.

ముద్దేనూరులోని మరికొందరిని సోమరిపోతులనాలా? తిరుగుబాటుదారులనాలా? మరేం అనాలో అర్థం కాదు. అలాంటివారిలో దుగ్గ, సైద, బాబు, లచుమ ఆరితేరినవాళ్ళు.

వీళ్ళు ముట్టని బావులు ఆ ఊళ్ళో లేవు. హరిజన వీధి జనం తమ బావిలోంచి నీళ్ళు నింపుకుని వెళుతున్న విషయం ఊళ్ళోని పైవీధి జనాలకు తెలిసేదే కాదు. ఒకరికొకరు ఎదురుపడటానికి మునుపే నీళ్ళు తెచ్చేవారు. అప్పటిదాకా పడుకునేవారు కాదు.

నీళ్ళు తెచ్చే వాళ్ళందరిలోకి ఆరితేరినవాడు సైద. ఇతడు వొదిలే రామబాణాలు ఎన్నడూ నిష్ఫలమయ్యేవి కావు. కుక్కలు సైతం నోళ్ళుమూసుకునేవి.

వేగు చుక్క పొడవటానికి మునుపే నీళ్ళు తెచ్చే సైదకు ఆ రోజు మెలుకువ వచ్చింది

వేగుచుక్క పొడిచిన తరువాతే. అందుకు కారణం గత రాత్రి ఈచులమ్మ, కాళమ్మలు ఒక్కటిగా కలసిపోవడం. ఆ కారణంగా సైద భుజాల మీద జంట కడవలు మోసుకుని గబగబా బసవేశ్వర మఠం బావి వైపు నడిచాడు. చీకటి ఉన్నా కళ్ళకు కనిపించేటంతటి వెలుతురు మాత్రం ముఖం మీద మసకగా పరిచినట్టుంది. ప్రపంచంలో గొప్ప గొప్ప పనులన్నీ జరిగేవి వెలుతురుకు బీదతనం ఉన్నప్పుడే కదా! అదే విధంగా సైద వెలుతురు సిరికి ఎదురుపడి గొణుక్కుంటూ ఆ రోజుటి గొప్ప కార్యానికి అడుగులు వేస్తున్నాడు.

మాంసపు ముక్కలను వేసి ఊరకుక్కలను మచ్చిక చేసుకోవటంతో ఒక్కటొక్కటి కుంయ్ కుంయ్మంటూ అతడిని అనుసరిస్తూ తమ సరిహద్దు ముగియగానే వెనక్కు జరుగుతున్నాయి. సైద ముఖద్వారం దాటి లోపల కాలు పెట్టగానే అతడి నోటి నుంచి పంచాక్షరీ మంత్రం వెలువడింది

ఓం నమః శివాయ

ఓం నమః శివాయ

అని పక్క నుంచి వెళ్ళేవారికి మాత్రమే వినిపించేలా లయబద్ధంగా ఉచ్ఛరించేవాడు. ఈ నామస్మరణలో పండిపోయిన నాలుకకు శైవం నాలుక కూడా సలాం చేసేలా ఉంది. ఊరి బొడ్రాయి దాటుతుండగా సైద కాళ్ళకు పగ్గం చిక్కుకుని సైద ముందుకు తూలాడు. బొటనవేలు రాతికి కొట్టుకుని చిట్లి రక్తం కారసాగింది. నాలుక నుంచి పంచాక్షరీ మంత్రం జారిపోయింది.

"అయ్యయ్యప్పో... అమ్మా... " అని అంటుండగానే మెల్లగా స్పృహలోకి వచ్చి ఆ బాధలోనూ స్వరం మార్చి–

"ఓం శివా శివా

శివా శివా

ఏం ఎదురుచూస్తున్నావు పరమేశ్వరా

మైలారా..." అంటూ భుజాల మీది నుంచి కడవలను దించుతుండగా ఓ కుక్క వచ్చి అతడి పక్కన నుంచుంది.

సైద కుక్కను తరిమి తన బొటన వేలిని పట్టుకున్నాడు. అక్కడే పడివున్న బండరాయి మీద కాలు పెట్టి, తన తలకు చుట్టుకున్న తుండులోంచి ఓ చిన్న ముక్కను చింపి కాలి బొటనవేలికి గట్టిగా కట్టుకట్టి కుంటుతూ అడుగు ముందుకు వేశాడు. బండరాయి మీది రక్తాన్ని కుక్క నాలుక చాపి నాకి అతడ్ని అనుసరించింది.

బసవేశ్వరుని మఠమంతటా బాగా ప్రసిద్ధమైన రేఖాచిత్రాలను చెక్కిన స్తంభాలు.

ఆ స్తంభాలు ఒక మనిషి తన బాహుల్లో బంధించినా పట్టుకు దొరికేవి కావు. అలాంటి పన్నెండు స్తంభాల మంటపం ముందు మూడు ప్రాకారాల కోటలా మఠం నిర్మించబడింది. మధ్యన మఠం చోటు చేసుకునివుంటే, మూడు ప్రాకారాల కోట బయట గచ్చుబావి ఉంది. దానికి రెండు గిలకలు. ఇప్పుడు ఇలాంటి వాటివల్ల దృష్టిలాగినా ఒక కాలానికి స్తంభల్లా నేల ఊని నుంచున్న మఠం. బావి నీళ్ళు సమృద్ధిగా ఉన్నప్పటికీ ఊరివాళ్ళ వాడకం తగ్గింది. కారణం చుట్టుపక్కల మళ్ళీ బావులు పుట్టుకొచ్చాయి. నాలుగవ ప్రాకారం కోటగోడలా మఠం చుట్టూ కంచె. దాని వెడల్పయిన వాకిలి కేంద్రం మఠపు స్తంభాల అర్ధశరీరమైంది.

సైద కుంటుతూ ఖాళీ కడవలను మోసుకుని నెమ్మదిగా దొంగలా అడుగులు వేస్తున్నాడు. వేగు చుక్క పొడిచేలోగా మఠం కార్యకలాపాలు ప్రారంభమయ్యేవి. ముందుగా ముసలివాళ్ళు లేస్తారు. మఠం గోడలు పగుళ్ళుబారి మాసినట్లున్నా అవి ముసలివాళ్ళ వల్ల శుభ్రంగా ఉండేవి. నీలమ్మ అనే ముసలిది మఠం కసువు చిమ్మి, దీపం పట్టుకుని మఠం మంటపం దిగి నడిబయలులో దీపాన్ని పెట్టి కసువు పారవేయటానికి ముఖద్వారాన్ని దాటి బయటికి అడుగులు వేస్తుండగా సైద 'శివ శివా...' అంటూ ముసలిదాన్ని చూసీ చూడనట్టు మఠంలోకి ప్రవేశించాడు.

ముసలిది వెంటనే "ఎవరు...నింగయ్యనా?" అని ప్రశ్నించింది.

సైద మౌనంగా ముందుకు నడిచాడు. ఊహించని ప్రశ్న గుండెను జల్లుమనిపించింది. అంగణంలో ఉన్న దీపాన్ని చూసి గంగమ్మ కావచ్చని అనుమానం అతనిలో తొంగి చూసింది. లోపల ఏర్పడ్డ సందేహం అనే సంకోచం అంతరాత్మ యొక్క గుడ్డి దీపాన్ని వెలిగించినట్టయింది.

బావిలోకి కడవను వదలాలా వద్దా అని మనసు ఊయలలూగసాగింది. వణికే చేతులతోటే యాంత్రికంగా అతనికి తెలియకుండానే కడవ బావిలోకి జారింది. మండుతున్న భయపు వత్తి పెరిగి పెరిగి వెలుతురు కన్నా పొగను ఎక్కువగా చిమ్మసాగింది. కడవను పైకి లాగేటప్పుడు గిలక కిర్‌కిర్‌మని చప్పుడు చేస్తూ, 'నీళ్ళు దొంగతనంగా తీసుకెళుతున్నావు ఆగు...ఆగు...' అని అంటున్నట్టుగా ఉంది. ఇలా గిలక గోల చేస్తున్నప్పుడు దాని నోట కాసింత నీళ్ళు పోసి ఎన్నోసార్లు సద్దు కాకుండా చేదాడు. అయితే ఈ రోజు అదీ జారింది. ఎన్నడూ నీటితో కడవకు మాట్లాడటానికి ఆవకాశం ఇచ్చేవాడు కాదు. అయితే ఈ రోజు మనస్సు తృప్తి చెందేలా మాట్లాడి సంతృప్తితో పైకొస్తోంది. ఈ కడవ ఆ నీటితో ఏం మాట్లాడి ఉండాలి?

నింగమ్మ అనే ముసలిది లోపలికి వచ్చి–

"అది కాదు నింగయ్యా! తెల్లవారితే పంచాక్షరి మంత్రం పఠిస్తావు. చీకటి పడితే సారాయి తాగి వస్తావు? ఇది నీకు బాగనిపిస్తుందా? అలా తాగి వచ్చినపుడు మఠం గడప తొక్కకూడదు. అయినా నేను ఊరకున్నాను, ఎందుకో తెలుసా?" అని ప్రశ్నిస్తూనే దీపాన్ని ఎత్తి పట్టుకుని అంగణం కసువు చిమ్ముతూ ముందుకు నడిచింది. సైద గుడ్డిదీపం సంపూర్ణమైన దీపంగా వెలగసాగినా ఒక సారి ప్రకాశిస్తూ, మరొక సారి ఆరిపోతున్నట్టు అనిపించసాగింది. గుండె ఒకే విధంగా కొట్టుకుంటోంది. కడవ ఒరగటం గమనించిన ముసలిది జవాబు కోసం ఎదురుచూడకుండా మాటలు కొనసాగించింది. మళ్ళీ సైద బావిలో మరొకసారి కడవ వదలాలా వద్దా అనుకుంటూ వదిలాడు. 'బుడుంగ్ బుడుంగ్' అని సద్దు చేస్తూ కడవ నిండ సాగింది. ముసలిది–

"అది కాదురా, నీ భార్యను అట్లా కొడతావా? సీదాసాదా ఆడదాని మీద అలా చేయెత్తుతావా? అదేమైనా చెయ్యా? లేక చెక్క పేడా?" అంటూ కసువు చిమ్ముతూ బావి దగ్గరికి వస్తోంది. సైద ఉచ్ఛ్వాస నిశ్వాసాలు పెరిగాయి. జంఘాబలం ఉడిగినట్టయింది. చేదుతున్న కడవ పైకి రావటం లేదు. ముసలిది మాత్రం గబగబా బావి దగ్గరికి వస్తోంది. చేతిలోని చేంతాడు ముగియటం లేదు. వణుకు మరింత పెరిగింది. కాలు వెనక్కి వంచి చేత్తో పగ్గాన్ని లాగుతున్నప్పుడు, చేది నింపి పెట్టిన కడవకు కాలు తగిలింది. బొటనవేలు మరింత నొప్పెట్టి సైద 'హాః' అన్నాడు. అతడి గుండె దీపం దొర్లిపడి నూనె అంతా పరుచుకుని దీపం కొడిగట్టసాగింది. అప్పుడు కడవ పైకొచ్చింది. బొటనవేలిని పట్టుకోవాలో, కడవను పైకి లాగాలో అర్థం కాలేదు. అలాంటి సమయంలో ముసలి నీలమ్మ దీపాన్ని పట్టుకుని ముందుకు వచ్చి–

"ఏమైంది నింగయ్య?" అని అడిగింది.

అంతలో అతడి నల్లటి శరీరాన్ని, బలమైన దేహాన్ని చూసి–

"ఎవరు నువ్వు? నింగయ్యవి కావు... ఎవరు?... దుగ్గగాడి సైద..." అంటూ దీపాన్ని ఎత్తి పట్టుకుని ముఖం చూడటానికి ప్రయత్నించింది. సైదకు ఏం చేయాలో తోచలేదు. ఒంట్లోని గాలిపోయినట్టు ముద్దయ్యాడు. చేతిలోని పగ్గం జారిపోయింది. బావి గిలక పదేపదే చప్పట్లు కొట్టి నవ్వినట్టు అనిపించింది. కంగారుగా పగ్గం పట్టుకోవటానికి ప్రయత్నించి బెదిరిన జింక అయ్యాడు. కాలు తగిలి కడవ దొర్లి నీళ్ళు కారిపోయాయి. కాలి వేలినుంచి రక్తం మళ్ళీ కారసాగింది. ముసలిదాని దీపం ముఖాన్ని కాలుస్తోంది. వీటన్నిటి నడుమ బావినే స్వర్గమని మాట్లాడుకున్న కడవ నీళ్ళలో దిగుతున్నప్పుడు పట్టుకోడానికి ప్రయత్నించి పట్టుతప్పి చేంతాడుతోపాటు బావిలో పడ్డాడు.

సణుగుతున్న ముసలిదాని నోరు మూతబడినా ఆమె కంటి ఎరుపు తగ్గలేదు.

బావిలోకి ఒక సారి తొంగి చూసి, బావి గట్టు మీదున్న అతడి కడవను ఒకసారి తీక్షణంగా చూసి చేతిలో ఉన్న చీపురును కడవలో దూర్చింది.

అంతలో నింగయ్య నీళ్ళ కోసం మఠంలోకి అడుగుపెట్టాడు.

***

సైద నేరస్థుడిలా నుంచున్నాడు.

మఠం ఎదుట ఊరి ప్రముఖులంతా సమావేశమై పంచాయితీ చేసి ఒక పరిష్కారాన్ని కనుక్కున్నారు.

"ఏతాం ద్వారా బావి నీళ్ళు తోడి శుద్ధి చేయించాలి. దానికి అయ్యే ఖర్చు సైదనే భరించాలి' అనే నిర్ణయం వెలువడింది.

సైద బాగుడి పరసప్ప కొడుకు. పరసప్ప మఠంలో పశువులు కాస్తూ, పేడ కసువు ఎత్తే పనులు చేస్తూ ఉంటాడు. సంవత్సరానికి ఒకసారి ఆదాయం పొందేవాడు. మఠం సేవలోనే తన వయస్సును అరగదీశాడు.

"అతడి దగ్గర దుడ్లు లేకపోతే ఇంట్లోని పాడిపశువులను అమ్మి చెల్లించాలి" అనే అభిప్రాయం వెలువడినా, అందుకు పెద్దలెవరూ ఒప్పుకోలేదు.

"ఇలాంటి వాళ్ళ నుంచి జుల్మానా కట్టించుకుని మఠం బావిని శుద్ధి చేయడం అంటే కాలు విరగ్గొట్టుకున్న ఆవును కటికవాడికి అప్పగించినట్టు" అని నిరాకరించారు. చివరికి వెలువడిన తీర్మానంలో మంగలి యంకన్నను పిలిపించి సైద మీసాలు, తల గొరిగించారు. పరసప్ప సెల్లా ఒడ్డి వేడుకుంటూ అన్నాడు–

"నాయినా... తండ్రీ... దుడ్ల దండన వేసి మర్యాద తీయకండి...మర్యాద పోగొట్టకండప్పా... పోగొట్టకండప్పా..." అని అంగలార్చినా ప్రయోజనం లేకపోయింది. చివరికి దైవానికి ఒక చిల్లు నాణ్యాన్ని 'దండన'గా చెల్లించి చేతులు జోడించాడు.

అతడి నేరాన్ని తరతరాలకు చాటి చెబుతున్నట్టు ఆ నాణ్యాన్ని మఠం ముఖద్వారపు గడపకు మేకు పెట్టి కొట్టారు. ఇప్పటికీ ఆ చిల్లు నాణ్యం ముద్దేనూరు మఠం గడపలో చారిత్రక దాఖలాగా నిలిచిపోయింది.

అయితే బావిలోపడి చనిపోయిన పంది అవశేషం దొరకటం కష్టం!

***

రచనా కాలం *:1987*

డా॥బి.టి.జాహ్నవి

రక్తసంబంధం

కెంచకు కళ్ళు మూతలుతున్నాయి. అప్పటికే సమయం పదయింది. అయినా భోంచేసేవారు ఇంకా ఉన్నారు. అందరూ తిన్న తరువాత పాత్రలంతా కడిగి, నేలవూడ్చి, తుడిచి కొడుకు తిప్ప నడుంవాల్చే సమయానికి పదకొండైనా కావచ్చు, పన్నెండైనా కావచ్చు. పదేళ్ళ తిప్ప పొద్దుటి నుంచి ఆ ఇంటి పనులు చేసి చేసి అలసి సున్నమయ్యాడు. ఆ ఇంటి యజమానులు శివణ్ణ, ఇందిరలు. రేపు వారి ఒక్కగానొక్క కుమారుడి పన్నెండవ పుట్టిన రోజు పండుగ. ఈ రోజు బంధూబలగమంతా వచ్చి దిగారు. వాళ్ళ భోజనాలు ముగిసేవరకు తిప్ప కడుపు ఖాళీనే.

భార్య బస్వి దగ్గర తిప్పను ఉగాది పండుగకు పిలుచుకొస్తానని చెప్పే వచ్చాడు. కానీ శివణ్ణ ఇంటికి వచ్చినపుడు ఆ విషయం గురించి మాట్లాడనే లేదు. పైగా డబ్బు కోసం వచ్చానన్నాడు. నిజానికి తిప్పను ఊరికి తీసుకుని పోకూడదనే ఉద్దేశ్యం అతనికి లేదు. అయితే కొడుకును చూసి బస్వి మళ్ళీ మనస్సు మార్చుకుంటే, రచ్చచేసి గోల చేస్తే అనే ఆలోచనతో ఆ విషయాన్నే వొదిలేశాడు. సామాన్యంగా అతను శివణ్ణను కలవటానికి ఇంటి దగ్గరికి వచ్చేవాడు కాదు. ఆఫీసు దగ్గరికి వెళ్ళేవాడు. అయితే ఆ రోజు ఆఫీసుకు సెలవు దినం కావటంతో ఇంటికి వచ్చాడు. ఇక్కడ కొడుకు కష్టార్జితం గురించిన అంచనా అతడికి ఇప్పుడు అవగాహనకు వచ్చింది. లోలోపల సంకటమూ కలిగింది.

కెంచకు నలుగురు పిల్లలు. ఎల్లి, మల్లి, కెంచి, తిప్ప. అందరి కంటే చివరివాడు తిప్ప. అంతేకాకుండా వాడు తల్లి కంటి వెలుగు. ఇద్దరక్కలకు పెళ్ళయిపోవటంతో చిన్న కూతురు కెంచి మాత్రమే మిగిలింది. చేతిలో చిల్లిగవ్వ లేనందువల్ల వచ్చే సంవత్సరానికి ఆమె పెళ్ళి వాయిదా పడింది. పిల్లవాడ్ని నిర్ణయించుకోవటం జరిగిపోయింది. అయితే ఉదయం చెంబు పట్టుకుని పోతున్నప్పుడు, మధ్యాహ్నం తండ్రికి సద్ది తీసుకెళుతున్నప్పుడు బండ చాటునో, పొదల మాటునో తనకు కాబోయే భర్తతో కలసిన ప్రేమవేడికి కెంచి కక్కుకోసాగింది. ఆ క్షణమే పెళ్ళి ముగించాల్సింది. ఎక్కడా డబ్బులు పుట్టకపోవటంతో ఆ ఊరి లింగాయతుల రామణ్ణ సలహామేరకు బడికి వెళుతున్న తిప్పను వాళ్ళింట్లో పనికి

కుదిర్చి డబ్బులు ఇప్పించుకుని వచ్చాడు కెంచ. తన పేగుని పెరికి తీసుకుని వెళుతున్నట్టు బస్వి గోడుగోడున ఏడ్చింది. "మన పాట్లు, మన ఇడుములు ఆ బిడ్డకు ఒద్దని బడిలోన ఏస్తే... ఈ పొద్దు దానిగ్గూడా బండ పడిందిగదా? నా బిడ్డకి తెలిసినోళ్ళింట్లో శాకిరీనే గతి అయ్యింది కదా?" అని మొత్తుకుంది. ఏడుస్తూ, కొడుకును పిలుస్తూ, తిండి తినకుండా, ఎక్కడికీ వెళ్ళకుండా నేల కరుచుకుని పడుకుంది. జీవితంలో మనుమల్ని, మనుమరాళ్ళని చూసినా ఇంకా గట్టిగా, దృఢంగా ఉన్న బస్వి, నలుగురు మనుషులు చేసే పనిని ఒక్కతే చేసిపెట్టే ఆడది. ఆమె పైకి లేవకుండా పడకవేయటంతో కెంచ నిజంగానే భయపడ్డాడు. కెంచకు ఆమె అంటే ఒక విధమైన భయమూ కోపమూ. ఒక విధమైన ప్రేమ కూడా. ఆమె తోడులేకుండా అతడికి ఏ పనీ చేయనయ్యేది కాదు. ఆ విషయం అతనికీ తెలుసు. అందువల్ల ఆమెను ఎన్నడూ తడుముకునేవాడు కాదు. అయితే ఇప్పుడు పూర్తిగా భయపడ్డాడు.

వీరేశి మున్సిపాలిటీలో క్లీనర్. అతడికి ఉద్యోగం దొరికి రెండు సంవత్సరాలు అయ్యాయి. అంతకు మునుపు ఈరేశి అనే పిలువబడ్డవాడు ఉద్యోగం దొరికిన తర్వాత వీరేశి అయ్యాడు. అతడు కెంచకు అల్లుడు. కూతురు, అల్లుడి ముందు తన కష్టాన్ని చెప్పుకున్న కెంచ "యేమైనా సెయ్యండప్పా, బస్వి లేవకుండా పడుకునుండాది. నాకు కాళ్ళు సేతులు పడిపోయినట్టుండాయి" అన్నాడు. "ఊరికే నాను సెప్పినట్టు సెయ్‌మామా. యాడైనా ఓ అయిదొందలు జమాసేస్కునిపోయి కొడుకును పిల్చుకుని రా, యట్లాగూ ఆర్నెల్లు గడిచిపోయిండాయి. మిగతా ఆర్నెల్లకి అయిదొందలు సరిపోతాయి..." అని సలహా ఇచ్చాడు వీరేశి."అయ్యో, నా తాన అంత దుడ్లు యాడున్నాయి. నాను యాడ్నుంచి జమాసేసేది" అని కెంచ మొత్తుకుని, బతిమిలాడుకున్నాక వీరేశి ఆ రోజు ఆగి మరునాడు మామ చేతికి అయిదొందలు ఇచ్చి, "సూడు మామా, నా జతగాడు హుసేనణ్ణ మూడ్నెల్లు గడుపుపెట్టి వడ్డీ ల్యాకుండా దుడ్లు ఇచ్చిండాడు... గడువులోన నువ్వు దుడ్లు సెల్లేయకపోతే నూటికి పదిలెక్కన వడ్డి అయితది..." అన్నాడు. "లేదప్ప, గడువులోనే యట్లయినా సేసి నాను సెల్లేస్తాను" అని చెప్పి ఊరి వైపు బయలుదేరాడు కెంచ. అయితే ఆ అయిదువందలు వీరేశి ద్వారా అతడి అన్న మారెప్పనే అప్పుగా ఇచ్చాడని అతనికి చివరివరకూ తెలియదు. తనదని చెబితే ఎక్కడ దుడ్లు తిరిగి వస్తాయో లేవోనని మారణ్ణనే వీరేశి చేత అలా చెప్పించాడు. ఆ మాటకు రత్ని కూడా వంతపాడింది.

కెంచ తిప్గను పిల్చుకొచ్చిన రోజు తల్లికొడుకుల ఆనందం చూడాలి."అమ్మా..." అని పరుగెత్తుకు వచ్చిన కొడుకును "తిప్గా వస్తివా బిడ్డా" అని ఎదకు హత్తుకుని ముఖమంతా ముద్దులు కురిపించింది బస్వి.

తల్లి కౌగిట్లో కరిగి ఆమె గుండెల్లో తలదాచుకున్నాడు తిప్ప.

గత జ్ఞాపకాల్లో ఎక్కడో తేలిపోయిన కెంచను శివణ్ణ కంఠం హెచ్చరించింది.

"పోవయ్యా, నువ్వు పోయి పండుకోపో. ఇక్కడ కూర్చుని ఏం చేస్తున్నావు? నేను మధ్యాహ్నమే నీకు చెప్పాను. ఇప్పుడు నా దగ్గర డబ్బులు లేవని.."అన్నాడు.

"అట్లాగంటే యెట్లన్నా, అయిదొందలు ల్యాకపోతే రెండొందలన్నా యియ్యన్నా..." అని తలగోక్కుంటూ అడిగాడు కెంచ. "ఏమిటి? మాటిమాటికి దుడ్లు దుడ్లు అంటావు? నేనేమైన ఇక్కడ దుడ్లుకాసే చెట్లు వేశాననుకున్నావా?" అని శివణ్ణ మండిపడ్డాడు. "అది కాదన్నా..." అని అంటున్న కెంచను మధ్యలో అడ్డుకుని, "చూడు కెంచ, ఇప్పుడు దుడ్లు లేవంటే లేవు. అంతే. ఆ పిల్లవాడిని తీసుకొచ్చిన రోజే మీరు వెయ్యి రూపాయలు ఇప్పించుకుని పోయారు. మళ్ళీ ఒకరోజు ఆఫీసు దగ్గరికి వచ్చి మూడు వందలు ఇప్పించుకున్నావ్. మళ్ళీ ఇవ్వమంటే ఎట్లా? ఇవ్వాల్సింది ఏమైనా ఉంటే సంవత్సరం చివరనే. అప్పటిదాకా ఏమీ ఇవ్వను..." అని చెప్పి శివణ్ణ తన గది వైపు వెళ్ళిపోయాడు.

ఎందుకో తాను వచ్చిన పని జరిగేటట్టు లేదని కెంచకు అనిపించింది. 'యెంత పని అయ్యింది కదా? ఆ పిల్లవాడినైనా ఊరికి పిల్చుకుని పోయిండొచ్చు...' అని కెంచ మనస్సులో గింజుకున్నాడు. వంటింట్లో నిద్ర కమ్ముకున్న కళ్ళ రెప్పలను తెరవలేక తెరుస్తూ కసువు చిమ్ముతున్న తిప్పనే చూశాడు. పిల్లవాడు బాగా చిక్కాడు. కళ్ళు, బుగ్గలు అన్నీ లోపలికిపోయి, గుంటలు పడ్డాయి. ఏదో విధంగా ఆడుతూపాడుతూ బడికి వెళుతుండే వాడు. రామణ్ణ ఇంట్లో వదలటానికి మునుపు, వదిలించటమే తరువాయి అటు తరువాత అటు వైపు ముఖం చూపనే లేదు. వాడు తరువాత పల్లెలో ఉన్నది కేవలం మూడు నెలలు మాత్రమే. కెంచకు బస్వి మాటలు గుర్తొచ్చాయి. "నా బిడ్డని మల్లా దూరం సేసిండావు కదరా... నీకెట్లా అర్థమవుతాది నా కడుపు సంకటం... నువ్వు మోసినోడివి కావు, కన్నోడివి కావు... " అని కొడుకు జ్ఞాపకం వచ్చినప్పుడల్లా ఆమె గొడవ పెట్టేది. అయితే కొద్దోగొప్పో భూమి పట్ల ఉన్న మమకారం, అందులో నాటాల్సిన విత్తనాలకో, పంట పండించటానికో, ఎరువులు కొనడానికో డబ్బులు ఆసరా అవుతాయనే ఆశ అతడిని నిష్ఠూరంగా మార్చాయి.

రామణ్ణ ఇంటి నుంచి వచ్చిన తరువాత తల్లి శుశ్రూషలో తిప్ప కళకళలాడసాగాడు. ఆమె గుడిసెలో సాకిన కోళ్ళను వారానికొకదాన్ని తిప్ప కోసం కోసి, వేడి వేడిగా ముద్ద చేసిపెడితే కడుపు నిండా లాగించేవాడు. బస్వి తన కొడుకుకు కేవలం తినిపిస్తూ ఊరుకోలేదు. రామణ్ణ ఇంటినుంచి తిరిగి రాగానే పిల్లవాడిని ఆ ఊరి స్కూలు మాస్టారు

దగ్గరికి పిలుచుకుపోయింది. అయితే సంవత్సరం మధ్యలో చేర్చుకోరని ఆ ఏడాది గడచిపోవాలని ఆయన అన్నారు. దాంతో తిప్ప తల్లితండ్రులతోపాటు తింటూ, తిరుగుతూ ఉండిపోయాడు. వాడి అక్క రత్ని ఊరికొచ్చి తండ్రిని వెంటబెట్టుకుని ఊరికి పిల్చుకునిపోయేంత వరకు సంతోషంగా ఉన్నాడు. అయితే ఊరి నుంచి తిరిగొచ్చిన కెంచ మామూలుగా రాలేదు. మారిపోయాడు. ఏదో ఉన్న చిన్నాచితక పొలంలో భార్యాభర్తలు కొడుకుకు రెండు పూటలు భోజనానికి అయ్యేంత ధాన్యం పండిస్తూ తమ పాలిట తాము కాలం గడుపుతున్నారు. అయితే వీరేశి, అతడి అన్న మారణ్ణలు చేరి కెంచడి తల పాడుచేశారు. మారణ్ణకు ఆఫీసర్ అయిన శివణ్ణ కెంచకు దూరపు బంధువు. వాళ్ళింట్లో పని చేయడానికి ఒక పిల్లవాడు అవసరమయ్యాడు. శివణ్ణ ఆ విషయం మారణ్ణకు తెలిపి, "మన వాళ్ళల్లో ఎవరైనా పిల్లవాడు ఉంటే చూడు" అని చెప్పారు. మారణ్ణ ఆ మాటను వీరేశి, రత్ని ముందు చెప్పినపుడు రత్నికు చప్పున తిప్ప గుర్తొచ్చాడు. 'ఊరికే తిని తిరిగే బదులు వాళ్ళింట్లో పడివుండనీలే... చేతికి నాలుగు కాసులైన వస్తాయి...' అని అనుకుంటూ వెంటనే ఊరికి వచ్చి తండ్రిని వెంటబెట్టుకుని పోయింది. అన్నదమ్ములు ఇద్దరు కెంచను కలసి, "చూడూ, బంగారం పండే భూమి ఉంది. ఊరికే యాల అన్యాయం సేసుకుంటావ్. శివణ్ణకు కావలసినంత ఉండాది. భార్య కూడా దుడుస్తుండాది. ఉండే ఒగేఒగ కొడుకు. ఇంట్లో పడివుంటే సాలు. దుడ్లు గురించి ఆలోచన మీరు చేయద్దు. వాళ్ళు యేరే కాదు. మనోళ్ళే. మన రక్త సంబంధం... నీ కొడుకు మన ఇంట్లో ఉన్నట్లే ఉంటాడు. ఊరకనే దుడ్లను పొలం మీద ఖర్చుపెట్టి పంట పండిస్తూ బంగారంలా ఉండొచ్చు. నిజంగా మామా నువ్వు గా ఇల్లు సూడాలి బిత్తరపోతావు. గా ఇంట్లో ఉండటానికి నువ్వు పున్నెం సేసుకుని ఉండాలి. సూడూ ఆలోచించు..." అన్నారు. కెంచ వాళ్ళ మాటలు విని బిత్తరపోయాడు. "నాదేముందప్పా, నాను యిప్పుడే కావాల్నంటే పంపుతాను. అయితే మా బస్వి ఒప్పుకోవటం శానా కష్టమప్పా" అన్నాడు. "నువ్వు యాల దాని గురించి ఆలోచిస్తావు మామా... నీవు యేమీ తెలియనట్టు ఊర్కుండు. 'ఎందుకు పోయింటివి' అని అత్త అడిగితే 'వీరేశి దుడ్ల కోసం చెప్పి పంపేడే' అని సెప్పు. మిగిలిన విషయాలు మాకు వదిలెయ్" అని వీరేశి చెప్పడంతో కెంచ అందుకు తలూపాడు.

చెప్పినట్టుగానే మారణ్ణ ఊరి నుంచి వచ్చి దిగాడు. చాలా ఏళ్ళకు వచ్చిన మారణ్ణను చూసి బస్వి సంబరపడింది. రాత్రి కోడి కోసి, ఎసరుపెట్టి ముద్ద చేసి, వాళ్ళిద్దరిని భోజనానికి లేపింది. అప్పటికే తిప్ప కడుపు నిండా కేవలం ముక్కలే తిని పడుకున్నాడు.

మారణ్ణ ముద్దవిరిచి చారులో దొర్లిస్తూ, "వీరేశి శానా బాధపడుతున్నాడు కెంచ. ఎట్లయినా సేసి ఆ అప్పు దుడ్లు యిచ్చెయ్" అన్నాడు. "అది కాదన్నా నువ్వూ వీరేశిలా మాట్లాడుతుండావు కదా? అంత దుడ్లు నాను యాడి నుంచి త్యాను" అని గట్టిగా మాట్లాడు కెంచ. "యాడి నుంచి తెస్తానంటే... యియ్యడానికి సేతకాకపోతే యాల యిప్పించుకునిండావు? యిప్పించుకున్నప్పుడు యట్లాగైనా సేసి యివ్వాలప్పా. లేదు అంటే ఎవరు యింటారు" అన్నారు. కెంచ ఒళ్ళు పటపటమని విరుచుకున్నాడు. "నానేం సేసేది మారణ్ణ. ఉన్న రొంత భూమిని ఎవరి దగ్గరైనా కుదవపెట్టమంటావా?", ఆ మాటలు వినగానే మారణ్ణ బల్లిలా సద్దు చేశాడు. "అయ్యో, యింత సిన్న విషయానికి నువ్వు ఎంత తల పాడుసేసుకుంటావు కదా? సూడు కెంచ, నానొక మాట సెబుతాను యింటావా?నాను సెప్పేది నీమంచికే. మరి నువ్వు మనస్సు సిన్నబుచ్చుకోకూడదు" అన్నాడు. వెంటనే కెంచ "అయ్యో యాడైనా ఉందా... అదేందో సెప్పు..." అని అంటూ భార్యను పిలిచి "ఏ బస్వి, మారణ్ణకు ఇంగో నాలుగు ముక్కలెయ్" అన్నాడు. తట్టలో ముక్కలు పడగానే మారణ్ణ మొదలుపెట్టాడు. "మా ఆఫీసరు శివణ్ణ తెల్సు కదా కెంచ, అదేనప్పా మీ బసయ్యతాత మనుమడు"అన్నాడు. "అరే తెల్వకపోవటమేమిడిది మారణ్ణ, సూసి సానా యేండ్లాయ"

వాళ్ళిద్దరి మాటలు విని బస్వి చెవులు రిక్కించి కూర్చుంది. "శివణ్ణ ఇంట్లో ఉండేది ముగ్గురే ముగ్గురు. భార్యా, భర్త, కొడుకు. ఆ యమ్మ కూడా బయట పనికి పోతది. దానికే పైపనులు సేసేదానికి ఒగ పిల్లగాడు కావాల్నంట. వాడు మన పిల్లగాడే అయితే బాగుంటుందని శివణ్ణ మొన్న ఆఫీసులో అన్నాడు. నాకు మీ పిల్లగాడు నెప్పికొచ్చి ఆయనకు సెప్తి. "దుడ్లకేమీ ఆలోచించకండి... "అని, "నువ్వుపోయి పిల్లవాడిని పిల్చుకుని రా" అన్నాడు శివణ్ణ. "ఈడ నిన్ను సూస్తే దుడ్ల ఇబ్బందుల్లో ఉన్నట్టుండావు. దానికే ఏం సేస్తావో..." మారణ్ణ మాటలు ఆపగానే బస్వి గబుక్కున లేచి వచ్చి "అయ్యో గదే మాట పట్టుకునిండారు కదప్పా. ఉండే ఒక్క బిడ్డ మిందనే మీ కండ్లు? ఇంగేదైనా ఉంటే సెప్పు ల్యాకపోతే వూరుకోప్పా" అని చేతులు కడుక్కున్న తట్ట తీసుకుని బయటికి నడిచింది. మగవాళ్ళిద్దరు కొద్దిసేపు మౌనంగా కూర్చున్నారు. "మనస్సులో ఏమీ పెట్టుకోవద్దు మారణ్ణ" అన్నాడు కెంచ. మారణ్ణ తువ్వాలును దులిపి లేస్తూ, "ఏమో మీ మంచికని సెప్తిని సూడప్పా, మాకేమో మా రక్తసంబంధీకులు బాగుపడి, ఒక స్థాయికి రానీ అని ఆశ... మీకు ఇష్టమొచ్చినట్టు సేయండి. శివణ్ణకేమైనా కెంచే కావాల్నా. నీ బిడ్డ కాకపోతే ఇంకెవరైనా వొస్తారు." అని బయలుదేరుతూ, "వీరేశిని పంపుతాను. రేపు సూడండి ఏం

చేస్తారు?" అని బస్సు ఎక్కాడు. కెంచ, "ఈ పొద్దు దీనికి సరిగ్గా రిపేరీ సేస్తాను" అని అనుకుంటూ ఇల్లు చేరాడు. అయితే బస్విని చూడగానే నోట మాట రాలేదు. బస్వి ముఖం ఉబ్బింది. మారణ్ణ మాటలు విని ఆమె కడుపులో నిప్పులు పడ్డట్టయింది. కొడుకును గట్టిగా కరుచుకుని, కొంగులో దాచుకుని రాత్రంతా పడుకుంది. కళ్ళ వెంబడి కారుతున్న నీళ్ళు ఆగనే లేదు. కెంచకు భలే సమస్య వచ్చి పడింది. ఒక వైపు అప్పులవాడి పీడ. ఒక వైపు పిల్లవాడి తల్లి గురించి ఆలోచన. మరొక వైపు వీరేశి, మారణ్ణల మాటలు. అతను ఆలోచనలతో సతమతమవుతూవుండగా వీరేశి, రత్ని వచ్చారు. ఇక వీరేశి అయితే గట్టిగట్టిగా కేకలు పెడుతూనే ఇంట్లో కాలు పెట్టాడు. "అది కాదు మామా, దుడ్లు ఇప్పించుకుని వచ్చినోడివి మల్లా అటువైపు తిరిగి సూడకుంటే ఏమిటి గతి మామా. నువ్వు కడుపుకు ఏం తింటావు మామా. తీసుకున్నప్పుడు ఉన్న యావ ఇవ్వాలనుకున్నప్పుడు ఉండదు కదా. అప్పు ఇచ్చినోళ్ళు బాకీబాకీ అంటూ మా ఇంటికాడికి తిరిగితే నా ప్రెస్టేజి ఏమయితదో సెప్పు? ఏమైనా మానమర్యాదలు లేని మనుషులు..." అని ఒక్కలా వదిరాడు. అదే సమయంలో రత్ని తల్లి దగ్గర, "ఏమమ్మా, ఇట్ల సేస్తే ఎట్లమ్మా, ఆ సారు ఇంటి దగ్గర నుంచి వచ్చినోడు, పశువుని కొట్టినట్టు కొట్టి, నోటికి వచ్చినట్లు తిట్టి, ఉన్నపాటున పిలుచుకొచ్చేడే. " అని గబగబా చెప్పింది. కళ్ళు, ముక్కు తుడుచుకుని "మారణ్ణ వస్తే తిట్టి పంపితివంట, అది కాదమ్మా, ఆ పిల్లగాడ్ని ఇంట్లో పెట్టుకుని ఏం సేస్తావమ్మా, ఇటు రాయనీకి, సదవనీకి నేర్సుకున్నట్టు లేదు, అటు పొలం పనులైనా సేసేటట్టు లేదు. ఊరకనే తిని తిరగనీకి వదిలిండావు. వాడు పదేళ్ళ గాడిద. ఇప్పుడైనా కష్టం సేసి తినటం నేర్పు" అని రత్న ముక్కు మూతి తిప్పింది. 'పొలం కుదువ పెట్టి దుడ్లు తెచ్చివ్వండి' అని భార్యాభర్తలు ఇద్దరూ నిష్ఠూరంగా చెప్పి పోయిన తరువాత బస్వి మెత్తబడింది.

దాని పరిణామంగా తిప్ప శివణ్ణ ఇల్లు చేరాడు.

"ఏయ్ తిప్గా, కిచనంతా క్లీన్ చేశావా?" అరుస్తూ వచ్చింది ఇందిర.

"ఆఁ అయిందక్కా..." అంటూ పెరట్లోకి వెళ్ళి చేతిలో ఒక అల్యూమినియం తట్ట, లోటా పట్టుకుని వచ్చాడు తిప్గ. ఇందిర లోపలి నుంచి ఒక పాత్ర పట్టుకొచ్చి అందులోని అన్నం, చారును ఆ తట్టలో వొంపి, "తొందరగా తిని పడుకో" అని వంటింట్లోకి వెళ్ళింది. తిప్గ తట్ట పట్టుకుని పెరట్లోకి వెళ్ళాడు. కెంచ ఆశ్చర్యపోయాడు. గతంలో అతను ఎన్నడు ఆ ఇంట్లో ఉండలేదు. ఇంట్లో జరిగే విషయాలేవి అతనికి తెలియవు.

"అది యాలరా, నీకు యేరే సిల్వర్ తట్ట?" అని తిప్గను అడిగాడు.

"ఈడింతే.."అన్నాడు తిప్ప. తట్టలోని అన్నాన్ని గబగబా తినసాగాడు. వాడు బాగా ఆకలి మీదున్నాడు. అది చూసి, "పో, పోయి ఇంగోపారి అన్నం పెట్టించుకోపో" అన్నాడూ."లేదు నాయినా, అంతా ఖాళీ అయిండాది. నానే అంతా క్లీన్ చేసిండాను" అని గబగబా లేచి తట్టా, లోటా కడిగి పెట్టి, అక్కడే మూలన నిలబెట్టిన చాప, దుప్పటిని పట్టుకుని, "రా నాయినా..." అని కదిలాడు తిప్ప. బస్వి కొడుకును తలుచుకుని కంటతడి పెట్టినప్పుడంతా "యాల ఏడుస్తావు బస్వి, నీ బిడ్డేమైనా పరాయి వాళ్ళింట్లో ఉండాడా? మన రక్త సంబంధీకుల ఇంట్లోనే ఉండాడు. ఆడ కూడా ఈడున్నట్టే తింటూ తిరుగుతూ ఉంటాడులే.." అని అనేవాడు. బాధతో అతను కళ్ళు మూసుకున్నాడు. మూసుకున్న కళ్ళలోపల తట్ట నిండా చారు, వేడి వేడిగా చేసి పెట్టిన ముద్ద, కొడుకు పక్కన కూర్చుని ప్రేమగా తినిపిస్తున్న బస్వి చిత్రం మెదిలి అతడిని ఉలిక్కిపడేలా చేసింది. పక్కనే పడుకున్న తిప్ప, "నాయినా, పండక్కి ఊరికి పిల్చుకునిపో, అమ్మను సూసినట్లుంటాది" అని అన్నప్పుడు కెంచకు నోట మాట రాలేదు. గొంతు పూడుకుపోయింది. మళ్ళీ తిప్పనే, "మొన్న వీరేశి మామా, మారణ్ణ మామా వచ్చి ఆ యక్కతో ఏమేమో సెప్పి దుడ్లు ఇప్పించుకుని పోయిండారు" అన్నాడు. కెంచకు యెవరో ఎద మీద గుద్దినట్టయింది. "దానికే శివణ్ణ గంత బిర్రున మాట్లాడింది. యట్లనో నాలుగు రోజులుండు. తరువాత ఊరికి పోదాం" అని కెంచ నిట్టూర్పు విడిచాడు.

మరుసటి రోజు బిడువు లేనట్టు వారికి పనులు చేయాల్సి వచ్చింది. యాభై మంది భోజనానికి వచ్చారు. కెంచ కంచాలన్ని ఎత్తుకొచ్చి తిప్పకు ఇస్తున్నాడు. అంతా మాంసపు వంటకాలు. అయితే ఎవరూ సరిగ్గా తినలేదు. కంచాలలో వడ్డించినదంతా తినకుండా వదిలేసి అందులోనే చేతులు కడుకున్నారు. "ఈ పేటజనం శానా అన్యాయం మనుషులు రా తిప్ప. అది కాదూ వూర్కేవుంటే ఏమొస్తుంది సెప్పు, పూటుగా తిన్లేనప్పుడు వచ్చేదేంటికి?" అన్నాడు కెంచ. తిప్ప కడిగిపెట్టిన కంచాలన్నీ ఎత్తుకుని లోపలికి పోయాడు. వంటింట్లో ఇందిర ఉండటం చూసి గుమ్మంలోనే నిలబడ్డాడు. ఆమె ఇతడిని చూడలేదు. అక్కడే వంటింటి కట్టమీద నాలుగు ఎంగిలి కంచాలున్నాయి. అందులో మాంసపు ముక్కలన్నీ అలాగే ఉన్నాయి. అందులోనే చేతులు కడుక్కున్నారు ఎవరో పుణ్యాత్ములు. ఇందిర ఆ కంచాల్లోని నీళ్ళను వొంపేసి, ముక్కలన్నీ తీసి పాత అల్యూమియం గిన్నెలో వేసింది. అదంతా చూసిన కెంచ, "ఈ ఇంటి కుక్కలు పుణ్యం చేసుకున్నాయి" అని అనుకుంటూ మెల్లగా లోపలకి పోయి కంచాలు పెట్టి బయటికి వచ్చాడు. వచ్చిన అతిథులందరి భోజనాలు అయ్యాక కెంచ వంతు వచ్చింది. తిప్ప ఇంకా బయటే ఏదో పనిలో ఉన్నాడు.

కెంచ తను తిన్న తట్ట పట్టుకుని వెళ్ళే సమయానికి తిప్ప పనంతా ముగించుకుని, పెరట్లో ఉన్న తన తట్ట, లోటా పట్టుకుని కదిలాడు. కెంచ తన తట్టని కడిగి వంటింట్లో పెట్టి బయట తింటున్న తిప్ప పక్కకు వచ్చి కూర్చున్నాడు. తిప్ప తట్టలో అన్నం, పులుసు, నాలుగైదు మాంసం ముక్కలున్నాయి. “పొద్దుట్నుంచి ఒళ్ళు హూనమయ్యేలా పని సేసినా, కడుపు నిండా పెట్టనీకి ఎట్ల సేస్తది కదా ఈ ఆడది... ఇంత మంది ఊరికూరికినే వచ్చి తిని పారేసి పోతే ఎంత సంతోషం వీళ్ళకి...పన్జేసే పిల్లగాడికి కడుపు నిండా పెట్టనీకి ఈమెకు ఏం బాధో?” అని బాధతో ఒక్కగానొక్క కొడుకు ముందు వదిరాడు కెంచ. కొడుకు పరిస్థితి చూసి అతని కడుపు మండింది. అదే సమయంలో ఇందిర తిప్పను పిలిచింది, “వస్తినక్కా” అంటూ వాడు తింటున్నది వదిలేసి పరుగెత్తాడు. తిరిగి వచ్చేటప్పుడు వాడి చేతిలో పాత అల్యూమినియం గిన్నె ఉంది. అందులో నిండుగా మాంసపు ముక్కలున్నాయి. వాటిని తన కంచంలో వొంపుకున్నాడు తిప్ప. కెంచ కళ్ళు చిట్లించుకుని చూశాడు. ఇందిర ఎంగిలి కంచాల్లోంచి తీసి పెట్టిన ముక్కలవి. వాటిని చూడగానే అతడికి కేవలం తాళింపులో కోడిని ఉప్పు పూసి మృదువుగా కాల్చి కొడుకు ముందు పెడుతున్న బస్వి గుర్తొచ్చింది. అతడి పేగులు పిండినట్లయింది. “తినొద్దు, పారేయ్...” అని తిప్ప తట్టని గబుక్కున లాక్కున్నాడు. “నాయినా, యియ్యి నాయినా, సానా ఆకలిగా వుండాది. యియ్యి నాయినా” అని తిప్ప తట్టను తీసుకోబోతుండగా కెంచ వాడిని ఒక దెబ్బ వేశాడు. “పోరా, ఒక రోజు తినకుంటే సావవు పో, పోయి చేయిసంచి ఈడ త్యారా” అని వాడి తట్టను తీసుకుని నేరుగా శివణ్ణ ముందుకు పోయాడు. హాల్లో అందరూ కూర్చుని తాంబూలం సేవిస్తూ మాటల్లో మునిగివున్నారు. అక్కడే ఉన్న ఇందిరను చూసి, “ఏమమ్మా, ఇంద్రమ్మా, నువ్వు సానా పెద్దమనిషి అనుకుంటి కదమ్మా, నా కొడుకును నీ ఇంటిని కాపలా కాసే కుక్క అని అనుకునిండావేమమ్మా?” అని అనగానే అక్కడ కూర్చున్నవారంతా ఒక్కసారిగా ఉలిక్కిపడ్డారు. “ఏయ్ ఏమిటి గలాటా? ఇప్పుడేమైంది?” శివణ్ణ కోపంగా అన్నాడు. “ఏమైనాదో నీ పెండ్లాంనడుగు...యెవరో తిని, సేతులు కడుక్కుని వొదిలిలేసిన తట్టలోని ముక్కలేరి నా కొడిక్కి తిను అని ఇచ్చిండాది కదా... కడుపుకు అన్నం తినేవాళ్ళు సేయాల్సిన పనేనా ఇది?” కెంచ ఆవేశంగా అన్నాడు. ఇందిర ముఖమంతా ఎర్రబరుచుకుని, “ఏయ్, సరిగ్గా మాట్లాడు” అంది. “ఏం సరిగ్గమ్మా...నువ్వు సేసిండేది సరిగ్గా ఉంటే నా మాటలు సరిగ్గా ఉండేవి.. అదికాదమ్మా, నా కొడుక్కి నువ్వు వొదిలేసిన ఎంగిలి కూడు పెడతావా? యేమి సదివింటే యేమిటి? యంత ఉంటే యేమిం? మంచి గుణం ల్యాకపోతే? ” అన్నాడు కెంచ. “చాల్చాలు నోరు

మూసుకో" అని శివణ్ణ కసిరాడు. "దేనికప్పా నాను నీ ఇంటిలో దొంగతనం సేసిండానా, నోరు మూసుకున్నీకి. నాకు తిన్నీకి గతి లేదని నీ ఇంట్లో నాకొడుకుని వదిలిండానని అనుకునిండావా? లేదు... నీ దుడ్లు, నీ గొప్పదనం సూసి నీ ఇంట్లో వదిలిండానని అనుకునిండావా? ఏమిడిదో మా జనం, మా కన్నపేగు మీకు ఒక ఆసరా, నా కొడుక్కి మీరూ ఒక ఆసరా అని వొదిల్తిని. నువ్వు ఈ పొద్దు ఎందుకింత పెద్దమనిషి అయిండావో సెప్పు... మీ నాయినా, మీ తాత, సిన్న వయసులోనే గౌడ ఇంట్లో కసువు ఊడ్చి, ఎంగిలి ఎత్తి బతికిండారు. మరవకూడదప్పా శివణ్ణ. మూలాన్ని మరవకూడదు. సదువుకున్నా, గొప్పగొప్ప జనాలతో కూసుని లేచినా సన్నతనం, సన్న బుద్ధి తనలో పారుతుండాదని ఈ యాల సూపింది నీ పెండ్లాం. వొస్తానప్పా, నాను నా కొడుకిని తీస్కొని పోతుండాను" అని బయలుదేరాడు కెంచ. "పిల్చుకుని పో, ఎవరు వద్దంటారు నిన్ను... మీకంతా బయట నిలబెట్టి, కూడు ఎత్తి వేసి దూరంగా పొతారు కదా వాళ్ళే సరిపోతారు. దానికే మీరు లాయక్కు" అని ఇందిర బుసలు కొట్టింది. కెంచ ఆగి, "అవునమ్మా, నువ్వు సెప్పింది సత్తెం. ఏడిదో నాలుగచ్చరాలు నేర్సుకుని, నాలుగు దుడ్లు దుడుస్తావని నువ్వే మాకు అన్నం ఎత్తేస్తాండావు, వేరే తట్టా, లోటా పెట్టిండావు. తినడానికి బయట కూసోబెట్టిండావు. తినడానికి ఎంగిలికూడు పెట్తుండావు, అట్లాంటప్పుడు అనాది కాలం నుంచి నడుస్తా వచ్చిండేది ఒక లెక్కా... బయట నిలబెట్టి తిన్నీకి పెట్టేవాళ్ళు, మమ్మల్ని సూసి దూరంగా జరిగేటోళ్ళు వేరేవాళ్ళమ్మా...వాళ్ళంతా వేరే. అయితే మీరు ...? మీరు మావాళ్ళమ్మా ... మా జనం... మా రక్తసంబంధీకులమ్మా, మా రక్తసంబంధీకులమ్మా...." నీళ్ళు నిండిన కళ్ళను తుడుచుకుని, చేతి సంచిని పట్టుకుని నిలబడిన తిప్ప చేయి పట్టుకుని కెంచ బయటికి నడిచాడు.

'కొడుకును చూసిన బస్వి ఎంత సంతోషపడవచ్చు,? ఎంత సంబరపడవచ్చు?' అన్నది మనస్సులో కల్పించుకుంటూ తన గుండెలోని ఆరాటాన్ని, బాధను, కడుపులోని సంకటాన్ని మరవటానికి ప్రయత్నించాడు.

***

రచనా కాలం :1989

డా॥ మూడ్నాకూడు చిన్నస్వామి

మూగడి బాధ

రాచమ్మ ఏకైక పుత్రుడు బసవ. మాటలు రాని బసవ. మొదట్లో మూగబసవ అయినవాడు తరువాత కేవలం 'మూగ' అయి అందరిచేత అలాగే పిలవబడేవాడు. తల్లి ప్రేమపూరితమైన నోరు మాత్రం 'బసవ' అని పిలిచినపుడు ఇతడి కళ్ళు విప్పారేవి.

మాటలు రాని మూగ తన బాధను ముఖకవళికలతోటే తోడుకోగలినవాడు. తన చుట్టూ ఉన్నవారు రెచ్చగొట్టడం, వెక్కిరించడం తప్ప ఇతరుల గంభీరమైన ప్రతిక్రియల పరిచయం అతడికి లేదు. తండ్రి చనిపోయిన మరుసటి రోజు నుంచే పిత్రార్జితమన్నట్టు యజమాని నాగలికి తన భుజమిచ్చాడు. అతడి తండ్రి యొక్క తండ్రి అంటే తాత కూడా ఇదే కొట్టంలో జీతగాడిగా ఉండేవాడన్నది మూగబసవడికి అర్థమైంది. అందువల్లనే తండ్రి ఆస్తిని నిర్వహించేవాడిలా నిజాయితీ, బాధ్యతలతో యజమాని కొట్టంలో తన పాలేరుతనాన్ని తగినట్టుగా చూసుకుంటున్నాడు. చలువెగౌడకు ఇతను కట్టుబానిస కొడుకుకు కొడుకు.

రాచమ్మకు బసవ కన్నపేగు అయితే, మూగబసవడికి కాళ పెంచిన పేగు. మూగడి ఆజ్ఞాపాలకుడై బలంగా పెరిగి నుంచున్న కాళ కళ్ళు చెదరగొట్టేలా ఉన్న కోడె. కాళకు జోడిని వెదకడానికి మూగ తన పెద్దనాన్న కూతురికి వరుణ్ణి వెదకడానికన్నా ఎక్కువగా కష్టపడ్డాడు. అతడు తిరగని సంత లేదు. తిరుగని ఊరు లేదు. చివరికి ఆ తెల్లటి కోడె కాళకు జతగా వచ్చింది.

కాళ అల్లరిని చూసి జనం ఆనందించేవారు. తోకను పైకెత్తి కొమ్ములు కిందికి చేసి మూగను పొడిచేస్తుందేమోనన్నట్టు వచ్చి మూతికి మూతిని తాకించి మళ్ళీ చెంగున గెంతి మూగడి చేతిలోంచి తప్పించుకుంటూ ఉండేది. ఊళ్ళోని దారుల్లో కాళను తోలుకుని రావాలంటే మూగడికి తల ప్రాణం తోకకు వచ్చేది. కాళ ఒక్క సారి తీక్షణంగా చూస్తే చాలు; ఊరి ఆడపిల్లల నడుం మీది నుంచి నిండు కడవలు దబ్బున కింద పడేవి. మట్టి కడవలైతే పగిలి ముక్కలయ్యేవి. అప్పుడు వాళ్ళు పెట్టే పిడికెడు శాపాలు ఎప్పుడూ మూగడికి ఉండేవే. కాళ కోసం వాటన్నిటిని మూగడు భరించేవాడు. పిల్లాజెల్లా కంటపడితే కాళ ముగుతాడును గట్టిగా పట్టుకుని మూగ నడిచేవాడు.

మూడు రోజుల నుంచి మూగ ఉదాసీనంగా ఉన్నాడు. ఈ రోజు దుఃఖం మరింత పెరిగినట్టుంది. కాళ నీళ్ళు తాగి మూడు రోజులైంది. కుడితినీళ్ళ తొట్టి ముందుకు లాక్కుని వచ్చినా అది నోరు మాత్రం తెరవలేదు. కళ్ళ నుంచి నీళ్ళు కారుతూనే ఉన్నాయి. ఇతర పశువులతో మేత మేస్తున్నప్పుడు పొగరుగా ఉండే ఈ కోడె ఉన్నట్టుండి ఇలా అయిందే అనే చింత మూగడ్ని పీడించసాగింది. ఇది మేతకూ నోరు పెట్టలేదని అప్పుడే తెలిసింది. ఆ రోజు కొట్టానికి తిరిగి వస్తున్నప్పుడు దార్లో రెండు మూడు సార్లు కూలబడింది కూడా. కోడె ఒంటి మీది వాతలు మూగడి కోపానికి సాక్షుల్లా ఉన్నాయి. ఒక వేళ వాటిని యజమాని చూస్తే అదే చర్నాకోలుతో తిరుగు దెబ్బలు గ్యారెంటీ అన్నది మూగడికి తెలుసు. అది కోడెకు పిడికెడు మేత తినిపించటానికి చేసిన చివరి ప్రయత్నం.

చలువే గౌడగారి కొట్టంలోని ఇతర మూగ ప్రాణులతో పాటు మూగడూ ఒక్కడై చాలా ఏళ్ళే గడిచాయి. ఇతడి సుఖదుఃఖాలకు ఎలా ప్రతిస్పందించాలో ఆవులకు-దూడలకు, మేకలకు-గొర్రెలకు తెలుసు. ఎన్నో సార్లు మైదానంలో మేపేటప్పుడు వర్షం వచ్చేస్తే గేదె కాళ్ళ మధ్య మోకాళ్ళు వంచి కూర్చునే వాడు. అనేక సార్లు దాని మీదే పడుకుని నిద్రపోతూ ఇల్లు చేరటమూ జరిగింది. అతడికి మరీ విసుగేసినపుడు ఒక గొర్రెపిల్లను పట్టుకుని దాని నోరు వెడల్పుగా తెరిచి పళ్ళని లెక్కపెట్టేవాడు. పరుగెత్తించటానికి మేకలు ఉండేవి. కొట్టం చేరిన వెంటనే పశువులకు నీళ్ళు తాగించి కుడితిలో పిండి కలగలిపి, పశువులకు గడ్డివేసే గాడిపాయలో మరికొంచెం గడ్డి విడదీసి వేసి, గొర్రెలను మందలోకి తోలి, పెరట్లో కాళ్ళు చేతులు కడుక్కుని యజమానురాలి ఎదుట వినయంగా నుంచుని, "పోయొస్తానమ్మా" అనేవాడు. యజమానురాలు 'ఉండు' అని సైగ చేస్తే వీడి భుజాల మీది తువ్వాలు వెడల్పు అయ్యేది. మూగడి సంతోషానికి హద్దే ఉండేది కాదు.

మూగడు ఆ రోజు ఎప్పటిలా యాంత్రికంగా ఇంటికి తిరిగి రాలేదు. కాళ ఒళ్ళు తడుముతూ, ముఖం సవరిస్తూ నుంచున్నాడు. అతడి కళ్ళచుట్టూ నీటి ప్రవాహాలు జాగృతమయ్యాయి. గుడ్డివాడి చేతికర్రను మరొక గుడ్డివాడు పట్టుకుని నడిపించినట్టుంది ఇతడి పరిస్థితి. వేరే ఏదో పంచాయితీ అజమాయిషీ నుంచి అప్పుడే వెనుదిరిగి వచ్చిన గౌడ మూగడ్ని చూసి కొంచెం విచలితులయ్యారు.

"ఎందుకు రా దెయ్యం పట్టినోడిలా నుంచున్నావు?" గౌడ గట్టిగా అడిగారు.

"ఆ c ఊ c" అంటూ తల వొంచుకున్నాడు మూగ. తిడుతూనే దగ్గరకు వచ్చారు గౌడ. మబ్బుగా, కళ్ళ వెంబడి నీళ్ళు కారుస్తూ నుంచున్న కోడెను చూసి, "ఎలా కొట్టావుకదరా? ఎన్నాళ్ళ నుంచి ఇట్లా ఉందిరా? చెప్ప కూడదేంరా?" అంటూ కలవరపడ్డారు. 'పనికిమాలిన మూగవాడ్ని పనిలో పెట్టుకున్నాను కదా' అని మరొక

సారి మూగడి వైపు గుర్రుగా చూశారు. మూగడి పై ప్రాణాలు పైనే పోయినట్టయ్యాయి. ఏడ్వటం మొదలుపెట్టాడు.

కాళకు సమానమైన జత తెల్లటి కోడె బెదరిపోయి నుంచుని ఉంది. గౌడ ఒక సారి దాని వైపు చూసి నిట్టూర్పు విడిచారు. రాబోయే దీపావళి జాతరలో ఎడెయూరు సంతకు వాటిని తోలాలని ఆయన అంతకు మునుపే నిర్ణయించుకున్నాడు. ఆ సమయానికి అవి ఏపుగా పెరుగుతాయని ఆయన అభిప్రాయం; కనీసం మూడున్నర వేలకు అవి అమ్ముడుపోతాయని; రెండు వేలకు ఒక లేగ జంటను కొని, పదిహేనువందలు లాభం పొందవచ్చని గౌడ లెక్క వేశారు. ప్రతీ దీపావళికి, మూగడికి ఒక జత సల్లాడాలు, తువ్వాలుగుడ్డను కొనటం ఆయన మరిచేవారు కాదు. మూగడి చేతిలో పశువులు బాగా ఒళ్ళు పట్టేవని ఆయనకు తెలుసు. శనివారం సంతకు గొర్రెను తోలేటప్పుడు మందలో నుంచి మూగడే గొర్రెను ఎంపిక చేసేవాడు. మూగడు గొర్రె ముక్కుపుటాలను పట్టుకుని చూడటంలోనూ వాటి లక్షణాలను గుర్తించడంలోనూ సాటిలేని వాడు. ఒకటి రెండు సార్లు సంతకు వెళ్ళి అక్కడ కటికవాళ్ళు గొర్రెలను ఎలా పరీక్షిస్తారో ఆ పద్ధతులన్నీ జాగ్రత్తగా గమనించడం వల్ల యజమాని కోరుకున్నట్టే గొర్రెను ఎంపిక చేసేవాడు. మూగ లేకుండా ఏ గొర్రె కూడా సంత వైపు ముఖం చూపేది కాదు.

మూగడిని అనుమానించడానికే అవకాశం లేకపోవటంవల్ల గౌడగారు పశువుల విషయంలో నిశ్చింతగా ఉన్నారు.

కోడెకు రోగం తగిలిందేమోనని గౌడకు ఉన్నట్టుండి అనిపించింది.

"చుట్టుపక్కల గ్రామాల్లో ఏవైనా పశువులు చచ్చిపోయాయేం రా" అని పక్కన నుంచున్న బావమరిది శివగౌడను అడిగారు.

"అలాంటి వార్తలేం రాలేదు బావా" అని సమాధానం వచ్చింది.

"సైకిల్ తీసుకుని పోయి ఆ పంతుల్ని పిలుచుకుని రా" అని నోటి వెంబడి మాట వస్తుండగానే శివగౌడ సైకిల్ పట్టుకుని బయలుదేరాడు.

గౌడలో ఆందోళన పెరుగుతూ పోయింది. ఆయన భార్య చెన్నమ్మ కూడా కాళకు సపర్యలు చేయడానికి సహాయంగా వచ్చింది. అసహాయతకు ప్రతిరూపంగా ఉన్న మూగడిని చూసి చెన్నమ్మకు కనికరం కలుగుతోంది.

మబ్బుగా ఉన్నట్టు కనిపిస్తున్న కోడె నోటినుంచి నురుగుతో జొల్లు కారటం ప్రారంభమైంది.

"నమస్కారం గౌడగారు" అంటూ పంతులు ప్రత్యక్షమయ్యారు.

"ఆఁ నమస్కారం, రండి పంతులు గారు రండి. ఈ మూగజంతువు ప్రాణాన్ని కాపాడండి"

“దేవుడున్నాడు, ఓపిక పట్టండి, ముందు విషయం ఏమిటో తెలుసుకుందాం” అంటూ పంతులు నోటి వెంబడి సాంత్వనపు మాటలు వచ్చాయి.

“అదీ ఒక జంతువు, ఈ తెలివితక్కువ మూగడు కూడా ఒక జంతువే. మాకు విషయమేమిటో తెలియలేదు. ఏదో ఒకటి చేయండి” మూగడి వైపు గుర్రుగా చూస్తూ అన్నారు గౌడ.

పశువులు, మనుషులు అనే తేడా లేకుండా వైద్యం చేసే ఆ పంతులు కోడె నోరు తెరిచి చూశారు. దాని తల వెనుక భాగాన్ని అదిమారు. ఏం తెలిసిందో ఎవరికీ చెప్పలేదు. తమ చేతిసంచి మూతి విప్పి అందులో ఉన్న అయిదారు రకాల ఆకుల కట్టలను మూగడి చేతికి ఇచ్చి, బాగా నూరి రసం తీసుకునిరా” అన్నాడు. అయోమయంగా కళ్ళు విప్పార్చుతున్న మూగడి చేతుల నుంచి ఆకుకట్టలను గౌడ భార్య చెన్నమ్మ లాక్కుని తానే నూరటానికి ముందుకొచ్చింది.

పచ్చటి ఆకుల రసంతో పాటు కొంచెం నీళ్ళు కలిపి దొన్నెలో నింపారు. గౌడగారు కోడె దవడను ఎడమ చేత్తో పట్టుకుని కుడిచేతిలోని దొన్నెను నోట్లో దూర్చడానికి ప్రయత్నిస్తుంటే మూగడు కోడెనోటిపై భాగాన్ని పైకెత్తుతున్నాడు. అప్పటికే బలహీనపడుతున్న కాళ తనకు ఏమవుతుందో తెలియక భయపడసాగింది. తాగించిన రసమంతా దాని నోటి చివరల నుంచి బయటికి వస్తుండటాన్ని గమనించిన గౌడగారు మరొకసారి నిట్టూరుస్తూ ఆకురసం తాగించటం ఆపేశారు. అప్పటికే చెన్నమ్మ నంజుండేశ్వరుడికి మొక్కుకుని పసుపు పూసిన బట్టతో పావలా బిళ్ళను ముడుపుకట్టి దూలానికి బిగించింది. కొట్టంలో మౌనం కమ్ముకుంది.

“చాలా ఆలస్యంగా చెప్పి పంపారు కదా” పంతులుగారు రాగం తీశారు.

“శివుడి ఇచ్ఛ. ఏం చేయగలం? ఇక మీరు వెళ్ళొచ్చు పంతులుగారు” అని పంతులు చేతిలో గౌడ రెండు యాభై నోట్లు కుక్కారు.

దుఃఖంతోపాటు చీకటి పెరుగుతోంది.

మిగతా పశువుల మువ్వల నాదం, గిట్టల చప్పుళ్ళు, దూడల గంతులు గంభీర మౌనమనే స్వచ్ఛమైన నీటిలో ప్రతిఫలిస్తున్నాయి.

అంతలో మూగడి తల్లి రాచమ్మ కొడుకును వెదుకుతూ వచ్చి గౌడగారి కొట్టంలోకి ఒకసారి తొంగి చూసి కోడె పరిస్థితి గ్రహించి దిగులుతో వెనుదిరిగింది. కొట్టంలో నేల మీద పడివున్న కాళ చుట్టూ నుంచున్నవారు అక్కడే కూర్చున్నారు. గౌడ కూడా. మూగడు కాళ ఒళ్ళు తడమటం ఆపనేలేదు. ఆ రోజు ఆకలి కొట్టం లోపలికి ప్రవేశించ లేకపోయింది. లాంతరు మసక వెలుతురులో అందరూ ఒకరి ముఖాలొకరు చూస్తూ కంగారుపడుతూ కూర్చున్నారు.

అప్పుడు నడినెత్తి మీద కనిపిస్తున్న చంద్రుడు పదహారు స్తంభాల కొట్టంలోకి తన కిరణాలను చొప్పించి కొట్టాన్ని కాంతివంతం చేశాడు. ఆకాశంలో తేలుతున్న నల్లటి మబ్బులన్నీ మూగడికి కాళలా కనిపించసాగాయి. మధ్య రాత్రి సమీపిస్తూ ఉండొచ్చు. కాళ వాలిన ముఖం కొట్టం నేలను తాకింది.

మూగడి బాధను అక్కడున్నవారు చూడలేకపోయారు.

"తెల్లవారిన తరువాత మాదిగవాడకు చెప్పి పంపండ్రా" అంటూ గౌడ భుజం మీదున్న తువ్వాలును దులిపి తమ పడకగది వైపు కదిలారు. మూగడు తన ఏడ్పును అదిమి పెట్టుకుని వెక్కుతున్నాడు. వాడి కన్నీటికి భాష లేదు. భావాల మహా ప్రవాహమే ఉండింది. సంక్రాంతి రోజున తాను కాళ ఒళ్ళు రుద్ది, కడిగి, కొమ్ములకు రంగు పూయటం గుర్తు తెచ్చుకుని కొమ్ములను ఒకసారి ముద్దు పెట్టుకున్నాడు. అందరూ తమ తమ పక్కలు చేరుకున్నారు. కాళను ఒరిగి కూర్చున్న మూగడు మాత్రమే తెల్లవారే వరకు మేల్కొనే ఉన్నాడు.

దేవుడి ముందు తప్పెట కొట్టేవాడు సాగుతున్నట్టు సూర్య భగవానుడి ముందు మరుసటి రోజును చాటేటటువంటి కాకులు ఎలాగో దళితవాడకు కోడె చనిపోయిన వార్తను చేరవేశాయి. కోడె చావుకు గౌడగారి కొట్టాన్ని చుట్టుముట్టిన కాకులు దళితవాడ వైపు ఎగిరేటప్పుడు తెల్లటి పావురాలవుతాయి. చావడి కట్ట అరుగు మీద తమను తామే మత్తులో విసిరేసుకున్న వయసు కుర్రాళ్ళకు ఆ రోజు మబ్బులో కలగంటున్నట్టు అనిపిస్తోంది. పడుకున్నచోటే గుసగుసలాడుతున్నారు. 'ఒకడికి విషం మరొకడికి మృష్టాన్నం కావచ్చు' అన్నది కేవలం సామెత కాదు. చనిపోయిన కోడె రైతుల వీధిలో మౌనాచరణకు వస్తువైతే, అదే కోడె దళితవాడలో పండుగ సంబరాన్ని కలగజేయటం విచిత్రం కాక ఇంకేమిటి?

మరియా మరియు కెంచలు ఎద్దుల బండి సిద్ధం చేస్తున్నారు.

ఆ రోజు ఎవరూ కూలికి వెళ్ళకూడదని అక్కడ నిర్ణయం జరిగింది.

ముసలివాడు కరిబసవ తనకు కోడెలో ఏ భాగం కావాలో కెంచ చెవిలో మెల్లగా గుసగుసలాడాడు..

"ఇంట్లో బాలింత ఉండాది, రొంత నన్ను సూస్కోప్పా" అని దీనంగా వేడుకున్నాడు.

"సంవత్సరం పొడుగునా మీ ఇండ్లలో కడుపుతో ఉన్నవాళ్ళో, బాలింతలో ఉండనే ఉంటారు కద తాతా?" అని కెంచ వెక్కిరించాడు.

"నలుగురు కోడళ్ళు, ఏం సేసేదప్పా" తాత తన గోడు వెళ్ళబోసుకున్నాడు.

"ఇంట్లో జాగా లేదని నీ కొడుకులు పక్కిండ్ల ముందరి అరుగుల్నో, కట్టల్నో సూసుకుంటారు కదా తాతా?" మరియా కూడా ఎకసక్కంగా అన్నాడు. గుంపు కిసుక్కున నవ్వింది.

అక్కడ చేరుకున్న వయసు కుర్రాళ్ళ మధ్య కోడెను కోసి ఎన్ని కుప్పలు వేయవచ్చో, అందులో యజమాని సిద్ధడికి ఎంత ఇవ్వాలి అనే ప్రశ్న తలెత్తింది. అదే సమయంలో పీర్‌సాబ్ హాజరై, "చర్మం ఖరీదు ఎంతో చెప్పండయ్యా" అన్నాడు. అతడి వ్యవహారం తెలిసిన కెంచ, "ముందు అడ్వాన్స్ పెట్టప్పా" అన్నాడు. బండి సిద్ధమై గౌడల కొట్టం వైపు బయలుదేరింది.

సుమారు ముప్ఫయి గుడిసెలున్న దళితవాడలో యజమాని సిద్ధడిది మాత్రమే పెంకుటిల్లు. చావడి కట్ట ఒక వైపున చిన్న గోపురంలో ఊరి కాతవ్వ అనే గ్రామ దేవత ఉండేది. ఆమె వీధి బాధ్యతలు చూసుకునే ఏకైక దేవత. ఇక్కడ ఏ విశేషం జరిగినా ఆమె ఎదుటే జరగాలి. అక్కడ అన్యాయం చెల్లదు. అందరితో కలసి మజ్జు మాంసం తిని దృఢంగా తయారైంది ఉరికాతవ్వ. ఈ వాళ ఈ వాడ జనాన్ని మాట్లాడించటటానికి కుదరదని ముందే తెలిసివుండటం వల్లనో ఏమో ఎవరూ జీతగాళ్ళను లేపడానికి కానీ, పొలం వైపు పంపడానికి కానీ రాలేదు.

ఆడవాళ్ళు లేస్తుండగానే ఈ శుభ సమాచారాన్ని విని సూర్యుడికి ఒక నమస్కారం, మారెమ్మ గుడికి ఒక నమస్కారం పెట్టి, దుమ్ముకొట్టుకు పోయిన పెద్ద తపేలాను, మసి మెత్తుకున్న బాణలి మొదలైనవాటిని అటక నుంచి దించి కడగసాగారు. ఊరి వాకిలికి అంటుకున్నట్టున్న సారా అంగడి రాజప్పకు విషయం తెలిసి ఒక పీపా ఎక్కువ తెప్పించాడు. సారాయి అమ్మే నింగ కూడా మరొక సంచి కోసం గాడిదను పక్క ఊరికి తోలాడు.

మారెమ్మ పండుగ గడిచిన నెలలోనే దొర్లిపోవటం వల్ల వీధి జనానికి ఈ సంబరం మరొక సారి మారెమ్మ పండుగను గుర్తుకు తెస్తోంది. మొద్దు బారిన నాలుకలు ఉదయం నుంచి తడుపుకుంటున్నాయి. కోడె మాంసపు చపలత్వం మూగడి తల్లి రాచమ్మనూ వొదల్లేదు.

"వాపస్ రమ్మనంటే వచ్చిండెనా. ఒగ ముద్ద బువ్వ సరిగ్గా తినింది లేదు. నా మొగుడు గీ కొట్టంలో జీతగాడుగా కష్టం సేసి కష్టం సేసి అలసిపోయేడె. ఆ గౌడ కోసరమే బదుకంతా అరగదీసుకునిండాడు" అని గొణుగుతూ పొయ్యి వెలిగించడానికి కంచె కావల పుల్లలు ఏరుకుని రావటానికి వెళ్ళింది.

పొద్దు బారెడు దూరం సాగి వచ్చింది.

పిళ్ళెక్యాతె అనే పిల్లవాడు వీధంతా పరుగెత్తుతూ ఎవరెవరి ఇళ్ళకు కుప్పలు పంచాలో వాటిని అందజేస్తున్నాడు.

"అమ్మా" అనే పిలుపుకు రాచమ్మ చెవులు నిక్కబొడుచుకున్నాయి.

"నాను పిళ్ళెక్యాతె, మీ భాగం తెచ్చేనె, తీస్కో" అన్నాడు.

"అయ్యో నా తండ్రి, వస్తివా రా, శానా సేపట్నుంచి ఎదురుసూస్తు వుండాను. బాగున్న కుప్పనే తెచ్చిండావా నాయినా" అంది.

"మూగ బసవన్న సాకిన కోడె అని బాగుండే కుప్పనే ఏరేరి ఇచ్చిండాడు. చూడు .... కాలేయము, పిత్తకోశమూ అన్నీ ఉండాయి, తీసుకోంగె" పిళ్ళెక్యాతె వర్ణన రాచమ్మ నోటికి వెన్నలా తగిలి నీళ్ళురింది.

శెట్టి అంగడి రైతుల వీధిలో ఉండటం వల్ల, చిన్నా చితక సామాన్లు కావాలిస్తే అందరూ అక్కడికే పదే పదే వెళ్ళాల్సి వచ్చేది. అంగట్లో కొన్న వంట దినుసులను కొంగులో కట్టి ముడి వేసుకుని కొడుకు గుర్తుకొచ్చి గౌడ ఇంటి వైపు నడిచింది రాచమ్మ.

'రొంత బేగినే రా నాయినా, సీకటేళ ఇంట్లోనే తిందువుగానీ" అని చెప్పాలన్న కోరిక ఆమెకు.

ఉదయం నుంచి ఇంటి నుంచీ కదలని గౌడగారు విసుగు, దుఃఖం వల్ల కృంగిపోయారు. పొద్దుపోయిందన్న స్పృహ లేకపోయినా, మైదానం వైపు వెళ్ళాల్సిన తొందర వల్ల కొట్టం మెట్లు దిగి బయటికి నడుస్తున్నారు. "మూగా ... ఓ మూగా... బసవా ..." అంటూ పిలుస్తున్న రాచమ్మ గొంతు విని క్షణం ఆగారు. ఎదురుపడ్డ ఆమె కొంగున కట్టిన గంటు వైపు ఆయన దృష్టి పోయింది.

"ఏమిటమ్మో అది ..." అడిగారు.

అమాయకురాలైన రాచమ్మ ఏమీ తెలియని దానిలా "మసాలా సామాన్లు ధనీ" అంది.

గౌడ కళ్ళకు చీకటి కమ్ముకున్నట్టయ్యింది.

"థూ... మీ ..." ఒళ్ళంతా గడ్డకట్టినట్టయి రాచమ్మ వైపు చురచుర చూడసాగాడు.

రాచమ్మ ఆంబోతు ఎదురుపడ్డట్టు చూసి పారిపోయింది.

ఇక్కడ మూగడు పొలం వైపు బయలుదేరాడు. కాళ మేసే స్థలాలకంతా వెళ్ళి అక్కడ కూర్చుని ఏడ్చి కన్నీటి తర్పణం విడిచి సూర్యుడు నల్లటి కంబళి కప్పుకుని పడుకున్న మీదట ఇంటికి వచ్చాడు. రాగానే గుడిసె మూలలో ఉన్న రాగులు విసరే విసుర్రాయి పక్కన కాళ్ళు ముడుచుకునిపడుకున్నాడు.

రాచమ్మ ఊరంతా తిరిగి, "నా కొడుకును సూసినారేమప్పా" అని కనిపించిన వారినంతా అడుగుతూ వస్తోంది. ఆకలి వేస్తున్నా కొడుకు లేకుండా భోంచెయ్యడానికి

రాచమ్మ మనస్సు వద్దు అంటోంది. కాళ్ళు ఈడుస్తూ వచ్చి తన గుడిసె తలుపు అనే తడికె ముందు కూర్చుంది. కూర్చున్నామె మూగడి జాతకాన్ని జల్లెడ పట్టడం మొదలు పెట్టింది.

"ఒగడే మొలక అని సాకిండాను....కులం చెడినోడు... నా కడుపులో చిచ్చు పెట్టినీకే పుట్టిండాడు కదమ్మా...."

అదే సమయానికి మేల్కొన్న మూగడు లోపలి నుంచి "అమ్మా ..." అని అరిచాడు. అంబా అనే దూడను తడిమే ఆవులా రాచమ్మ ఎదలోపల పులకిస్తూ గుడిసె లోపలికి దూరింది.

"అయ్యో నా తండ్రీ, యాడికి పోయినావప్పా? ఎదురు సూసి సూసి నాను అలసిపోతిని కదప్పా. కడుపుకు తినకుండా యాడ తిరుగుతుండావు నాయినా?" అని ఒళ్ళు తడిమింది. మూగ హతాశుడైన కళ్ళతో ఒకసారి తల్లిని చూశాడు.

"ఉండు నాయినా, తిన్నీకి పెట్టుకుని వొస్తాను. సేతులు కడుక్కో లే" అని పైకి లేచింది.

నిద్రమబ్బుతోనే మూగ చేతులు కడుక్కుని తట్ట ముందు కూర్చున్నాడు.

"రొంత సారాయి తెచ్చిండాను , తాగు" అని ఓ సీసాను ముందు పెట్టింది. ఈ వాళ ఏమిటి విశేషం అని ఆలోచిస్తున్నంతలో గుడిసెలోని వాసన ముక్కుపుటాలను తాకింది. అలసిన దేహానికి ఈ రోజు మంచి విందు అని సీసాను పైకెత్తాడు మూగ. "తీస్కో నంజుకునేకి తిను" అని కుతకుతమని ఉడికిన వేడివేడి మాంసాన్ని తట్టలోకి వొంపింది.

ఏదో మెరుపులా మనస్సును తాకినట్టయింది మూగడికి.

పక్షవాతం వచ్చిందా అని భయపడ్డాడు.

తట్ట నుంచి కాళ చెంగున ఎగిరి దూకి కొమ్ములతో గుండెల్లోకి పొడిచినట్టు అయింది.

కంగారుపడుతూ పైకి లేచాడు.

అటూ ఇటూ తిరిగాడు.

కళ్ళు మసకబారాయి.

మరొకసారి తట్ట వైపు చూడటానికి ప్రయత్నించాడు.

అతను తాగిన సారా అంతా బొళబొళమని బయటికి వచ్చింది.

"మూగా... బసవా..." తల్లి పెట్టిన కేక నింగిని తాకింది.

***

రచనా కాలం :1991

డా॥ ఈరణ్ణ కోసగి

సంజీవ-వాడి ఇల్లు

"ఓ నాయనా, అమ్మా, ధర్మం చేయండి తల్లీతండ్రుల్లారా, ఒక్క కాసు ఇవ్వు శివా, ఒక్క కాసు ఇవ్వు శివా" ఈ పాటను రాగయుక్తంగా పాడుతూ సాగింది ఓ గుంపు. ఆ గుంపుకు భిక్షను వేసేవారు వేస్తున్నారు. వేయలేని వారు ముందుకు పంపుతున్నారు. అదే స్టయిల్‌లో సంజీవ వస్తున్నాడు. అయితే పాట పాడటం లేదు. అతను తిడుతున్నాడు. నా అన్నల ముందు, నా తమ్ముళ్ళ ముందు వెళ్ళి తిడుతూ నిలబడేవాడు. వాడు తిట్టడం ఆపగానే నా అన్నదమ్ముల యజమానులు వాడు తినడానికి ఏమైనా తెచ్చి ఇచ్చేవాళ్ళు. ఏమైనా అంటే మిగిలిందో, సద్దిదో అని కాదు. యజమానులు తాము తినేదే తెచ్చి వేసేవారు. ఈ విధంగా అయిదే అయిదు మంది యజమానుల ఇళ్ళకు వెళ్ళి అడుక్కునేవాడు. తిని, నీళ్ళు తాగి లేచి వచ్చేసేవాడు. పొరబాటున కూడా ఇతరులను పలకరించేవాడు కాదు. పలకరించినా అమ్మా, నాయినా, మామా అని నోరారా పిలిచేవాడు. లేకపోతే, "అరేయ్, మీ వల్లనే మీలాంటి కుక్కలు ఉన్నందు వల్లే నాలాంటి మగపిల్లలు, ఆడపిల్లలు ఇలా ఉన్నాం" అనేవాడు. అప్పుడు రాయి అందుకుని ఊరకూరకే వెంటపడేవాడు. ఆ సమయంలో బిచ్చగాళ్ళు వస్తే వాళ్ళను పట్టుకుని బోరుమని ఏడ్చేవాడు. బూట్‌పాలిష్ చేసే వారిని, రైలుబోగీల్లో కసువు కొట్టే కుర్రాళ్ళను చూస్తే ఇక అయిపోయింది. గంటా, రెండు గంటలు ఏడ్చేవాడు. ఆ సంజీవ వేరే ఎవరో అనుకున్నారా? అతను నా యజమాని. నేను ఎక్కడున్నానో తెలుసా?

ముందుగా నా పరిచయం చేసుకుంటాను. అటు తర్వాత సంజీవ గురించి, వాడి తల్లి గురించి మిగిలింది చెబుతాను. మీరు సంజీవను బాగా అర్థం చేసుకోవాలంటే ఒక పని చేయండి. అదేమిటంటే దేవదుర్గకు రండి. దేవదుర్గలోని కొత్త బస్టాండులో దిగి, పై గుట్ట దాటితే ఓ చిన్న ఆంజనేయస్వామి గుడి. ఆ గుడి ముందు నిలబడి చూస్తే చెరువు. ఆ చెరువు నుంచి మూడు నాలుగు అడుగులు వేస్తే ఒక కట్టెల మిషన్. దాన్ని దాటితే కుడివైపున బడి. బడి ముందు కుమ్మరుల వీధి. ఆ వీధికి రెండు దార్లు. ఒకటి కచ్చా

దారి. ఇప్పుడు చెప్పాను కదా ఆ దారి. నేను నట్టనడుమ నుంచున్నాను. అన్నదమ్ములు గుట్ట మీద ఉన్నారు. వాళ్ళంతా బాగున్నారు. నేను ఆ విషయంలో చెప్పకూడని విధంగా ఉన్నాను. నన్నెప్పుడు అలంకరించారో నాకేమీ గుర్తు లేదు. నా వాళ్ళు అస్తవ్యస్థంగా ఉన్నందువల్ల వారి మీది ప్రేమతో ఊరకున్నాను. లేదంటే ఎప్పుడో కోప్పడేదాన్ని. చుట్టుపక్కల వారినంతా వారి యజమానులు చాలా అందంగా చూసుకోవటం చూసి ఎలాగెలాగో అయ్యేది. అయితే ఒక్కొక్కసారి కనికరమూ కలిగేది.

ఇంట్లో ఉన్నది ఇద్దరే ఆడవాళ్లు. తల్లి, కూతురు. ఈ ఇద్దరు తప్ప ఇంట్లో ఎవరూ లేరు. యజమాని లేకుండానే ముసలిది అంతా చూసుకునేది. ఏదో అదృష్టానికి పంచాయితీలో కసువు ఊడ్చే పని దొరికింది. నెలకు రెండు వందల రూపాయలు. దాంతో రెండు జీవుల బతుకు నడిచేది. ఇలా ఉండే సమయంలో కూతురు చూస్తూ చూస్తుండగానే జానెడు పిల్ల చేతికొచ్చింది. ముసలిది 'లచ్చుమ్మ లచ్చుమ్మ' అని పిలిచేది. పెద్దమనిషి అయిన తర్వాత 'లచ్చి' అని పిలవటం మొదలుపెట్టింది. లచ్చి పెరిగి ఒళ్ళు చేసి ఎర్రగా బొద్దుగా రస్పూరి మామిడిపండులా తయారైంది. రొమ్ములు పెరిగి లచ్చి ఊరి కుర్రాళ్ళ నిద్ర పాడు చేసి కంటి మీద కునుకు లేకుండా చేసింది. కుర్రాళ్ళు పిచ్చి కుక్కల్లా లచ్చి వెంట పడ్డారు. ఇది చూసిన కుర్రాళ్ళ తల్లుల్లో ఒకతె "ఈరమ్మ, బేగినే నీ కూతురికి లగ్నం చెయ్యి" అని అంది. దానికి ఈరమ్మ, "తినేకే కష్టంగా ఉన్నప్పుడు లగ్నం యట్లా సెయ్యను" అంటూ అడిగిన వాళ్ళ నోళ్ళు మూయించేది. అందంగా ఏపుగా ఎదిగిన లచ్చిని చూసి, 'ఈ పిల్ల ఈరమ్మ బిడ్డగా ఎలా పుట్టేద్నో యేమో, దళితుల కడుపులో పుట్టకుండా ఉండాల్సింది. ఒక వేళ మా కులంలో పుట్టింటే మరొకలా ఉండేది" అని మరో వీధిలోని దళితేతరులు మాట్లాడుకునేవాళ్ళు.

ఈరమ్మ కూతురు అందంగా ఉంది అని అన్నప్పుడంతా ఆమె ఉబ్బి తబ్బిబ్బు అయ్యేది. ఈ సంతోషంలో పెళ్ళి చేసే విషయం ఆలోచించక ఉలిగమ్మకు వదలాలా అనే విషయం గురించి ఎక్కువగా ఆలోచించేది. ఇంటికి దిక్కు లేదు అనే నెపంతో పిల్లను ఇంటికి పెట్టుకోవాలని ఆలోచించింది. ఇదో పనిలో పనిగా నన్ను అలంకరించి కళకళలాడేలా చేసింది. అన్నెం పున్నెం తెలియకుండా తిని తిరుగుతుండే లచ్చి ఉలిగమ్మకు చేరింది. అంతా ముసలిది అనుకున్నట్టే జరిగింది. కన్యరికం చేయడం కూడా నిర్ణయించినట్టే జరిగింది. ఇతరులు కన్నెరికం చేస్తే కులాన్ని వదులుకోవాల్సి వస్తుంది. అంతే కాకుండా తెలిసిన వాడైతే కష్టానికీ సుఖానికీ అండగా ఉంటాడనుకుని ఆలోచించి తెలిసినవాడితోనే కన్నెరికం పెట్టించింది.

రెండేళ్ళు గడిచేసరికి లచ్చి ఇద్దరు పిల్లల్ని కన్నది. పిల్లలు పుట్టిన తరువాత గిరాకీలు తగ్గారు. మొదట్లో ఈరమ్మ లచ్చిని బాగా చూసుకునేది. ఎందుకంటే లచ్చి దంధా చేసిన

డబ్బంతా ఈరమ్మకు ఇచ్చేది. ఈ నడుమ ఇవ్వటం లేదు. తల్లీపిల్లల్నీ కుక్కల్లా మార్చేది డబ్బే. ఈ డబ్బుకు ఆశపడ్డ ముసలిది కూతురి మంచి చెడ్డలు చూడలేదు. డబ్బును చూసింది. కేవలం డబ్బునే చూసింది. మొదట్లో ఎక్కడ పడితే అక్కడ, ఎప్పుడు పడితే అప్పుడు ఒళ్ళు అప్పగించి ఒళ్ళు హూనం చేసుకుంది లచ్చి. సాయంత్రం అయిందంటే లచ్చి ప్రాణం పిండినట్టు అయిపోయేది. మనసు విసిగిపోయి ఎవరి దగ్గరైనా పడుకోవటానికి వద్దనగానే గొడవ మొదలయ్యేది. ఈరమ్మ ముఖం మీద కొట్టినట్టు మాట్లాడేది. అయినా వినేది కాదు. ఒక సారి కోపం వచ్చి, "నాను పండుకుని పండుకుని నీకు సారాయికి ఇచ్చేకి నా మిండెగాళ్ళు గట్టిగా లేరు" అంది. దానికి ఈరమ్మ "అదికాదు పిల్లా, వచ్చిన ఊరోళ్ళకంతా కాలు ఎత్తుతావు. దుడ్లు అడిగితే లేదంటావుగదనే. ఏం చేస్తావు. నీవు కాదు నీ దుడ్లు మాట్లాడుతుండాయి దుడ్లు"

"ఔ, దుడ్లు మాట్లాడుతాయి దుడ్లు. నాను పండుకుని నీకేంటికి ఇయ్యాలి. నా లెక్కన నువ్వు పండుకో. నీకూ సేతినిండా దుడ్లు దొరుకుతాయి"

"అయ్యో, ముదనష్టపుదానా, ముదనష్టపుదానా ఈ ముసలి తోలును సూసి యవరొస్తారు?"

"మరి టైం కాని టైంలో పండుకుని సంపాయించింది ఇయ్యాల్నా?"

"ఏ వగలాడి, వగలాడీ నిన్ను పెంచి నేను కుళ్ళిపోయినానే"

"అదేం గొప్పా, నలుగురికి పెట్టినట్టే పెట్టిండావు"

"లేదే నాకు ఆసరా ఉంటావని సేసేనే"

"ఇప్పుడు దంధా నడవదు. నా మింద రెండు ప్రాణాలు గంటుపడ్డాయి. యివ్వు అంటే యాడ్నించి యిస్తాను"

"అదంతా గొత్తులేదు. ఇంట్లో ఉండావు. దంధా చేస్తుండావు. దుడ్లు ఇయ్యాల్సిందే. ఇదే జాగాలో పండుకున్నీకి ఎవరికైనా జాగా ఇస్తే అయిదురూపాలు ఇచ్చేటోళ్ళు. నిన్ను కన్నందుకు ఊరుకుండాను త్యా త్యా" అని మాటకు మాట జవాబుగా అని లచ్చి నడుములో దోపుకున్న దుడ్లు తీసుకోవటానికి ప్రయత్నించింది. లచ్చి జాడించి తోసింది. దాంతో ఈరమ్మ వీధికి వీధే బిత్తరపోయేలా "అయ్యయ్యో, లచ్చి నన్ను కొట్టిందే" అని గొడవ చేసింది. వీధి జనమంతా అక్కడ గుమిగూడారు. ఈరమ్మ మొండిపట్టుపట్టి 'నన్ను' అమ్ముతానని పట్టుపట్టింది. నాలో ఒక విధమైన కలవరం మొదలైంది. నేను ఏమీ కోరలేదు. కష్టమూ ఇవ్వలేదు. అయినా నన్ను అమ్మే ఆలోచన చూసి నాకు చాలా బాధ కలిగింది. ఏదోలా చేసి ఉన్న దుడ్లు ఇచ్చి ఈరమ్మ నుంచి ఇంటిని సొంతం చేసుకుంది లచ్చి. దుడ్లు తీసుకుని ముసలిది పత్తా లేకుండా ఊరొదిలి వెళ్ళిపోయింది. ముసలిది దుడ్లు మాత్రమే తీసుకుని పోలేదు. వెళ్ళేటప్పుడు అంతా తీసుకుని జాగా ఖాళీ చేసింది.

ఇలాంటి ముసలిది ఉండకూడదని అనిపించింది. తుడుగు లంజ ఈ పని చేసినందుకు బంగారంలాంటి, పసికందులాంటి లచ్చిని రొచ్చులో తోసింది. ముసలిది బాగుంటే లచ్చికు ఈ గతి పట్టేది కాదని అనిపిస్తుంది. పెద్దవాళ్ళు చెబుతారు-మగవాడికి మొండితనం ఉండకూడదు, ఆడదానికి దురలవాటు ఉండకూడదు' అని. ఎందుకంటే మొండిపట్టుపట్టి మగవాళ్ళు అంతా పోగొట్టుకుంటే, ఆడది దురభ్యాసానికి లోనై దాన్నే మళ్ళీ మళ్ళీ కావలసివచ్చినపుడు పొందే అలవాటు చేసుకుంటుందట. అలాంటి జాతికి చెందిన తాడు లేని బొంగరమైంది. కేవలం బొంగరమే కాదు. రెండు తలల పాములున్నట్టు ఉండేది. 'చేసిన పాపం మాట్లాడిన నోట' అని మనకెందుకు ఆ ముసలిదాని విషయం. అరెరే, మీకు సంజీవ విషయం చెబుతానని చెప్పి ఏమేమో చెప్పేశాను కదా. సంజీవ విషయం చెప్పడానికి మునుపు సంజీవ తల్లి గురించి చెబుతాను. వినండి.

నన్ను అమ్మాలనే ముసలిది దుడ్లు తీసుకుని జాగా ఖాళీ చేసింది. అప్పుడు వర్షాకాలం. నాకు రిపేరి చేయించాలని దాచుకున్న దుడ్లు ముసలిది ఎగరేసుకుపోయింది. వర్షం వస్తే నేను ఒక్కింత కూడా ఖాళీ లేకుండా తడిసిపోయేదాన్ని. లచ్చికి, పసికందుకు, సంజీవకు అప్పుడప్పుడు ముఖానికి నీళ్ళు కొట్టేదాన్ని. నన్ను బాగా చూసుకుని ఉంటే వాళ్ళను వెచ్చగా తడవకుండా ఉంచేదాణ్ణి. అయినా రెండు నెలల పసికూనను చూడలేక మంచం వేసిన స్థలం మాత్రం వదలి మిగతా జాగానంతా రొచ్చురొచ్చుగా చేశాను.

ఇలాంటి స్థితిలో మంచంలో దగ్గుతున్న లచ్చి ఇంటి యజమాని. యజమాని మెడకు వేలాడుతున్నబిడ్డ. ఈ బిడ్డను ముసలిది పోయిన వారానికి లచ్చి కన్నది. సంజీవ ఆరేళ్ళ పిల్లవాడు. ఇంకా రెక్కలు ఉపయోగించని ప్రాణి. దంధా పైనే వాడి జీవితం.

ఉదయం నుంచి సంజీవకు తల్లితోపాటు ఉండటం, సాయంత్రం చెల్లిని తీసుకుని దూరంగా పోవటం. లచ్చి దంధా చేస్తే దీపం వెలిగేది. లేదంటే దీపం వెలిగేది కాదు. దీపానికి కావాల్సిన నూనెకూ దంధానే ఆధారం.సంజీవ రాత్రి 7-8కి లచ్చి దగ్గరికి వెళ్ళి దుడ్లు తీసుకుని అంగడికి వెళ్ళి కిరసనాయిలు వేయించుకుని చెల్లెలిని చంకలో వేసుకుని వచ్చేసరికి దానెమ్మ చడ్డీ జారి మోకాలికి వచ్చేది. ముందుకు నడవడానికి కాక ఆగి చెల్లెలిని చంకలో వేసుకుంటే చెల్లెలి మెడ నిలువక మెడకిందికి వాలడం జరిగేది. అన్నీ సరిచేసుకుని వచ్చేవాడు. లచ్చి మంచంలో పడుకుని ఉండేది. వచ్చి, "అమ్మా, అమ్మా, ఆకలేస్తుంది లెయ్" అనేవాడు.

"ఆగరా, మరొక గిరాకీ రానీ " అనటం సంజీవకు అర్థమయ్యేదో ఏమో మౌనంగా బయటికి వెళ్ళి ఒక మూలలో చెల్లెలిని ఆడించుకుంటూ కూర్చునేవాడు.

లచ్చి రంగుల జీవితానికి అవసరం లేకున్నా రంగు పూసుకునేది. విరిగిన అద్దం ముందు తెల్లటి సున్నంలా పౌడర్, కుంకుమ, హెయిర్ పిన్ను, సవరం పెట్టుకుని

కూర్చునేది. అయిదుమంది గిరాకీలు మాత్రం ఖాయంగా వచ్చేవాళ్ళు. అయితే ఈ రోజు వచ్చినవాళ్ళు మరుసటి రోజున వచ్చేవారు కాదు. రేపు వచ్చేవారు మరునాడు వచ్చేవారు కాదు. ఇదంతా ఈరమ్మ ఊరొదిలి వెళ్ళినప్పటి నుంచి జరుగుతోంది.

ఈరమ్మ ఊరొదిలినప్పటి నుంచి సంజీవ ఏ పనీ వదలకుండా చేసేవాడు. ఊరి జనానికంతా పరేషాన్. జానెడు కుర్రాడు ఇదంతా ఎలా చేస్తున్నాడా అని. ఒకసారి దంధాకు తయారయ్యే టైంలో "అమ్మా, నీవు ఏంటికి కష్టపడుతావు. మా నాన్న యాడున్నాడో సూపించు. పిల్చుకొస్తా" అనేవాడు.

"మీకు తల్లే ఉంటది. తండ్రి ఉండడు" అని అడిగిందానికి జవాబిచ్చి ఊరుకునేట్టు చేసేది. లచ్చి పచ్చి బాలింతరాలు. మరొక పని చేయలేక దంధానే చేసింది. దగ్గు మరింత ఎక్కువైంది. మంచం విడిచి లేవలేకపోతోంది. దగ్గు ఎక్కువై దంధా ఆగిపోయింది. సంజీవ చెల్లెలిని చంకన వేసుకుని తట్ట పట్టుకుని నడిచాడు. నాలుగు ఇల్లు తిరిగొచ్చాడు. తట్ట నిండా అన్నముంది. చేయి పట్టుకుని లేపడానికి ప్రయత్నించాడు. తల్లి అనిపించుకున్న లచ్చి మంచంలో పడుకునే ఉంది. ప్రాణం మాత్రంలేదు. బిడ్డ కూడా ఒక వారంలో లచ్చి స్థానాన్ని చేరుకుంది. సద్ది అన్నం పసిబిడ్డకు తినిపించటంతో అది తిని వాంతులు బేదులు చేసుకుని లచ్చిని చేరుకుంది.

నేను, సంజీవ ఇద్దరమే మిగిలాం. సంజీవ ఏడవలేకపోయాడు. లచ్చి పర్మనెంట్ గిరాకీలైన అయిదుమందికోసం వెదికేవాడు. వాళ్ళు నేనున్నట్టు బసవిరాంద్ర వీధుల్లో ఉండలేదు. వాళ్ళు అందంగా సింగారించుకుని గౌడలకు, లీడర్‌లకు నీడనిచ్చేవారు. నేను సంజీవకు నీడనివ్వటం తప్ప నా ఒంటికి గాయం కావటం వల్ల ఒంటికి చిల్లుపడి సూర్యుడి వెలుతురును చూపిస్తోంది. ఈ కారణంగానో ఏమో, వాళ్ళు చూసిన కారాణానికో ఏమో సంజీవ తిట్టేవాడు అనటానికన్నా రాయి పట్టుకుని నుంచునేవాడంటే సరిపోతుంది. అయితే బిచ్చగాళ్ళు వస్తే ఊరకే ఏడ్చేవాడు. బూట్‌పాలిష్ చేసే పిల్లల్ని చూస్తే వాళ్ళను గట్టిగా కరుచుకుని రెండు మూడు గంటలు ఏడ్చేవాడు. అదే సమయంలో ఆ అయిదుమందిలో ఎవరైనా ఒకరు కనిపిస్తే చాలు రాయి అందుకునేవాడు. ఈ విధంగా నా యజమాని ఎందుకు చేస్తున్నాడో నాకు తెలియదు. మీకేమైనా తెలిసుంటే చెప్పండి.

***

రచనా కాలం :1991

డా॥ మోగళ్ళి గణేశ్

మా తాతకొక కోరిక ఉండేది

మా తాత కాలంనాటి ఆ పాత ఇంట్లో చిన్నపిల్లలమైన మేము ఎప్పుడూ అల్లరి చేస్తూ రకరకాల ఆటలు కట్టి ఆడుతూపాడుతూ, పడుతూ లేస్తూ, పోట్లాడుతూ చివరికి అంతా కలసిపోయి మా వీధిలో తిరిగితే చాలు, వీధి వారందరూ మమ్మల్ని తిడుతూ, "పాడు కాకుల గుంపు వచ్చింది" అనేవారు. వారి ఏ మాటకు మేము తలలు పాడుచేసుకునేవాళ్ళం కాదు. కానీ మా తాత మాటలకు మాత్రం మేము ఎల్లప్పుడూ గౌరవం ఇచ్చేవాళ్ళం. ఆయన ఏదో లోకంలోని మాంత్రిక కథాకారుడిలా గోచరించేవాడు. ఒక్క రాత్రి కూడా ఆయన పక్కన పడుకోకుండా ఉండటానికి మాకు సాధ్యమయ్యేది కాదు. మా తాత ఎన్నడూ మాలో ఎవరినీ ఒక్క దెబ్బ వేయలేదు.

మాది అవిభక్త కుటుంబం. ఒక్కొక్కరూ ఒక్కొక్క అవసాన దశ ఆరంభమై బతుకుతున్నారు. ఏడుగురు చిన్నాన్నలు, చిన్నమ్మలు, అత్తలు, అవ్వలు, పాతకాలపు దాయాదీ సంబంధీకులు అలాగే మా తాత ఇద్దరు చెల్లెళ్ళు, వారి భర్తలు, పిల్లలు అందరితో నిండుగా ఉన్న ఇంట్లో మొత్తంగా అందరూ గొర్రెలమందలా పడుకుని, మసకబారిన ఇంటి వస్తువుల వాసనలో ఊపిరి పీలుస్తూ రాత్రులను దాటుతూ, తాత కథల కలల్లో విహరిస్తూ, వేకువజామును చూసేవాళ్ళం. పగలు మాకు పెద్ద నరకంగా అనిపించేది. బడిపంతుల వెదురు బెత్తాల దెబ్బలు అసాధ్యమైన జుగుప్సను, తిరుగుబాటును పుట్టించి మాలోనే కొందరు తుంటరితనానికి, మొరటుతనాలకు గురయ్యేలా చేసేవి. తాత మాత్రం మా పిల్లలందరం పెద్దపెద్ద చదువుల సరదారులై అంబేద్కర్‌లా సూటుబూటు ధరించి బతకాలని కలలు కనేవాడు. మేమైతే విచిత్రంగా ఎదుగుతున్నాం. 'ఈ ఇంటికి చెందిన ఇంతమంది పిల్లలు మా బడిలోని సగభాగాన్ని ఆక్రమించుకుని, వీళ్ళ కోసమే బడి తెరిచినట్టు అనిపిస్తోంది' అని పంతులు మా మీద భయంకరంగా దాడి చేసేవాడు. బడిలోని వాతావరణంలో మేము ఏమీ నేర్చుకునేవాళ్ళం కాదు. అక్కడ విన్న అరకొర మాటలు, వాక్యాలు, అక్షరాలను ఇంటికి వచ్చిన తరువాత సంధ్యవేళ మనసారా వల్లెవేసేవాళ్ళం. అభ్యాసపు చివరి కంతుగా 'ఆవు-పులి' కథా గేయాన్ని మేమంతా ఒక్క గొంతులో రాగయుక్తంగా పాడేటప్పుడు మాత్రం ఎప్పటిలాగే ఇంటి ఆడవాళ్ళందరూ ఎందుకో కంట తడిపెట్టేవారు. 'ఆవు-పులి' కథా గేయం వాళ్ళను ఏడ్చేలా చేస్తుంది కదా

అని మేము రోజూ పాడుతూ పాడుతూ చివరికి మేము కూడా కన్నీరు కార్చుతూ ముగించేవాళ్ళం. అంతలో ఘుమఘుమలాడే రాగిముద్ద మా అందరిపై దాడి చేసి చెరపట్టేది. రాగిముద్ద మాత్రమే మా అందర్నీ సరిగ్గా బంధించి అదుపులో పెడుతుందని ఇంట్లో అందరికీ తెలుసు.

అయితే భోజన సమయంలో మొత్తం ఇల్లు కొద్దిసేపు భయంకరమైన మౌనంలో ఏదో గొప్ప ఆచరణ స్థితిని చేరేది. అలాంటి సమయంలో నేను మా తాత ధ్యానమయ ముఖాన్ని చూస్తూ ఆకలివేస్తున్నా, జొల్లు కారుతున్నా తదేక చిత్తంతో అన్నిటిని గమనించేవాడిని. భోజనానికి అందరూ కూర్చున్న వెంటనే మా తాత ఇంట్లో ఉన్న ఆ పెద్ద కంచు తట్టను దైవికమైన వస్తువులా ముందు పెట్టుకుని, ఆ తట్టను తాకి నమస్కరించి, మాకు వినిపించకుండా ఏదో అంటున్నట్టు పెదవులు కదిలించేవాడు. ఆ తట్టకు ఇంట్లోని వారందరూ అపారమైన గౌరవం, భయభక్తులను ప్రదర్శించేవారు. పిల్లలమైన మేము దాన్ని ముట్టుకోవడానికి భయపడేవాళ్ళం. అంత మంది పిల్లల్లో ఒక్కొక్క రోజు ఒక్కొక్కరిని మా తాత తనతోపాటు కూర్చోబెట్టుకుని ముద్ద విరిచి ముక్క పెట్టి భోజనం చేయించేవాడు. మొత్తం ఇల్లు భోజనపు ఆచరణలో లీనమై తమకు దక్కని ఏవేవో కలలన్నీ తట్టలో ముద్ద రూపంలో వచ్చాయన్నట్టు అనుభూతి చెందేవారు. భోజనం చేసేటప్పుడు మేము ఎవరైనా మాట్లాడినా కూడా ఆ పెద్ద తట్టను అవమానిస్తున్నట్టు అనిపించేది. ఆ తట్ట మా మొత్తం వీధిలోనే ఒక గొప్ప పాత్రను పోషించేది. అది లేకుండా ఏ శుభకార్యాలూ జరిగేవి కావు. పెళ్ళి తంతుల్లో, జననమరణాలలో, సంబంధాలు కలుపుకోవడంలో లేదా ఏవైనా మాటల్లో, న్యాయపరిష్కారాలలో ఆ తట్ట తప్పకుండా ఉండాల్సి వచ్చేది. తట్ట లేకపోతే మా నడవడికనే లేదని అనిపించేది. మా తాత పెద్దకొడుకుకు కొడుకుగా మిగతా పిల్లలకన్నా నేను పెద్దవాడినై అప్పుడప్పుడు ఆ తట్ట గొప్పతనాన్ని కొద్దిగానైనా గ్రహించడానికి ప్రయత్నించేవాడిని. ఆ తట్ట మా పూర్వీకుల కాలంనాటిదట. అది ఎలా, ఎక్కడి నుంచి వచ్చిందో చెప్పటానికి అనేక కథలున్నాయి. ఆ తట్ట విశాలంగా ఉండి తళతళ మెరుస్తూ ఉండేది. దాని మీద సుందరమైన నృత్యభంగిమలో ఓ స్త్రీ నృత్యం చేస్తున్నట్టు ఉంటే, ఆమె పైనుంచీ చల్లనిగాలి సహితంగా పూవులు పక్షుల్లా రాలిపడుతున్నాయి. సన్నటి లేత రేఖలు లతల్లా పెనవేసుకున్నాయి. దానికి మరో పక్కన సూర్యచంద్రుల చిత్రాలు ఉండి దాని మధ్యన గంభీరమైన ముఖమున్న ఎవరిదో రూపం ఉంది. నా అవగాహనకు రాని ఇంకా ఏవేవో రేఖలున్నప్పటికీ వాటినన్నటినీ పూర్తిగా అర్థం చేసుకుంటున్నంతలో నా మనస్సు మరోవైపు పరుగెట్టేది. ఆ తట్టను ఎవరో మా తాత తల్లికి గతంలో ఇచ్చినదట.

అది రోజు రోజుకు ఒక్కొక్క రూపాన్ని పొంది ఒక గొప్ప సాంస్కృతిక అంశంగా, భావనాత్మకమైన సంబంధంగా మొత్తం వీధికి ఒక ప్రజ్ఞగా, అన్ని సత్యాలకు సంకేతంగా రూపాంతరం చెందింది.

మేము పిల్లలం ఒక్కొక్కరూ ఆ తట్టలో భోజనం చేస్తేనే మాకు అన్ని విధాలైన మంచిబుద్ధి, విద్య, భవిష్యత్తు సాధ్యమవుతుందని తాత మాకు చెప్పాడు. అయితే నాన్న మాత్రం అందుకు వ్యతిరేకంగా ఉండేవాడు. ఆ తట్ట ఏదో కాలానికి చెందిన 'గుజరీ మాలు' అన్నట్టు గౌరవించేవాడే కాదు. మా తండ్రిలో అప్పటికే అన్ని రకాల వికారాలు చోటుచేసుకున్నాయి. ఇంట్లో ఆ తట్టను పెట్టడానికి ఒక ప్రత్యేకమైన చోటు ఉంటేది. అందులో మైలపడ్డవారెవరైనా భోజనం చేస్తే తన ఇల్లు సర్వనాశనమవుతుందని తాత నమ్మాడు. ఆయనకు ఆ తట్ట సర్వస్వమైపోయింది.

***

వీటన్నిటి మధ్యన మేము పెరుగుతున్నాం. ఒక రాత్రి యధావిధిగా తాతను కథ చెప్పమని బతిమిలాడసాగాం. ఎందుకో ఆయనకు కథ చెప్పాలనే ఉత్సాహం ఉండలేదనిపించింది. ఆ పెద్ద ఇంట్లో అందరూ గుంపుగా పడుకుని ఉన్నప్పుడు అందరికీ నచ్చేలా, అయితే నాన్నకు విసుగు కలిగించేలా కథ చెప్పే తాతను నేను, "తాతా తాతా ఆ రోజు చెప్పావు కదా...అదే ...ఆ రోజు ఎగిరే గుర్రం మీద కూర్చుని ఆకాశంలో వెళుతున్నప్పుడు ... గుర్రాన్ని కిందికి దించే మంత్రం మర్చిపోయి అతను దారి కనిపించక ఏదేదో అయిపోయాడని చెప్పేవాడివి కదా ఆ కథ చెప్పు" అని అర్థించాను. అయితే వెంటనే మిగిలిన పిల్లలు "అది వద్దు, విన్నాం, మరో కథ చెప్పనీ, నువ్వు ఊరుకో" అన్నారు. మేమంతా పట్టుబట్టాం. అమ్మ పక్కన పడుకునివున్న నాన్న లేచి బీడి వెలిగించడం చూసి భయం వేసినా తాత పక్కన పడుకుని ఉండటంతో మాకు ధైర్యం వచ్చింది. నాన్నకు ఈ మధ్యన కథంటే నచ్చుటం లేదు. అమ్మను కథ చెప్పమని అడగటానికి మాకు అవకాశమే ఉండేది కాదు. ఆ పెద్ద కుటుంబపు భోజనాల తయారీలో ఎప్పుడూ పొయ్యిముందు నిప్పులా మాడిపోతూవున్న ఆమె భోజనాల తరువాత మా చేతికి దొరికేది కాదు. ఆమె దగ్గర వెచ్చగా పడుకోవాలన్న నా ఆశ కూడా ఈడేరేది కాదు. తాతనే నాకు 'నాన్న, అమ్మ, అవ్వ' అన్నీ అయిపోయేవాడు. ఇళ్ళంతా అమావాస్య చీకటి కమ్ముకుని ఉంది. కథ చెప్పాలన్న మా ఒత్తిడి సాగుతూనే ఉంది. చివరికి తాత నోరు తెరిచాడు. "నేను ఎలాంటి కథ చెప్పాలిరా. ఇప్పటికే చెప్పి చెప్పి అన్ని కథలూ ముగిసిపోయాయి కదా! ఇక ఏమైనా నేనే కల్పించుకుని కథలు అల్లి చెప్పాల్సి వస్తుంది" అన్నాడు. నేను వెంటనే "ఊఁ అలాంటిదే చెప్పు"అన్నాను. అందరం ఆ గాఢాంధకార మౌనంలో చెవులు రిక్కించి కల్పనా అశ్వాల లగాం పట్టుకుని సిద్ధమయ్యాం.

"ఇలాగే ఒక ఊరు ఉండేదట. ఆ ఊళ్ళో కావలసినట్టుగా జీవితాన్ని గడిపి, ఎలాంటి ఎలాంటివో కష్టాలను సహించి, లోకంలో లేనటువంటి శిక్షలన్నీ అనుభవించి ఏదో విధంగా ఒకతను బతికాడట. అతడికి ఇంటి నిండా పిల్లలు, మనుమలు అందరూ ఉన్నారట. అయితే అతడికి ఒక దోషం ఉండేదట. ఆ దోషం ఏమిటంటే అందరి చావులను చూస్తూ చూస్తూ తను మాత్రం చావలేక బతికి ఉండాల్సిన శాపం ఉండేదట. అలా ఈ శాపం ఈ ఇంటికీ తగులుకుంది..."

ఒక్కసారిగా మా అందరి కుతూహలం, కథ వినాలన్న కోరిక అన్నింటినీ ధ్వంసం చేసేలా మా నాన్న పెద్ద గొంతుకతో, "ముడ్డి మూసుకుని పడుకోండ్రా. ఏ సొల్లు కథలు మీరు అడుగుతున్నది. ఇతడికి ఏదో పెద్దరోగం వచ్చేసినట్టుంది. పిల్లల తలలనంతా పాడుచేయడానికి ఏదేదో చెబుతున్నాడు. చావటానికి కావటం లేదట చావటానికి. ఎందుకు కావటం లేదో నాకు అర్థం కావటం లేదు. ఎక్కడైనా ఏ చెట్టుకో ఉరి వేసుకుంటే చావురాదా? ఇంక చప్పుడు చేయకుండా పడుకోండి" అంటూ తాత చెబుతున్న కథకు అడ్డువేశాడు. మాకు భయమేసి నిద్రపట్టలేదు. భోజనం చేస్తున్నప్పుడు ఏదో అశక్యమైన ఆచరణలా కలలు మా తట్టలో చూస్తున్నప్పుడు; ఇప్పుడు ఇలాంటి ఎన్నో రాత్రుల సమయంలో ఈ ఇంట్లో చావును నిజంగానే ఆచరిస్తూ ఉన్నానేమో అని అనిపించేది. తాతకు తన పిల్లలపై పట్టు సడిలిపోయింది. మా చిన్నాన్నలు తమకు ఇష్టమొచ్చినట్టు పంచుకునిపోయారు. వాళ్ళు సంపాదించిన డబ్బులు ఎక్కడెక్కడికి పోయాయో మాకు తెలిసేది కాదు. ఒకరికి ఆడపిచ్చి ఉంటే, మరొకడు కేవలం పట్నంలోని సినిమా మోజులో కాలం గడుపుతూ భోజనం వేళకు వచ్చేవాడు. మరొకడు ఎప్పుడూ చిన్నాచితక దొంగతనాల్లో లీనమై ఉంటే, ఇంకొకడు రోగిలా ఇంటి ఒక మూలలో కూర్చుని గొణుక్కుంటూ ఉండేవాడు. ఇక నా తండ్రి కుటుంబ జీవిత ప్రేమసంవేదనలను ఇస్పేటాకుల మీద కూర్చోబెట్టి ఎల్లప్పుడు దిక్కుతోచనివాడిలా కూర్చునివుండేవాడు. పిన్నమ్మలు మాత్రం కూలీనాలీకి వెళ్ళి చేతనైంది తెచ్చి భోజనాలకు సిద్ధం చేసేవారు. అంతమంది జనాలకు కావలసిన ఆహార సంపాదనలో తాత వల్లనే అధికపాలు సమకూరేది. అతడి ముసలి వయసుకూ అదెలాంటి శక్తి ఉండేదో మాకు తెలియదు. కొబ్బరినీళ్ళ, కొబ్బరిబోండాల భారీగా బరువును సైకిల్ మీద వేసుకుని చిన్న దిబ్బ మీది గతుకుల దారిలో రొప్పుతూ సైకిల్‌ను తోసుకుని పేటకు వెళ్ళి అమ్మి, చీకటి పడే సమయానికి మాకు తినడానికి ఏదైనా తెచ్చేవాడు. పిల్లలకు ఇంట్లో ఎప్పుడూ గుండుపప్పులు ధారాళంగా దొరికేవి. అప్పట్లో మాకు ఈ తినుబండారమే తెలిసింది. ఇది తప్ప మరో తినుబండారాన్ని ఇచ్చినా మేము దాన్ని రుచిగా ఉందని ఒప్పుకోవడానికి సాధ్యమయ్యేది కాదు. తాత తన పిల్లల సంపాదనను ఎన్నడూ నమ్ముకోలేదు. తాను చనిపోయేవరకు అందరి కడుపులకూ అన్నం పెట్టాలన్న

విచిత్రమైన మొండితనం అతనిలో ఉండేది. ఆ కారణంగా సంపాదించిన డబ్బు వారి వారి కోరికలకు కేటాయించటం జరిగేది. అంత పెద్ద కుటుంబానికి కేవలం ఒకే ఒక ప్లాస్టిక్ దువ్వెన ఉండేది. అది వందలాది సార్లు తలల్లో కదిలి కదిలి జిడ్డుపట్టి మురికి మెత్తుకునిపోయి వాడటానికి ఇక సాధ్యం కాకపోయినా కూడా పిన్నమ్మలు మగవాళ్ళను కొత్త దువ్వెన తెమ్మని ఒత్తిడి పెట్టేవారు కారు. వారి అనుభవాలు అన్నిటినీ నేర్పాయి. ఏ కోరికలూ కూడా ఈ ఇంట్లో సులభంగా తీరవని వారికి తెలుసు. పిల్లవాళ్ళమైన మాకూ ఇది తెలిసిందే. పదేళ్ళ తమ్ముడొకడు జబ్బుపడి చనిపోయే సమయంలో (అప్పుడు తాత ఏదో ఊరికి వెళ్ళాడు) నా తండ్రి దగ్గర నా తమ్ముడు మరణించే చివరి క్షణంలో కోరిన కోరిక, "నాన్నా, నాకు ...నాకు ఒక గాలిపటం తెప్పించి ఇస్తావా?" అని అడిగాడు. అప్పటికీ మా నాన్న విచిత్రంగా నవ్వుతూ, "నీలా పడివున్నవాడికి గాలిపటం ఎందుకు?" అన్నాడు. కొద్దిక్షణాల తరువాత తమ్ముడు చనిపోయాడు. ఎవరి కోరికలైనా ఇంట్లో గొప్ప విషాదంగా ముగిసేవి. అత్తలు పెళ్ళిళ్ళయి వెళ్ళిపోయినా కూడా వాళ్ళ భర్తలు వీళ్ళను బయటికి తోసెయ్యటం వల్లనో లేదా వారు చనిపోవటం వల్లనో మరియు పెళ్ళి కాకుండా ఇంకా మిగిలిన వారందరి మధ్యన ఒక్కొక్కసారి నేను ఏడ్చేవాడిని. వాళ్ళు తమ కష్టాల కథలను ఎందుకో నాకు చెప్పుకుని ఖిన్నులయ్యేవారు. మా మొత్తం ఇల్లు మా వీధిలోనే ఒక ప్రత్యేకమైన సామాజిక అంశమై అందులో ఎన్నెన్నో సంకీర్ణాలు నిండిపోయాయి. పెళ్ళి కాకుండా ఉండిపోయిన అత్తలు రాత్రివేళల్లో పక్కలో పడుకోబెట్టుకుని దొంగగా 'పాలు తాగు', 'అఁ అలాగే మెల్లగా కొరుకు' అనేవారు. ఒక్కొక్కసారి రాజురాణుల కథ చెబుతూ చెబుతూ 'ఆ రాణి ఆ రాజును హత్తుకుని ముద్దు ఇచ్చిందట. అప్పుడు అతడూ ముద్దు పెట్టాడట....' ఇలా కథలు చెబుతూ చెబుతూ అత్తలు నన్ను ముద్దాడేవారు. ఉన్న చిన్నగదిలో పెళ్ళికాని అత్తలు ఎప్పుడూ పడుకుని వుండేవారు. అత్తలు ఎవరినీ కూడా ఇష్టంగా చూసుకునేలా ఉండలేదు. ఇలాంటి విషయంలో మా నాన్న కానీ, చిన్నాన్న కానీ అత్యంత కఠినంగా, ఎవరైనా ఎవడితోనైనా మాట్లాడుతున్నారని తెలిస్తే చాలు, వారి చర్మాలు మీద వాతలు తేలేవి. ఇంట్లో ఉన్న ఆడవాళ్ళంతా సమిసిపోయి వాళ్ళంతా సుఖాలు పోగొట్టుకున్నారు. ఎన్నోసార్లు ముట్టు కాకపోయినా తాము ముట్టు అయ్యామని నెపం చెప్పి రోగుల్లా మూలల్లో పడివుండేవారు. వీటన్నిటి మధ్యన పిల్లలమైన మేము ఎందుకో ఎలాగో ఒక విషయంలో భయంకరమైన క్రూరులైపోయాం.

మా అత్త ఒకతె ఏదో నరాల బలహీనత వల్ల సగం పిచ్చిదానిలా ప్రవర్తిస్తూ ఊళ్ళో అందరి చేత పిచ్చిదనే ముద్ర వేయించుకుంది. మా పెరట్లో ఆమె ఎప్పుడూ పచ్చని చెట్లుచేమల్లోని పళ్ళను చూస్తూ, పువ్వులు ఏరుకుంటూ వాటిని మాలలుగా అల్లి చివరికి తన చేత్తో తానే నలిపి గాల్లో విసిరి భయపెట్టేలా కేకలు వేసేది. ఇలాంటి క్షణాల కోసమే

మేము ఎదురుచూసేవాళ్ళం. వేటగాళ్ళల్లా కమ్చీలు పట్టుకుని ఆమెను చుట్టుముట్టి జంతువును హింసించినట్టు గొడవ చేసి ఆమెను విపరీతంగా భయపెట్టి కొట్టేవాళ్ళం. అప్పుడు ఆమె ఏడుపు ముఖం చూడాల్సింది. మేము హింసా పశువులమై నవ్వి సంతోషపడుతుంటే మా హింసకు ఆమె ఎన్నడూ ఎదురుదాడి చేసేది కాదు. అత్యంత పిరికిది, పిచ్చిది అయిన ఈ అత్త అనేక రోజులపాటు భోజనం చేయకుండా ఉండిపోయేది. తరువాత ఎప్పుడో ఎవరి తోటకో వెళ్ళి దొంగతనంగా పళ్ళు కోసుకుని తను తిని మాకు ఇస్తూ తను తిన్నంతగా తిని అందరినీ బలవంతంగా మాట్లాడించడానికి ప్రయత్నించేది. మేమంతా అలా హింస పెట్టడానికి మా చిన్నాన్ననే ప్రోత్సహించేవాడు. మూఢుడిలా ఉన్న చిన్నాన్న అంతరంగం విచిత్రంగా ఉండేది. అత్త స్పృహతప్పి పడివున్నప్పుడు, ఎవరూ లేకపోతే, చెదరిన దుస్తులతో ఉన్న ఆమె శరీరాన్ని తినివేసేలా చూసేవాడు. ఆమె ఏదో తప్పు చేసిందని కొట్టబోయి నిండుగా ఉన్న ఆమె వక్షాలను పిసికి హింసించేవాడు. ఆమె అన్నిటిని భరించేది. ఇంట్లోని ఆడవాళ్ళంతా నిస్తేజంగా ఉన్నప్పటికీ ఎప్పుడైనా వాళ్ళంతా కలసి జానపద పాటలను గట్టిగా రాత్రి వేళల్లో పాడుతున్నప్పుడు మొత్తం వీధిలో పాటద్వారా ఎవరినో పిలుస్తున్నట్టు అనిపించేది. అత్తకు పెడుతున్న విచిత్రమైన హింసలను చూసి చూసి విసుగొచ్చి ఆ పనులు మాని ఆమె పట్ల జాలి చూపసాగాను. తాతకు ఇంట్లో జరుగుతున్న ఈ విషయాలు తెలుసో లేదో అతను మాత్రం అన్నిటిని మౌనంగా ఋషిలా చూసేవాడు. అయితే నా తండ్రి మాత్రం పిచ్చి అత్తను ఎన్నడూ ఒక్క దెబ్బ కూడా కొట్టినవాడు కాదు.

***

అటు తరువాత ఇలా జరిగింది. అత్త పొడవైన పూలమాల కట్టి దాన్ని తెంచివేయకుండా మెడకు, తలకు చుట్టుకుని చెట్టుకు ఒరిగి కూర్చుని కళ్ళు తెరుచుకుని ఆకాశాన్ని చూస్తూ అలాగే ప్రాణాలు వొదిలింది. పిచ్చిది చనిపోయిందని అందరూ కుతూహలంతో చూస్తుండగా తాత మాత్రం బాధతో ఆ పెద్ద తట్టను తెచ్చి అందులో ధూపం వెలిగించి అత్త నుదుటికి హారతి ఇచ్చి నమస్కరించి 'ఈ తనువులోనున్న ప్రాణమొకటి ఈ రోజు వెళ్ళిపోయింది' అని చెప్పి వెళ్ళిపోయాడు. శవసంస్కారం అయిన తరువాత ఇప్పటికీ ఆ విషయం ఎన్నో సార్లు వేధించినప్పటికీ తాత దాని గురించి మాకేమీ చెప్పలేదు. రంగురుచి లేని కాలం మాత్రం నిరాటంకంగా ఇళ్ళంతా యక్షగానంలోని రుద్రపాత్రల గంతుల్లా ఎగురుతోంది. తాత రోజురోజుకు చావు నుంచి చావుకు దూకుతున్నాడు. ఈ మధ్యన పిల్లలంతా పెద్దవాళ్ళవుతున్నారు. చదవటానికి కుదరని వాళ్ళంతా అడ్డదారులు అన్వేషిస్తూ ఆ పరిశోధనల్లో యమసుఖాన్ని పొందుతున్నారు. ఇప్పుడు తాత కథ చెప్పటానికి పూనుకోవటం లేదు. కథ చెప్పమని

పిల్లలూ కోరటమూ లేదు. నా వయసు పెరుగుతూపోయినట్టల్లా అన్ని విషయాలు అవగాహనకు లొంగుతూ వచ్చినట్టల్లా ఎందుకో మా ఇంటి తట్టపట్ల నాకు ప్రేమ అధికమవ్వసాగింది. పూర్వకాలంలో మా ఊరిలో 'కెంపమ్మ' అనే స్త్రీ చచ్చిపోయింది. ఆమె ఒక దైవిక శక్తిగా ఊరి జనంలో ఒక్కటైందట. ఆమె ఏమైనా మాట్లాడాలని అనుకుంటే ఆ తట్ట మూలకంగా మాట్లాడేదట. అటు తరువాత ఆ తట్ట తమకు ఇష్టమైన వ్యక్తి కలలోకి వెళ్ళి ఆమె మాటలను తెలిపేదట. ఇదంతా తాత కేవలం వినటమే తప్ప తను స్వయంగా చూడలేదు. నాకు చెప్పిన ఈ విషయం గుర్తొచ్చి, ఆ తట్ట ఎందుకు నా కలలోకి వచ్చి మాట్లాడకూడదు? ఎందుకు తాత దీనావస్థను, అన్ని బాధల కారణాలనూ నాకు చెప్పకూడదు? ఎందుకు అందరూ చనిపోయినవారిలా, ఎవరినీ ప్రేమించకుండా ఉంటారనీ, ఆ తట్ట నాకు కలలో ఎందుకు చెప్పదని దుఃఖం కలిగేది. ఎన్నో రాత్రిళ్ళు తట్ట కలలో కనిపించాలని నేను తపించేవాడిని. పెద్ద అడ్డదూలాలున్న మా ఇంట్లో పడుకునే ఆకాశాన్ని రాత్రి వేళ చూడవచ్చు. పున్నమి రోజులలో కనిపిస్తున్న చంద్రుడినే పడుకుని చూస్తూ చూస్తూ , అదే ఒక పెద్ద తట్టలా నా కళ్ళను, మనస్సును ఆక్రమించేది. అయితే అది కూడా ఎన్నడూ మాట్లాడదు. నా కలలోనూ కనిపించదు. నెమ్మదిగా ఆ తట్ట సాంస్కృతిక రూపాన్ని పొందింది. ఎందుకో ఏమిటో తన అస్తిత్వాన్నే పోగొట్టుకోసాగింది.

ఒక్కొక్కరు మారుతున్నారు. మా ఇంట్లో గాజుగ్లాసులు, ప్లాస్టిక్ డబ్బాలు, అల్యూమినియం తట్టలు, వాటితోపాటు స్టీలు పాత్రలు జొరబడుతూ వచ్చి దశలవారిగా అందర్నీ ఆకర్షించాయి. సినిమా పిచ్చివున్న చిన్నాన్న ఎలాగో ఒక పాత మోడల్ రేడియోను ఇంట్లో ప్రతిష్టించాడు. మొదట్లో ఆడవాళ్ళంతా దాని విచిత్రమైన క్రియలకు ఆశ్చర్యపడుతూ ఇదేదో రమ్యమైన లోకపు మాయాజాలం అని భయపడటమూ జరిగింది. అది పాడితే, మాట్లాడితే పనులన్నీ వదలి వినేవారే తప్ప అది ఏమిటో అర్థమయ్యేది కాదు. రేడియో భాష మరోలా ఉండేది. ఇంట్లో మాట్లాడే భాషకు రేడియోలో మాట్లాడే మాట్లాడే భాషకు అజగజాంతరం ఉండి చాలా పదాలు అర్థమయ్యేవి కావు. అయితే చిన్న తమ్ముడొకడు ఎవరూ లేనప్పుడు దాన్ని ముట్టుకుని విద్యుత్‌షాక్ కొట్టించుకుని కిందపడి తల పగులగొట్టుకున్న తరువాత ఆడవాళ్ళందరూ దాన్ని దుష్టశక్తిగా భావించారు. చిన్నాన్న మాత్రం ఏదో పెద్ద విజ్ఞానిలా రేడియోను విప్పదీసి దాని సాంకేతిక జాలాలన్నీ బయటపెడతానన్నట్టు విప్పి పెడుతూ వికారమైన శబ్దాలు వింటూ ఉండిపోయేవాడు. ఎక్కడెక్కడి నుంచో వచ్చే శబ్దాలకు ఉన్న సంబంధాన్ని వెదుకుతున్నవాడిలా నిరంతరం అందులో మునిగిపోయేవాడు. తాత ఈ యంత్ర తంత్రాల పిచ్చికి రెచ్చిపోయి ఆ రేడియోను ఇంటి నుంచి బయటికి పారవేస్తానని పట్టుబట్టాడు. చిన్నాన్న కూడా కోపంతో, "రేడియోను

బయటికి విసిరేస్తే నేను నీ తట్టను దిబ్బలో పారేయాల్సి వస్తుంది" అన్నాడు. అటు తరువాత తాత ఆ విషయంలో జోక్యం చేసుకోలేదు. ఈ మధ్యన తాత మాత్రమే ఆ తట్టలో భోజనం చేస్తున్నాడు. దాని పైనున్న అందమైన రూపురేఖలు సమిసిపోసాగాయి.

నేను కుర్రవాళ్ళ సహవాసం నుంచి దూరమై ఒంటరి అవుతూ వచ్చాను. కారణాలే లేకుండా విచారానికి గురయ్యే రోగాన్ని వంశ పారంపర్యంగా నా ఇల్లు నాకు అప్పటికే స్థిరాస్థిగా ఇచ్చివేసింది. మేము పిల్లలమంతా పెరుగుతూ పోయినట్లల్లా ఇంట్లో ఉన్న సాంస్కృతిక అభ్యాసాలు, బాధ్యతలన్నీ సడిలమై, పెద్దలు మమ్మల్నంతా అధిక బాధ్యతతో చూసుకోవటానికి ఇష్టపడలేదు. బడిలో చదువుతున్న గణితంలోని సున్నాకూ, కల్పనకూ తాత తట్ట గుండ్రటి అందానికీ ఎందుకో ఏమో నాకు ఉన్నట్టుండి ఏదో సంబంధం ఉందనిపించి సతమతమయ్యేవాడిని. చంద్రగ్రహణం వేళ తాత తన తట్టలో నీళ్ళు నింపి దాని ప్రతిఫలనం వల్ల గ్రహణాన్ని చూపుతూ పురాణ సంబంధాలను విడమరిచి చెబుతూ ఉండేవాడు. మాకు అవన్నీ అర్థం కాకపోతున్నప్పుడు మేమంతా ఎలాగో అసత్యమవుతున్నామని అనుమానిస్తూవుండేవాడిని. తట్ట వ్యామోహం రోజురోజుకు పెరిగి దాని గౌరవమర్యాదల క్షణాలన్నీ గుర్తుకు వచ్చాయి. ఒకసారి వీధిలో మాటలు రాని మూగ, గుడ్డీ అయిన ఒకామెను ఎవరో పాడుచేసి ఆమెకు కడుపు వచ్చేలా చేశారు. అనేక ప్రయత్నాల తరువాత తట్ట శాస్త్రం వంతు వచ్చింది. మా ఇంటి ఆ తట్టకు పూజ చేసి, దాన్ని నేల మీద పెట్టి తాత పట్టుకుంటే, అది జరజరమని నేలమీద పాకుతూ ఎవరు నేరస్థులో వారిని వెదికి వారి ముందు నిలబట్టేది. కొందరు భయపడ్డారు. ఆ తట్ట జరుగుతూ జరుగుతూ వచ్చి వీధి దాటి రోడ్డును దాటి గౌడ పెద్దతోట వున్న దారిలోకి తిరిగింది. అటు తరువాత మా వీధివారు పరిశోధన కొనసాగకుండా తట్టను ఎత్తుకుని తిరిగి వచ్చేశారు. ఎలాంటి అసత్యాన్నయినా, మోసాన్నయినా, క్రూరత్వాన్నయినా బయటపెడుతుందని మా వీధిజనం ఆ తట్టను అత్యంత పవిత్రంగా భావించి గౌరవించేవాళ్ళు. పుట్టుక సమయంలో వీధంతా నూతన జీవినొకదాన్ని సమూహంలోకి ఆహ్వానించడానికన్నట్టు బిడ్డపుట్టినపుడు ఆ తట్టను వాయించేవాళ్ళం. ఎవరైనా చనిపోయినపుడు సుఖంగా స్వర్గానికి వెళ్ళాలని అదే తట్టను శవం ప్రక్కన పెట్టి, పూజించి, శవం చేతికి తట్టకు తాకించేవారు. వీధిలోని సామాజిక జీవనానికీ, ఆ తట్టకూ, శవానికీ ఇది చివరి వీడ్కోలుగా ఆచరణలు సాగేవి. ఆ తట్ట స్వర్గపు దారిని చూపిస్తుందని కూడా ఇంటి ముసలమ్మలు మాకు రసవత్తరమైన కథలను వినిపించేవాళ్ళు. తరువాత సామాజిక వ్యత్యాసాలతోపాటు, మా తట్టకు ఉన్నటువంటి భావాత్మకమైన నమ్మకాలన్నీ ఒక్కొక్క కారణం వల్ల వేరైపోయాయి.

***

మా తాత మాత్రం ఇంకా తన హఠయోగాన్ని వదల్లేదు. చనిపోయేవరకూ తనవల్ల చేతనైనంత సంపాదించి ఇంటివారికి అన్నం పెట్టాలని ఇప్పటికీ తన పాతకాలపు శరీరాన్ని పణంగా పెట్టి పోరాడుతున్నాడు. అతను ఎల్లప్పుడూ 'చావు ఇచ్చినటువంటి ప్రాణమా, కేవలం చావటానికి మాత్రమే వదలకూడదు. చచ్చేలోపు ఏదైనా ఒక మంచిపని చేసి మనిషి అనిపించుకోవాలి' అని అనేవాడు. ఆ మాట ఎంత మాత్రం మిగతావాళ్ళకి అన్వయించేది కాదు. మా నాన్నను తాగుడు మత్తు పట్టుకుని సదా అందులోనే తన సమాధిని తవ్వుకునేవాడు. ఇంత జరిగినా మా తాత మాత్రం సూచనప్రాయంగా ఏదో విధంగా ప్రతిస్పందించి భోజనమాని కోపగించుకుని అవసానపు ముఖాలు ఎలా ఎందుకు మనుషుల్లో పుట్టుకుంటాయి అన్నట్టు చింతిస్తూ పడుకునేవాడు. కాలం గడుస్తున్నట్టల్లా మా కట్టుబట్టల్లో మార్పులొచ్చాయి. రేడియో చిన్నాన్న షరాయి, ఆకర్షణీయమైన బనీను తొడుక్కునేవాడు. మరొకరు రంగుల లుంగీ కట్టుకుని ఊరంతా దాన్ని ప్రదర్శించి తాను ఆధునిక మనిషి అని చూపించుకోవటానికి ఎక్కడలేని పోకిరి ఆటలన్నీ ఆడేవాడు. నా బాల్యంలో అద్దమే చూడని ఇల్లు ఇప్పుడు ఒక సుందరమైన అద్దాన్ని పొంది వీధి కనిపించేలా గోడకు ఎవరివో ఎవరెవరివో ప్రతిబింబాలను వేలాడదీసినట్టు అమర్చారు. అందులో ముఖం చూసుకోవాలంటే నాకు భయమేసేది. రాత్రివేళ అద్దం చూసుకోకూడదని నిషేధం ఉన్నప్పటికీ పెళ్ళి కాకుండా ఉండిపోయిన అత్తలు అందులో తమ అంగాంగాలను చూసుకుని తాము ఇప్పటికీ మగవాళ్ళను ఆకర్షించేలా మిగిలివుండొచ్చా అని పరీక్షించుకునేవాళ్ళు. నాకు వయస్సు వస్తున్నట్టే వాళ్ళెప్పుడు నన్ను మళ్ళీ ముద్దులు పెట్టుకోకపోయినప్పటికీ జ్ఞాపకాలన్నీ శాపాల్లా నన్ను వేధించేవి. నా తోటి పిల్లలలో ఇద్దరు ఇల్లొదిలి ఏదో పట్టణానికి చేరుకుని సంబంధాలకు దూరమయ్యారు. ఇద్దరు చిన్నాన్నలు ముగ్గురు పిల్లలను వేరు వేరు పనులలో జీతానికి పెట్టి తమ జీవితాన్ని ఏదో విధంగా సాఫీగా మలుచుకుని హాయిగా ఉండాలని ప్రణాళిక మీద ప్రణాళికలు వేసి ఏ ప్రణాళిక రూపుదాల్చక వికార రూపందాల్చి విషాదంగా పళ్ళను రంపంలా కదిలించేవారు. నాకు తెలియకుండా అప్పటికే ఇంట్లో ఒక విధమైన ఆకర్షణలు ఏర్పడ్డాయి. తాత భావాత్మకమైన, అసామాన్యమైన జీవిత విలువలకూ, అతడి పిల్లల నిష్ఠూరమైన, అయితే నిర్దుష్టమైన గురిగమ్యం తెలియకుండా విరూపమయ్యే విలువలకూ పెద్ద కందకం ఏర్పడి, మొత్తం ఇంటి మానవతా సంబంధాల నియమాలు అస్తవ్యస్థమైపోయాయి.

నా తండ్రి గౌడ వెంబడి ఏవేవో పనుల్లో పాల్గొని, తానూ కూడా అలాంటి డాబు దర్పాన్ని సంతరించుకుని పాలెగాడిలా జీవించడానికి తపించేవాడు. నా తండ్రికి ఉన్న ఏకైక మాత్రపు ఆస్తి అంటే అతని శారీరక శక్తి, క్రూరత్వం, కుయుక్తులు. వీటి సహాయంతో వీధి నాయకత్వాన్ని అప్పటికే పొందాడు. తాలూకా రాజకీయాలలో ఎప్పుడు ఎలా అడుగు

పెట్టాలా అని గొడ తోక పట్టుకుని ఇంటి విషయాలకు నువ్వుగింజంత విలువ ఇవ్వలేదు. ఇంటి తట్ట గురించి ఒక రోజు గొడవలేపి ఇకపై ఎన్నడైనా తనకు ఆ తట్టలో అన్నం వడ్డిస్తే ఆ తట్టను గుండ్రాయితో నలగ్గొట్టి ఎవరి కంటపడకుండా పారేస్తానన్నాడు. అదే సమయంలో మా చిన్నాన్న రేడియో వార్తలను గ్రహించే స్థాయికి నేను ఎదిగాను. ఏవేవో దేశాల మీద దాడులు, చనిపోయినవారు వందలాది మంది, బందీలు వేలాది, కరువు కారణంగా మృతులైన వారి పరిస్థితి, హత్యలు, దోపిడీలు, దమనకాండలు, రక్తపాతం, క్రూరహత్యలు ఇలాంటి ఏవేవో విషయాలన్నీ రేడియో ప్రకటించేది. తాతకు నేను ఇవన్నీ వివరించేవాడిని. నా తండ్రి స్టీలు తట్టలో మాత్రమే భోజనం చేయడం తన సామాజిక గౌరవానికి గుర్తుగా భావించేవాడు. అయితే తాత తట్టలో అందరూ భాగం పొంది, మా అందరి సమిష్టి జ్ఞాపకం యొక్క సాంస్కృతిక సంవేదనగా దాన్ని అనుభవించేవాళ్ళం. అవ్వలు ఇప్పటికీ ఆ తట్టపట్ల అంతులేని విశ్వాసాన్ని పెట్టుకుని గతకాలపు రోజులను నెమరు వేసుకునేవారు. అప్పుడప్పుడు నేను సంతోషంగా ఉన్నప్పుడు వాళ్ళతో మాట్లాడుతూ వయసుకు మించిన ప్రశ్నలు వేసి వారి కాలంలోని ప్రేమ గురించి చెప్పమని అడిగేవాడిని. వాళ్ళు నవ్వుతూ నేను చూడని వ్యక్తుల పేర్లు, వాళ్ళ రూపం, శరీర నిర్మాణం, వారి మాటల తీరు, నడవడిక అంతా చెబుతూ అందులోనే మైమరచి నిట్టూర్పులు విడిచేవారు.

***

గతకాలపు క్యాటర్‌బిల్‌లోని రాయిలా నేను అందరి నుంచి దూరం కావలసి వచ్చింది. తాత తనకు పరిచయమున్న పాతకాలపు సంబంధీకుల సహాయంతో ఓ పేటలో నన్ను చేర్చారు. పతనపు చివరను చేరిన ఇంటి పిల్లవాడు.. వీడొక్కడైనా తమ విషాదాలకు దూరంగా బతికి వుండనీ అని తాత నిర్ణయించుకున్నాడు. ఎలాగో ఏమో నేను అన్నిటినీ మరిచిపోయినవాడిలా నటిస్తూ చదువులో మునిగిపోయాను. దూరంగా ఉన్న పేటకు నన్ను చూడటానికి ఎవరూ వచ్చేవారు కాదు. నేనైనా వెళ్ళి రావడానికి కుదిరేది కాదు. అయినా రోజుకు ఒక్కసారైనా మా తాత తట్ట మాత్రం నన్ను వేధిస్తూనే ఉండేది. ఊరి విషయాలన్నీ ఏడాదికి ఒకసారి ఊరికి పోయినపుడు అడిగి తెలుసుకుని నాలో నేనే మండుతున్న కొలిమిలో వేగిపోయేవాడిని. ఇంట్లో చిన్నాన్నలు సులభంగా వేరుపడుతున్నట్టు వార్త వచ్చింది. ఆ పెద్ద ఉమ్మడి కుటుంబాల ఇల్లు గతంలో ఒక్కటై ఉన్నది ఇప్పుడు ఇంట్లోను ఇల్లు, ప్రతీ గది, వసారా, చావడులతో, ఒక్కొక్క ఇల్లు, ఒక్కొక్కరిలోనూ, మనసులోపల ఒక్కొక్క గది గోడలు ఏర్పడి ఇల్లు అన్నది ఇప్పుడు అర్థాన్ని పోగొట్టుకుంది. నా సమకాలీన సహోదరులకు మీసాలు మొలుస్తుండటం, వాళ్ళు ఒక్కొక్క నెలవు కనుక్కోవటానికి కొత్త మార్గాలు ఏర్పడుతున్నాయి. అప్పుడు ఇల్లు ఒక పెద్ద

రణరంగంగానూ ఏర్పడి ఎవరు వచ్చినా జగడాలను విడిపించటానికి సాధ్యమే కాక, పోట్లాట, కొట్టుకోవడం, రక్తం కారటం, కాళ్ళు చేతులు విరగటాలు సహజమైపోయాయి. ఇంట్లో శాంతే లేకపోయింది. తాత ఈ దశలో ఇల్లు వదలి కొత్తగా వచ్చిన సర్కారు సైటులో కొబ్బరిమట్టల గుడిసెను వేసుకుని అక్కడే నివసించసాగాడు. ఆ మధ్యన మా అమ్మ జ్ఞాపకాలు నన్ను నిత్యమూ వేధించసాగాయి. విచిత్రమేమిటంటే కన్నతల్లి నుంచి వాత్సల్యమే దొరకనందువల్లనేమో ఇప్పుడామెను గుర్తు చేసుకున్నప్పటికీ స్పష్టమైన ఆమె ముఖచిత్రం నాకు కనిపించేది కాదు. రేడియో చిన్నాన్న, సినిమా చిన్నాన్న, రోగి చిన్నాన్న, వ్యాధి పీడిత ముసలి అవ్వలు, ఆ అత్తలు, నా తండ్రి... అందరూ నన్ను ఏదో విధంగా దూరం నుంచే వేధించసాగారు. ఎన్నోసార్లు నేను భావాత్మకంగా వెనుకటి చిన్నపిల్లవాడిలా మానసికంగా రూపాంతరం చెందుతూ ఆ తట్టను కలలోకి రమ్మని బతిమిలాడేవాడిని. నేను ఊరికి ఉత్తరాలు రాస్తే అంతమందిలో ఎవరి చేతికో చిక్కి ఎప్పుడో పాడైపోయేదట. దానికితోడు నా పిచ్చి కోరికలన్నిటినీ మోసుకుని వెళుతున్న ఆ ఉత్తరం వాళ్ళకెవరికి నచ్చేది కాదు. ఒకసారి మాత్రం నేను రాసిన ఉత్తరం తాతకు దొరికి దాన్ని చాలా రోజుల వరకు జేబులోనే పెట్టుకుని నేను ఊరికి వెళ్ళినపుడు చూపించి దాని గురించి ఏమేమో మాట్లాడి నాకు సంతోషం కలిగేలా ఉత్సాహపరిచి అన్ని రకాల చదువులు చదివి ముగించమని అనేవాడు.

నా విద్యాభ్యాస దాహం పెరుగుతున్నట్టే అనాయసంగా అందరూ, అన్నీ దూరమయ్యాయి. చివరకి తాత కూడా మసకబారసాగాడు. అంకెలు, అంశాల ప్రకారం ఇంట్లో అయిదుమంది చనిపోయి, ఏడుగురు పిల్లలు కొత్తగా జన్మించారు. నాతో వాళ్ళ ప్రేమల గురించి చెప్పుకున్న ప్రియమైన అవ్వలు మరుగైపోయారు. పుట్టుక, చావుల గురించి నాకు తెలియటం అవి జరిగిపోయిన చాలా రోజుల తరువాతనే. ఇంట్లో సభ్యులలో నేను ఒకడినని వారు మరిచిపోయినట్లే ఉన్నారు. మొత్తం ఇల్లు, వీధి జనం, అందరి పట్లా నాకు జుగుప్స పెరుగుతోంది. నేను ఒక తరగతి నుంచి ఒక తరగతికి ఎలా పాసవుతూ వస్తున్నానన్నది కానీ, నేను ముగించిన కోర్సు పేరుకానీ, నేను చదువుతున్న కోర్సు పేరు కూడా వారికి చెప్పటానికి వచ్చేది కాదు. ఎవరైనా చదువు గురించి అడిగితే 'అదెలాంటిదో' చదవుతున్నాడనేవారు. చదువు ముగించి ఇంటికి తిరిగి వెళ్ళాలనే భావన నాలో ఇప్పుడు మిగల్లేదు. పేటలోని సంకీర్ణమైన జీవితపు హింసనే నేను అలవరుచుకున్నాను. ఊళ్ళోని నా సమకాలీనులు కొందరు పెళ్ళిళ్ళకు ఎదురుచూస్తూ తాత దగ్గర ఆ విషయాలు ప్రస్తావించి అలసిపోయేవారు.

ఇవన్నీ జరిగినా, విషాదమేమిటంటే ఇంటివాళ్ళెవరికి కూడా నీరసమైన జీవితపు దుఃఖాంతాలకు కారణం కానీ, కొత్తదారులు కానీ కొంచెం కూడా తెలియదు. తాత ఆ

విషయంగా ఆలోచిస్తున్నాడే తప్ప నిర్దిష్టమైన తన ఇల్లు, వీధి, జనం అందరూ పాడవుతున్నందుకు మా వైపు నుంచి కారణాలను వెదుక్కోలేదు. అతనికి ఇతర కారణాల జాడ దొరికింది. ఆ మధ్యన దేవుడి కార్యాలలో కానీ, మిగిలిన ఏ సందర్భాలలోకానీ తట్టను వాడుకునే పద్ధతిని జనం వదిలివేశారు. దరిద్రం పట్టుకుని, శుద్ధత పోగొట్టుకున్న ఆ ఇల్లు, ఆ తట్ట వెనుకటి శక్తిని మిగుల్చుకోలేదని జనం నిర్ణయించుకున్నారు. ఒకానొక కాలంలో ప్రతీ న్యాయపంచాయితీలలో అందరూ ఆ తట్ట మీద ప్రమాణం చేసి 'నేను నిజం చెబుతాను' అనేవారు. ఆ తట్టను పంచాయతీ మధ్యన పెట్టి తీర్పు చెప్పేవారు. ఇప్పుడు దాన్ని చలామణిలో లేని నాణ్యంలా చూస్తున్నారు. పెళ్ళయిన తరువాత మొదటి రోజున కొత్తదంపతులు ఆ తట్టలో భోజనం చేస్తేనే సుఖం, తృప్తి, సంతానభాగ్యం అన్నీ కలుగుతాయన్నది ఇప్పుడు లేకుండాపోయి, ఆ ఒక్క ఆశయపు నమ్మకపు భావనాత్మమైన జీవన సంబంధానికి దెబ్బపడింది. ఆ కారణంగా మొత్తం వీధిలోని సంబంధాలే మారిపోయి ఒక నూతనత్వం వైపు మొగ్గుచూపుతున్నాయే తప్ప నిజంగానే తాము ఏ చివరకు చేరుతారోనన్న అవగాహన ఉండలేదు. వారి అవగాహనా దారులు ఎవరెవరి నుంచో నాశనమయ్యాయి.

అంత పెద్ద ఇంట్లో ఊయల కట్టడం మాత్రం తప్పేది కాదు. ఎప్పుడూ ఎవరో ఒకరు ఒక్కొక్క పసిబిడ్డను ఇంటి సభ్యుల పట్టికలో చేర్చి క్షణకాలమైనా సంతృప్తి పడేవారు. చిన్న దొంగతనాల చిన్నాన్న పెద్ద దొంగతనాలకు పూనుకుని, అందులో చిక్కుకుని, బెంగళూరు పెద్దజైలులో ఖైదీ అయిన విషయం నాకు అప్పటికే తెలిసింది. చివరికి కోరికలను అణచుకోలేని అత్త ఎవరితోనో సంబంధం పెట్టుకుని, నాలుగు నెలల గర్భిణియై, అది ఊరంతా ప్రాకి, ఆమె చావటానికి ప్రయత్నించి చివరికి ఆమె బతికిపోయి పెద్ద రగడ అయింది. తట్ట శాస్త్రం చేయడం అప్పుడు ఎవరికీ ఇష్టముండలేదు. 'దొంగ కడుపు తెచ్చుకున్న చినాలీ' అని అత్తకు విశేషణంతో కూడిన పేరు రావడం వల్ల ఇప్పుడు ఆమె ఇంటి నుంచి బయటికి రావటమే లేదు. ఆమె ఒళ్ళంతా కాలిన గాయాలతో వికారమైపోయింది. నా చిన్నాన్నలు ఎందుకు అంత వికృతులవుతున్నారో అర్థం చేసుకోవడానికి నాకు ఇప్పటికీ సాధ్యం కాలేదు. అత్తకు అందరూ వందలాది హింసలు పెట్టారు. ఆమెను మరణం కూడా తిరస్కరించింది. ఊరు, వీధి జనం ఒక్కొక్క విధంగా వికాసం పొందుతూ పరుగులుతీస్తున్నాయి. ఆ సమయానికి తాతకు వందేళ్ళు దాటింది. నేను చదవు ముగించాను. నా చెల్లెళ్ళ వివాహాలు అయినప్పటికీ అవి వివాహాలని అనిపించనేలేదు. ఆ పెళ్ళిండ్లు జరిపించే భారమంతా తాత మీద పడింది. నా తండ్రి, చిన్నాన్న వీళ్ళెవరూ కూడా పిల్లల పెళ్ళిళ్ళకు వెళ్ళడమే తప్ప బాధ్యత వైపు తిరిగి కూడా చూడనే లేదు. ఆ కాలానికి నా ఆలోచన, జిజ్ఞాస, తత్త్వం, పోరాటాల వల్ల సాంప్రదాయక

చట్రంలోని అన్నింటికీ విముఖంగా ఉండేవాడిని. ఇంటిని భాగాలు చేసి పంచుకున్నారు. చావు కోసం ఎదురుచూస్తున్న ముసలివాళ్ళు తాము ఎవరి భాగానికి చేరాలనే నిర్ణయంలో పెద్దగొడవ లేచి నా తాత చెల్లెలు ఒకామె ఎక్కడికో పోయి భిక్షగత్తెలా బతుకుతోంది. మా అందరికీ ఉన్న ఆస్తి ఆ ఇల్లే తప్ప పంట పండే భూమి లేదు. జనతా ఇండ్లను కొందరు దొరకబుచ్చుకుని, మరికొందరు పెరట్లోనే గుడిసెలు వేసుకుని వేరుపడ్డారు. దీంతోపాటు ఆ పెద్ద తట్ట నా తండ్రి భాగానికి వచ్చింది. తాత అందరి బాధ్యతల నుంచి ఇప్పుడు దూరంగా ఉన్నాడు. నా సమస్య వచ్చినపుడు, కొందరు చిన్నాన్నలు అధికారం చలాయిస్తూ, ఏమేమో చెప్పి, నేను సర్కారు ఉద్యోగంలో చేరి జీతం తెచ్చేటట్టయితే కొంత డబ్బును ప్రతీ నెల పంపాలనీ, లేదా వాళ్ళ పిల్లలలో ఎవరినైనా పేటకు తీసుకెళ్ళి కాన్వెంట్ బడిలో చేర్చి చదివించాలనీ గొడవ చేశారు. అప్పుడు తాత మధ్యలో కలగజేసుకుని "దిక్కుదివాణం లేకుండా, సొంతంగా అతడి కాళ్ళ మీద నుంచోవడానికి కాక, ఎవరెవరినో అడుక్కుని చదువుకుని వచ్చినవాడిని మనమెవరమూ ఏమీ అడగకూడదు. వాడైన రెండు పూటలు కడుపు నిండా తిని బతుక్కోనివ్వండి" అంటూ నా జోలికి రాకుండా చూసుకున్నాడు. అయినా వారంతా తమ మొండిపట్టును అంత సులభంగా వదల్లేదు.

***

తట్ట కూడా అందరి నుంచీ దూరమై అందరూ దాన్ని మరచిపోయారు. ఒకసారి ఊరికి వెళ్ళినపుడు ఆ పాడుబడిన ఇంట్లో ఆ తట్ట జ్ఞాపకం నాకూ రాలేదు. దాని కోసం అంతగా తల పాడుచేసుకోవటం ఈ కాలంలో అంత మంచిది కాదని నాకూ అనిపించింది. చిన్నాన్న నూతన సంతానాలు నన్ను గుర్తు పట్టేవే కావు. సంబంధాల నుంచి దూరంగా ఉండటం వల్ల నేను ఆ ఇంటి వంశానికి చెందినవాడినేనా అని చిన్నపిల్లలందరికి అనుమానం కలిగింది. అనేకసార్లు నేను అందరి వల్ల బయటివాడినని అనిపించేటటువంటి ప్రవర్తనలు పొడసూపటంతో కోపంతో ఊళ్ళో మరొక్క క్షణమూ ఉండలేననిపించి పట్టణపు నరకానికి పరుగెత్తుకొచ్చేవాడిని. అక్కడ పట్టణం కూడా నచ్చక, ఊరూ సరిపోక సందిగ్ధంలో నేను భూమి యొక్క అనధికార పుత్రుడినై రోజులను వీపు మీద మోసుకునేవాడిని. తాత అంతమందిలో ఎవరి ఇంట్లోనైనా భోజనం వేళకు వెళ్ళి నాలుగు మెతుకులు తిని రావచ్చునే తప్ప మిగతా ఏ సంబంధాలూ ఉండలేదు. సంతోషించే విషయం ఏమిటంటే రేడియో చిన్నాన్న తన ఎలాంటిదో జ్ఞానపు బలంతో రేడియో రిపేరీ చేసే సామర్థ్యాన్ని ఇప్పుడు సంపాదించుకుని, విస్తరించిన ఊరులో చిన్న రేడియో రిపేరీ అంగడిని తెరిచాడు. తాము వేరుగా ఉంటే సుఖంగా ఉంటామని గ్రహించిన అందరికీ మొదట సంతోషం కలిగినా చాలా తొందరగా వారందరి సంతోషాలు చెదరిపోయాయి. వాళ్ళకు తెలియకుండానే వాళ్ళను నిర్ధారించే రాజకీయ, ఆర్థిక, సామాజిక స్థిత్యంతరాలు వేటాడుతున్నాయి. నా

తండ్రి ఇప్పుడు గౌడ రాజకీయాలలో ఉండడంలేదు. తానూ ఒక భాగమై మా వీధికి రాజకీయపు అన్ని కుతంత్రాలలో శిక్షణ ఇస్తున్నాడే తప్ప, ఎన్నడూ ఒక మంచిపని చేయలేదు. నా తల్లి తన ముప్పయి ఎనిమిదేళ్ళ వయసులోనే ముసలి అవ్వలా కనిపించటం నాకు హింస కలిగించేది. పేటలోని ముసలివాళ్ళు ఇప్పటికీ అమ్మాయిల్లా అలంకరించుకుని అందంగా కనిపిస్తుంటే మా పల్లెటూరి ఆడవాళ్ళంతా ఎందుకు మరీ ముసలివాళ్ళలా రోగగ్రస్థులై వేధిస్తారని భయం కలుగుతుండేది. చాలా సూక్ష్మంగా మా వీధి జనాలకూ, పై వీధి జనాలకూ కులగొడవలు ఏ సమయంలోనైనా తటస్థించే ఖచ్చితమైన అవకాశాలు ఇప్పుడు ఊళ్ళో విస్తారంగా కమ్ముకుని ఎదురుచూస్తున్నాయి. గతంలో ఒకసారి ఎందుకో కులగొడవలు జరిగినపుడు ఆ తట్టను ఇరువర్గాలవారు ముట్టుకుని ప్రమాణం చేసి, మేము మరెన్నడూ గొడవలకు అవకాశం కలగనివ్వమని నిర్ణయించుకున్నారు. ఆ ఒప్పందం ఇప్పుడు లేదు. నా తండ్రి ఒక కులగుంపుకు నాయకుడై దాన్నంతా రాజకీయానికి వాడుకునేవాడు.

మొత్తానికి సంవత్సరాలు నిరర్ధకంగా కరిగిపోయాయి. వయసుతోపాటు వచ్చిన జ్ఞానం ఏమిటంటే జుత్తు తెల్లబడి సోమరులై చావట్లో కూర్చుని అందరి విషయాలను కించిత్తయినా వ్యక్తిగతంగా మిగల్చకుండా చెప్పుకుని, తిరగదోడి, జీర్ణింపజేసుకుని చివరికి ఏదో ఒక మనస్తాపం, ఆరోపణ, జగడాలకు దారి తీసే పరిస్థితులు ఊళ్ళో ఏర్పడ్డాయి. మా తాత పండు ముసలివాడై కూర్చున్న చోటే కూర్చుని యోగిలా ధ్యానం చేసేవాడు. అతని సమకాలీనులంతా చచ్చిపోయారు. ఊరికి తాత ఇప్పుడు ఏదో కాలపు జీవంతమైన పూర్వీకుడు మా మధ్యన ఉన్నాడనిపించేది. ఒక విధంగా చూస్తే మా వీధిలోని, ఇంట్లోని ఎవరిని కూడా నిందించటానికి మనస్సు రాకపోతున్నప్పటికీ నా అవగాహనకు రాని కారణాల వల్ల వాళ్ళనంతా ద్వేషించడం నేర్చుకోసాగాను. రోగియైన చిన్నాన్న అందర్నీ శాపనార్థాలు పెడుతూ 'చస్తాను చస్తాను' అంటూ గొడవ చేస్తున్నాడు. ఉత్తరాల సంబంధాన్ని కూడా ఊరి నుంచి పోగొట్టుకున్న ఐదేళ్ళ తరువాత నాకొక ఉత్తరం వచ్చింది. 'నీ ఏడవ చినాన్న కూతురు ఎవరి వెంబడో మమ్మల్ని అవమానం పాలు చేసి లేచిపోయింది. ఒకవేళ నువ్వున్న పేటలో ఆమె కనిపిస్తే పట్టుకుని ఊరికి తీసుకునిరా' అని ఉత్తరం రాయించారు. ఈ పెద్ద పట్టణంలో ఆమెను వెదకటం అంటే మా ఇంటి వేర్లనో, దాని పిచ్చినో శోధించటానికి బయలుదేరినట్టేనని అనిపించి విపరీతమైన వ్యాకులత, భయం, అవమానాలతో మరిగిపోయి, నా దుఃఖాన్ని ఎవరితోనూ చెప్పుకోలేక విచిత్రమైన మనోవ్యథలో పడ్డాను. ఎందుకో ఆ రోజు తాత, ఆ తట్ట, ఆ వీధిలో తిరుగుతూ ఆడుకున్న

జ్ఞాపకాలు, అత్తలు పదాలు పాడి పడుకోవటాలు, మేము 'ఆవు-పులి' కథా గేయాన్ని పాడి అందరినీ ఏడ్పిస్తూ మేము ఏడుస్తూ ఖిన్నులవ్వటం... ఆ వేనవేల క్షణాలన్నీ బెల్లపు పాకంలా మరుగుతున్నట్టు తలలో మరగసాగాయి. తిరుగు జవాబు రాయటానికి మనస్కరించలేదు. తాత ఇప్పుడు ఏ దుఃఖాలు కూడా తనను ఏమీ చేయలేనంతగా మొద్దుబారాడు. అతనొకసారి తీవ్రంగా జబ్బు చేసి మరణావస్థకు చేరినపుడు అతడు యమలోకానికి వెళ్ళాడట. ఆ యమలోకం అతను ఉన్న ఊరికి దక్షిణదిక్కులో శ్మశానంలోనే ఉండేదట. మా జనాల అన్ని వీధులూ అన్ని చోట్లా దక్షిణ దిక్కులోనే కట్టబడి యమలోకానికి సంకేతంగా ప్రాతినిధ్యం వహిస్తున్నాయి. మా వాళ్ళు దక్షిణదిక్కులోనే నివసించాలన్న సాంప్రదాయం ఉండేది. ఆ యమలోకంలో తాత అతడి అన్ని కాలాల పూర్వీకులను చూశాడట. వాళ్ళంతా యమలోకపు శిక్షలవల్ల చావక ఇంకా బతికివుండి తాతను పలకరించి "ఇప్పుడే ఎందుకు వచ్చావు నువ్వు, పో, పో" అని తిప్పి పంపేశారట. మేల్కొన్న తాత అందరికీ ఈ విషయం చెబుతూ యమలోకం ఇక్కడే వాగు పక్కనే ఉందని బెదిరించేవాడు.

***

మా తాత ఈ భూమితో సంబంధాన్ని మాత్రమే పెట్టుకున్నాడు. ఇప్పుడు దాన్నుంచి దూరంగా పోవటానికి నిర్ణయించుకున్నట్టుంది. దీర్ఘకాలం బతికి జీవించిన అతడి మొత్తం శరీరం లెక్కకు రానట్టయి చనిపోయే దశను ఎప్పుడో చేరింది. ఇదంతా నేను ఎదురుచూసిందే. ఊరి నుంచి చెడువార్త రానే వచ్చింది. తాత భీష్ముడిలా మరణశయ్యపై పడుకున్నాడని ఉత్తరం ఆలస్యంగా వచ్చింది. ఒకటిన్నర నెల తరువాత అయినా ఆ ఉత్తరం అందింది కదా అనిపించి సంతోషం కలిగినా ఈ పాటికి అతను చనిపోయి, అన్నీ ముగిసిపోయివుంటే అనిపించి, ఆ క్షణానికి నా గుండె ఎన్నడూ కొట్టుకోనంత వేగంగా కొట్టుకుని ఒళ్ళంతా కంపనలు, చెమటలు పొడసూపాయి. ఏదో నా చివరి సంబంధాలు జారిపోతున్నాయని అనిపించింది. ఆ సంబంధం చేజారిపోతే అది "మిస్సింగ్ లింక్" వంటి విషాదాంతం అయిపోతుందని భయపడ్డాను. వెంటనే ఉత్తరం రాసి జవాబుగా ఎలాంటి వార్త వస్తుందోనని ఎదురుచూశాను. వచ్చింది. తాత చనిపోలేదు. అయితే చావబోతున్నాడనే మరో వాక్యమూ ఉత్తరంలో ఉంది. 'ఈ క్షణమే నువ్వు ఊరికి తిరిగి రావాలి. మా మీద నీకు ప్రేమ లేకపోయినప్పటికీ, మమ్మల్ని నువ్వు కాపాడటానికి కాకపోయినా, నీ తాత కోసం నువ్వు రాకపోయినప్పటికీ, నువ్వు తాతకు కావలసినవాడివి కావటం వల్ల ఖచ్చితంగా రావాలి' అని బడిలో చదువుతున్న చిన్నాన్న కొడుకొకడు

రాశాడు. ఒక నెల నుంచీ చావు కోసం ఎదురుచూస్తున్న వాడిలా పడుకునివున్న తాత నాతో ఏమీ మాట్లాడుతాడో అడగాలని బయలుదేరాను.

ఊరికి చెందిన ఎన్నో జ్ఞాపకాలనన్నీ నేనే చంపేశాను. ఏదీ స్పష్టంగా తలలో రాకుండా చిక్కుముడులు పడి నేను మనోరోగిలా కనిపిస్తున్నట్టు రూపొందాను. తాత చనిపోతున్నాడని ఆ పెద్ద ఇంట్లో బయటి అరుగుమీదికి తెచ్చి పడుకోబెట్టారు. అతడి చివరి క్షణాల్లో అయినా ప్రేమగా చూసుకుందామని ఇంట్లోని వారంతా నిర్ణయించుకున్నారు. మరణించబోయేవాడు ఏవేవో కోరికలను ముందుగానే ఇక్కడే తీర్చుకుని పోనీ అని అతనికి గతంలో ఇష్టమైన రకరకాల వంటకాలను ఇంట్లోనే చేస్తూ తాత ముందర పెట్టి అందరూ ఆ సుఖభోజనాన్ని ఆస్వాదించేవారు. తాత భోజనం చేస్తున్నాడో లేదో అన్నదేదీ ముఖ్యమైందన్నట్టు ఇంట్లో నాకు కనిపించలేదు. ఫలానా ఫలానావంటకాలు చేయండని అతను అడగనూ లేదు. చిన్నాన్నలందరూ మా పాతకాలపు పెద్ద ఇంట్లో తాత చనిపోయే క్షణాల కోసం ఎదురుచూసి ఎదురుచూసి లెక్కబెట్టి విసుగుపడేవాళ్ళు. మరణాన్ని వాళ్ళు ప్రత్యేకంగా ఆచరిస్తూ ఆహ్వానిస్తారేమో అనిపించింది. ఊరికి పోయిన వెంటనే మొదట నా ముఖం చూసిన వారందరూ విచిత్రంగా గమనించి ఇతను ఇంత పెద్దగా పెరిగిపోయాడు కదా అని గుర్తు చిక్కనట్టు ప్రవర్తించారు. నిద్రలో ఉన్న తాతను లేపి , బయటికొచ్చి వీధినంతా గమనించాను. ఎందరివో ముఖాలు, పేర్లు, ఏవీ నాకు తెలియదు. నేను ఊరు వదలిన తరువాత వాళ్ళంతా పుట్టినవాళ్ళు. అపరిచితుడైన బంధువులా నేను వాళ్ళకంతా గోచరించసాగాను. చిన్నాన్న కొడుకును ఒకడిని పట్టుకుని, పెరట్లో కూర్చుని తాత గురించి సవిస్తారంగా విషయాలన్నీ అడిగి తెలుసుకున్నాను. ఇంట్లోని ఘటనలన్నీ అతను నాకు ఒప్పించాడు. ఎందరో బంధువులు వస్తూపోతూ అతడి చివరి జీవంత దర్శనాన్ని పొంది వెళుతున్నారు. నేను ఊరికి వెళ్ళిన రోజు కొందరు బంధువులు వచ్చి ఇంట్లో ఉన్నారు. ముద్దులు పెట్టించుకున్న అత్తలు, ఆ పెద్ద అద్దంలో అంగాంగాలు చూసుకుని యవ్వనపు విషాదాలను చూసుకున్నవాళ్ళు, ఇప్పుడు నా కళ్ళకు ముసలివాళ్ళులా కనిపిస్తున్నారు. చివరికీ వాళ్ళు పెళ్ళే చేసుకోలేదు. ఎందుకో వాళ్ళను ఎవరూ అంగీకరించలేదు. నాతో మాట్లాడటానికి భయపడుతూ క్షేమసమాచారాలు విచారించారు. ఒక అత్త, “ఈ పాపులను చూడటానికి చివరికి వచ్చావేమప్పా” అని మరింతగా నా ఎదను గుచ్చి గాయపరిచింది. ఇక తాత ఏమేమి చెబుతాడోనని భయపడసాగాను. మొత్తంవీధి జనం తాత చావుకోసం చాలా రోజుల నుంచి ఎదురుచూస్తూ విసిగిపోయి ఈ దొంగ ముసలివాడు చావకుండా తమతో ఆటలు ఆడుతున్నాడని

భావించారు. నా తాత దగ్గర అందరూ వచ్చి ఏదేదో గెలికి ప్రశ్నించినా కూడా అతను ఎవరి దగ్గర మాట్లాడటం లేదు. 'చావుకు ముందు అతడితో నేను అలా మాట్లాడాను, ఇలా మాట్లాడాను. అతను ఆ విషయం గురించి ఈ విషయం గురించి ఏదేదో చెప్పాడు. అతను నాకు మాత్రమే ఇలాంటి విషయాలు చెప్పాడు' అని తాత మరణానంతరం కథలు అల్లి చెప్పుకోవటానికి ఎందరో జనాలు నా తాత దగ్గరికి వెళ్ళి సర్కసు చేశారు. దేనికి ఆయన ఆఁ అనలేదు. వాళ్ళ ముఖాలు చూడటానికీ ఇష్టపడలేదు.

చావును నెపంగా చేసుకుని అప్పోసొప్పో చేసుకుని వచ్చిన ప్రతీ ఒక్కరు కూడా తాత కోరికలు తీర్చి కర్మలు పోగొట్టుకుంటున్నామని సంభ్రమిస్తూ ఒక విధమైన పండుగ వాతావరణాన్ని ఇంట్లో నెలకొలిపారు. ఆ పాతచడ్డీ కుర్రాడు ఇప్పుడు ఎదిగిపోయాడు. అవేవీ కూడా తనకు సంబంధించినవి కాదన్నట్టు కూర్చుని పుస్తకం తెరిచి మనిషి శరీరపు చిత్రాన్ని గీస్తూ దాని మీద బాణం గుర్తులు వేసి అంగాంగాల పేర్లను ఇంగ్లీషులో రాస్తున్నాడు. ఒక్క క్షణం ఆ వైపు చూడటం వల్ల అతడిని ప్రశ్నించాలనిపించింది. ఆ శరీరపు చిత్రంలో మనిషి ఎక్కడున్నాడు? అతనిలో మానవత్వం అన్నది ఎక్కడుందో చూపించమని అడగాలనిపించింది. అయితే అడగలేదు. నా తండ్రి ఇంటికి ఎప్పుడో వచ్చి ఎప్పుడో ఎక్కడికో వెళ్ళిపోతాడని తెలిసింది. నా తల్లి నా ముఖాన్ని మౌనంగా చూస్తూ నిస్తేజమైన కళ్ళలోంచి బొటబొటా కన్నీళ్ళు కారుస్తోంది. ఈ ఇంటివాళ్ళందరికి వండిపెట్టే పెద్ద భారంతో నిప్పుల ముందు సదా మండుతున్న కాష్ఠంలా అవుతున్న ఆమెను చూడకపోవటం వల్ల ఇప్పుడే మొదటిసారిగా అమ్మను ఇంత సమీపంలో ఇంత దీర్ఘంగా చూస్తున్నాననిపించింది. నాకు కడుపులో కలచివేసినట్టయింది. చావుకోసం నేనిక్కడికి రాలేదు. చావులను దాటి 'ఏదో చివరలో ఉన్నవారిని చూడటానికి వచ్చాను' అని అనిపించింది. ఎవరితోనైనా మాట్లాడటమే ఒక సాహస కృత్యమవుతుంది. కాన్పు కోసం ఇంటికి తీసుకొచ్చిన నా అక్కకు బిడ్డ పుట్టింది. నాలాంటి ఎందరో పిల్లలను, నన్నూ, నా అక్కనూ పడుకోబెట్టి ఊపుతున్న అదే పాతదైన పెద్ద ఊయల్లో అక్క బిడ్డ తన పాటికి తాను పాలుతాగి జొల్లు కారుస్తూ ఇంటి లోపలవున్న ఊయలకు ఆవల ఆకాశాన్ని చూస్తోంది.

***

నేను వచ్చిన విషయం తాతకు తెలిసి కళ్ళు తెరిచాడు. తీక్షణంగా చూస్తూ అలసిన కళ్ళను నా మీదికి తిప్పుతూ క్షీణమైన స్వరంతో మాట్లాడాడు. అతని తల దగ్గర కూర్చుని చేయి పట్టుకున్నాను. అక్కడ బిడ్డ ఊయలలో గట్టిగా ఏడుస్తున్నాడు. తాత నా ఒళ్ళు

నిమిరాడు. నేను చదివిన కోర్సు పేరు అడిగి, నోటి నుంచి దాన్ని దొర్లించడానికి రాక, "అంటే చదువంతా ముగిసిపోయి, సముద్రానికి అవతల ఓడలో వెళ్ళి చదవటమొకటే మిగిలింది కదా" అన్నాడు. తల ఊపాను. తాత కళ్ళు నీళ్ళతో నిండాయి. నా చిన్నతనంలో అతడు కోరుకుంటున్న అంబేద్కర్ తరహా చదువంతా చదివి సూటుబూటు వేసుకుని ఊరికి రాజులా రావాలని ఆయన అంటున్నది గుర్తుకొచ్చింది. మా మధ్యన చాలాసేపు ఎటువంటి మాటలూ వెలువడలేదు. మా అందరినీ పెంచి, పెద్దచేయటానికి అన్నిటితో పోరాడి శ్రమించిన అతడి మొరటు చేతిని నా మెత్తటి చేతులు బంధించాయి. 'పేటలో చదువుతున్న నా మనుమడిని ఒకసారి చూస్తే ఈ జన్మకు చాలు' అని తాత చెప్పి నన్ను పిలిపించుకున్నాడు. ఇంటి అరుగుమీద బంధువులు, వీధిలోని చాలామంది మరియు చిన్నాన్నలంతా కూర్చుని కబుర్లు చెప్పుకుంటున్నారు. తాత చావకుండా సతాయిస్తున్నాడనీ, అతనికి అతి ప్రియమైన మనుమడు రావటం వల్ల ఏదైనా చెప్పి ఈ రోజు కాకపోయినా రేపైనా చస్తాడని నమ్మారు. దీర్ఘంగా ఊపిరి పీల్చి, "బిడ్డా నాదొక ఆశ ఉంది. నీవు తీరుస్తావేమప్పా?' అన్నాడు. నాలోని ఉద్వేగాన్ని అదిమిపెడుతూ "చెప్పు, అది ఏమైనప్పటికీ నేను తీరుస్తాను" అన్నాను. "నువ్వు ఒక్కడివే ఉంటే చెబుతాను, మిగతావారిని బయటికి పంపు;"అన్నాడు. "లేదు లేదు. నువ్వు అందరికి కావలసినవాడిని. నీ మాటలు అందరికి సంబంధించినవి. వాళ్ళ ఎదురుగా చెప్పు" అంటూ ఎదురుచూశాను. "ఊс సరే. నీవు అన్నీ తెలిసినవాడివి. చదువుకున్నవాడివి. నీ మాట ప్రకారం అందరి ముందు చెబుతాను. వాళ్ళనూ పిలువు" అన్నాడు. హడావుడిగా అందరిని పిలిచాడు. అందరూ ఏదో విచిత్రాన్ని చూడటానికి తోసుకొచ్చినట్టు లోపలికి వచ్చారు. అక్కడక్కడ కూర్చున్నారు. తాత చాలా సంకోచిస్తూ చెప్పాలా వద్దా అన్నట్టు మెల్లగా, "నా కోరిక... నాదొక చివరి కోరిక తీర్చడానికి నీ చేత అవుతుందా బిడ్డా" అని తీక్షణంగా చూశాడు. నాలో పిచ్చి ఆత్మవిశ్వాసం ఉబికి వచ్చింది. "చెప్పు. ఎంత కష్టమైనదైనా నీ కోరిక తీరుస్తాను" అన్నాను.

అందరూ అత్యంత కుతూహలంతో నిశ్శబ్దంగా వినటానికి ఎదురుచూశారు. ఆ మధ్యలో నా అక్క తన బిడ్డకు పాలు తాపించింది. ఆ బిడ్డ పాలు తాగుతూ చేస్తున్న శబ్దం తప్ప ఇంకే సద్దు వినిపించటం లేదు. తాత నోరు తెరవకుండా ఎదురుచూసేలా చేశాడు. ఇంకేమీ మా తాత ఈ క్షణంలో తన చిట్టచివరి కోరికను చెబుతాడని ఎదురుచూశాను. అతడు అన్నాడు, "అదిగో.. అదిగో ... నువ్వు చిన్నపిల్లవాడిగా ఉన్నప్పుడు మన ఇంట్లో ఉండేది కదా పెద్ద తట్ట, దాన్ని విడిపించుకుని వచ్చి నాకొకసారి ఇస్తావేమప్పా" అని దీనంగా వేడుకున్నాడు. అతని చివరి కోరిక విన్న అందరూ ఇంటి పెంకులు ఎగిరిపోయేలా

భయంకరంగా నవ్వేశారు. అందరూ ఇంకా నవ్వుతూనే ఉన్నారు. మరణించేవాడి చివరి విచిత్రమైన కోరికకు మా ఇల్లూ అదే విధంగా విచిత్రంగా ప్రతిస్పందించింది. నేను నవ్వలేకపోయాను. అంత పెద్దగా నవ్వటం వల్ల పాలు తాగుతున్న బిడ్డ బెదరిపోయి ఏడవసాగింది. బిడ్డలా పక్కకు తిరిగి ముఖం దాచుకున్నాడు. ఆ పెద్ద తట్ట ఇంట్లో ఉంటే మన పవిత్రత ఎన్నడూ చెడదనీ, మా సుఖసంతోషాలు, సంపద, ఇంటి నుంచి బయటకు వెళ్ళవని నమ్మి గొప్పస్థానంలో ఉన్న తట్టను తాత చివరి క్షణాల్లో అభ్యర్థించటాన్ని చూసి నాకు ఏడుపు ఆగలేదు. వలవల ఏడ్చాను. ఆ తట్ట ఎన్నటికీ తాత దగ్గరికి మరలి రావడానికి సాధ్యమే లేదు. ఎవ్వరికీ ఆ తట్ట జ్ఞాపకమే లేదు. నేనూ దాన్ని మరచిపోయాను. ఇంటిని భాగాలు పంచుకుని అందరూ ఒక్కొక్క సంసారమై పోయాక ఆ తట్టను ఎవరో ఎలాగో ఎందుకో గౌడ ఇంట్లో దొంగగా కుదువపెట్టి ఎన్నో ఏళ్ళు గడిచిపోయాయి. తమ ఇంట్లో అలాంటి తట్ట ఉన్నదని ఇప్పుడు పుట్టిన పిల్లలకు తెలియదు. చాలా సంవత్సరాల తరువాత ఆ తట్టను తిరిగి తెచ్చుకోవటానికి ఇష్టం లేక వదలి పెట్టడం వల్ల గౌడ ఇంటివాళ్ళు దాన్ని వాడుకోసాగారు. ఇంతలో గుంపులో ఉన్న ఒక చిన్నాన్న చెప్పటం వినిపించింది, "ఆఁ, అదా, అది పోయి చాలా కాలమైంది. గౌడ కొట్టంలో నీళ్ళు కాయడం కోసం పెట్టిన పెద్ద నీటిఆండా ఉంది కదా, అది కాలి కాలి అడుగంతా చిల్లులు పడటం వల్ల ఆ తట్టను కత్తిరించి అడుగుకు వేశారు. ఇక దాన్ని ఏ విధంగానూ తిరిగి తేవటానికి సాధ్యం కాదు' అని తమాషాగా చెబుతున్నాడు. అప్పటికీ ఇంటివాళ్ళు నవ్వుతున్నారు. తాత కళ్ళు నీళ్ళు నింపుకుని నా వైపు చూశాయి. నేను ఎన్నడూ ఇంతగా దుఃఖించలేదు. నా కళ్ళ నుంచి నీళ్ళు కారుతుండటం నా తల్లి చూసి నొచ్చుకుంటూ ఉంది. ఒక్క క్షణమూ ఇక అక్కడ నిలువలేక గబగబా బయటికి వచ్చి పెరట్లో నుంచున్నాను. అన్ని రోజులూ, క్షణాలూ, మా ఇంటి ఒక్కొక్క స్థితులూ వేటాడటానికి సిద్ధమయ్యాయి. పిచ్చిఅత్త పెరట్లో చెట్టుకు ఒరిగి ఆకాశాన్ని చూస్తున్న చిత్రం ఆ చెట్టును చూసిన వెంటనే స్ఫురించింది. మిట్టమధ్యాహ్నపు మండే సూర్యుడు ఆకాశంలో తేలుతున్నాడు. నా కళ్ళు నీటిని చిమ్ముతున్నాయి. తల తిరుగసాగి సహించలేక ఆకాశాన్ని చూశాను. ఆ పెద్ద ఆకాశంలో మొత్తం సూర్యుడు, అతని చుట్టూ ఉన్న కాంతి అంతా నా తాత తట్టలాగే కనిపించి చప్పున ఆగాను. సూర్యుడు తళతళ మెరుస్తూనే ఉన్నాడు.

***

రచనా కాలం : 1992

మోదూరు తేజ

తిరుగుబాటు

ఒడలు అనే పొయ్యి మీద అవమానపు అన్నం కుతకుత ఉడుకుతోంది. పండుగ వాతావరణంలో గుమిగూడిన బంధువుల ముందు మూడు రోజుల నుంచి ఊరి జనం చేసే అవమానాన్ని భరించడం మహా యాగమైపోయింది. మా వాళ్ళు ఎంతో ఆశతో చేసుకుని పోయిన పిండి హారతిని గుడిచుట్టూ తిప్పటానికి వీల్లేదని చెప్పి వెనక్కి పంపేశారు. రథం పగ్గాలను ముట్టనే కూడదని, ముట్టయిన ఆడవాళ్ళను దూరం పెట్టినట్టుగా మా అందరినీ నీచంగా చూసేవారు. ఈ రోజు గుడి దగ్గర సాయంకాలం ఆరుగంటల నుంచి దాసోహపు పేరిట పంక్తి భోజనాలు సాగుతూ ఉన్నాయి. రాత్రి పన్నెండు గంటలైనా మొత్తం మా హరిజన వీధిలోని ఒక్కరికి కూడా ఒక్క ముద్ద అన్నం పెట్టలేదు. అలాగని మేమేమి ఆ దాసోహపు అన్నానికై కాచుకుని కూర్చోలేదు. మేము లక్ష్యం లేని కుర్రవాళ్ళం. మా లెక్కనే లేదు. అయితే ఒక వారం నుండి వెట్టి చాకిరీ చేసిన మా వీధి అయిదారు మంది పెద్దవాళ్ళనైనా ఏదో ఒక మూలన కూర్చోబెట్టి అన్నం పెట్టివుండోచ్చు కదా అన్నదే నా వాదన. ఇదే అవమానపు అగ్నిగుండంలో మా ఆత్మాభిమానం కరిగిపోయిన కర్పూరమైంది. తిన్నవాళ్ళు ఎంత మందో, తినకుండా 'దాసోహపు' అన్నం కోసం ఆశతో ఎదురుచూస్తూ ఉపవాసంగా పడుకున్నవారెంత మందో, మొత్తానికి మా వీధి బాధలలోనే నిద్రపోయింది.

ఇంక ఎంతసేపటికి అన్నానికి పిలుస్తారో లేదా పిలవకుండా ఉంటారో చూడాల్సిందేనని ఎదురుచూస్తుండగా "మాదిగవాళ్ళంతా అయిదు నిముషాల్లో వచ్చి భోజనం చేసి వెళ్ళకపోతే ఇంటికి యాభై రూపాల చొప్పున దండన విధించడం జరుగుతుంది" అని దేవస్థానం మైకులో పెద్ద గొంతుకలో రెండు మూడుసార్లు చెప్పినపుడు సమయం సరిగ్గా అర్ధరాత్రయింది. పున్నమి వెలుతురులో తేలివచ్చిన ఆ హెచ్చరిపు మాటలు స్కూలు అరుగుమీద కూర్చున్న మా మీద నిప్పులు చిమ్మినట్టయ్యింది. జయరాముడి ఆత్మాభిమానపు నిప్పు కోపపు రూపాన్ని దాల్చటంతో, "విన్నారా, నరాలు చచ్చిన మర్యాదలేని నా కొడుకుల్లారా, మీ తలరాత చూసే ఆ నా కొడుకులు అంత రుబాబు

చేస్తున్నారు, థూ, మీ విలువల లేని బతుకులకు నిప్పులుపడ" అని మా వాళ్ళందరిని తిట్టసాగాను. అంత తిట్టినా దేవస్థానం పెట్టే అన్నం కోసం కాచుకుని ఉన్న అయిదుమంది పాతతరం ముసలివాళ్ళు చంకలో తట్టా, చెంబు పెట్టుకుని బయలుదేరటం చూసి మేమంతా కలసి వాళ్ళను కసరి ఇంటికి తిప్పి పంపాం.

దృఢంగా ఉన్న పదిపదిహేనుమంది కుర్రవాళ్ళు బండి గూటాలు పట్టుకుని మా వీధి మూలమూలలకు గస్తీ తిరుగుతూ ఒక నరపురుగూ దేవస్థానానికి దాసోహం అన్నానికి వెళ్ళకుండా ఆపాం. మేము ఊహించినట్టే అరగంట తరువాత ఊరిపెద్దతోపాటు ముగ్గురు నలుగురు ప్రముఖులు వచ్చి "చేసిందంతా అలాగే మిగిలిపోతుంది. దేవుడి ప్రసాదం ఎక్కడ దొరకాలి? పిల్లాజెల్లాను వెంటబెట్టుకుని గుడి దగ్గరికి నడవండయ్యా" అని తొందర పెట్టారు. మా భయానికి వీధి జనంలో ఏ ఒక్కరూ బయటికి రాలేదు.

"మేము చేయకూడని తప్పులు చేశాం కదా? అందుకే మాకు యాభై రూపాయలు దండన విధించేవరకు భోజనానికి రాము" అని మేమంతా ఒక్క గొంతుకతో చెప్పటంతో ఊరిపెద్దకు నాలుక కట్టివేసినట్టయింది. అతని వెంబడి వచ్చినవారు ఆ మాటలు సమర్థించుకోవటానికి "తూకంరాయి మీద కుక్క ఉచ్చపోస్తే దాని తూకం తక్కువవుతుందేమయ్యా? ఎవడో పనికిమాలినవాడు ఏదో చెబితే అయిపోయిందా? అదంతా మనస్సులో పెట్టుకోకుండా భోజనానికి రండి" అని ఒత్తిడి పెట్టారు.

"వీధిలో చెప్పుతో కొట్టి ఇంట్లో కాళ్ళు పట్టుకున్న తీరులో మీరు మాట్లాడితే మేము ఒప్పుకోం" అని జయరామ్ ఘాటుగా మాట్లాడటంతో ఊరి పెద్దల ముఖాలు పాలిపోయాయి.

"అదంతా అడగటానికి నువ్వు ఏ ఊరు దాసయ్యవు? బంధువుగా వచ్చినవాడివి బంధువులా ఉండి వెళ్ళు. లేనిపోని తంటాలు తగిలించకు" అని జయరామ్ మీద ఎగిరారు.

"మా వీధి ఎల్లప్ప ఇంటికి వచ్చిన బంధువైనా, న్యాయంగా మాట్లాడటానికి ఊరివాడైతే ఏమిటి? వేరే ఊరివాడైతే ఏమిటి?" అని నేను ప్రశ్నించటంతో నా మాటకు సంజీవ కూడా మద్దతు పలికాడు.

"ఉన్నవాడు గాదె తెరిచేలోపు లేనివాడు చచ్చిపోయాడు" అనేలా మీకు కుదిరినపుడు వచ్చి పిలిస్తే మేమేమి గతి లేనివాళ్ళం కాదు. ఇంతకు దేవుడికి బేధం లేన్నప్పుడు దేవుడి ప్రసాదాన్ని పెట్టడానికి ఎందుకు భేదాలు?" అని సంజీవ ఒక్కొక్క మాటను ఎత్తిపొడుస్తూ ప్రశ్నించడంతో ఓర్పు పోగొట్టుకున్న ఊరిపెద్ద చివరిసారిగా పిలిచినప్పుడూ, "మేము రాము' అని చెప్పటంతో పీర్ల పండుగలో నిప్పులు తొక్కినవాడిలా గబగబా అడుగులు వేస్తూ వెనక్కి వెళ్ళిపోయారు.

"మాతో సరిసమానంగా కూర్చుని తినే తిమురా ఈ మాదిగ నా కొడుకులకు" అని ఊరి ముందు అరవటం నిశ్శబ్దమైన వాతావరణంలో మాకు స్పష్టంగా వినిపిస్తోంది.

హనుమంతరాయుడి గుడి ముందు పైజాతి కుర్రవాళ్ళంతా మా వీధి మీద దాడి చేయడానికి ఆయుధాలతో సిద్ధంగా ఉండటం మేము పంపిన గుప్తచారుడి ద్వారా తెలుసుకున్నాం. ఈ సమయంలో గొడవ జరుగుతుందని, మా అందరికి నమ్మకం కలిగి, మేము కూడా అన్నిటికి సిద్ధమై మునివేళ్ళ మీద నిలబడ్డాం. ఈ విషయం వాడ పెద్దలకు తెలిసి అందరూ మాకు మద్దతుగా నిలిచారు.

'మా కాలం నుంచీ మేము అనుభవించిన నరక యాతనాల బతుకు చాలు. దేవుడికి పిండి హారతి ఇవ్వడానికి లేదు. గుడి మెట్లు ఎక్కడానికి లేదు. రథం పగ్గాలు లాగటానికి లేదు. నలుగురి మధ్యన పంక్తిలో కూర్చుని భోజనం చేయలేం. ఈ సిగ్గులేని బతుకు ఎందుకు? ఛీ... మీ కాలంలోనైనా మా బతుకులు మారనీ. మీ సహాయానికి మేము ఉన్నామని అభయం సూచించిన పెద్దల మాటల వల్ల మా నరనరాల్లో కొత్త ఉత్సాహ ప్రవాహం రూపు దాల్చింది.

మా ఐకమత్యం ఆలోచన తెలుసుకునో ఏమో విసిరే కర్ర నుంచి తప్పించుకుంటే వందేళ్ళు ఆయుష్షు అన్నట్టు వాళ్ళు గొడవకు రాలేదు. మేము ముందంజ వేయలేదు. ఏవేవో మాటలు మాట్లాడుకుంటూ స్కూలు అరుగు మీద ఒక కునుకు తీశాం.

మరుసటి తెల్లవారుజామున సూర్యుడు నెత్తురును ఒంటికి మెత్తుకునే పుట్టి వచ్చినట్టు కనిపిస్తున్నాడు. ఊళ్ళో జాతర సంతోషానికి బదులుగా, రెండు గుంపులవారి మనస్సులో పొగలుచిమ్మే పగ ఏ ఘడియలోనైనా జ్వాలగా ఎగిసిపడుతుందో అన్న భయం అందరి మనస్సులోనూ ఒక ప్రశ్నగా వేధిస్తోంది. అదే సమయంలో, "వినండయ్యా వినండి, ఊరి పెద్దలంతా రచ్చబండ దగ్గర పంచాయితీ చేరారు. ఇంటివాళ్ళంతా ఇంటకొకరన్నట్టు రావాలి. వినండప్పా వినండి" అని కేకలు పెడుతూ తప్పెట వాయిస్తూ వెళ్ళే చౌడప్ప కేకలు విన్న మా అందరికి ఒళ్ళంతా పిడుగులు పడినట్టయ్యింది. కులద్రోహం చేసిన చౌడప్ప మీద జయరామ్‌కు అణుచుకోలేని కోపం వచ్చింది. "ఇలాంటి సమాచారం తెలపటానికి నీవేమైనా తలారి పని చేస్తున్నావేంరా మూర్ఖుడా.. నీకెందుకు ఊరి సంగతులు, వాడెవడో రాత్రి మైకులో దండన వేస్తానని అరిచి అరచి చెప్పాడు కదా. దాని గురించి నీకు కొంచమైనా రోషం లేదా?" అని అడిగిన జయరామ్ మాటలకు, "నీటికెదురుగా ఈత కొట్టలేం, ఊరిని ఎదురించి బతకటానికి కాదు. నాకు ఊరిగౌడ ఊరిపెద్ద కావాలి.

అందుకే వాళ్ళు చెప్పిన పని చేస్తాను" అని చెప్పిన చౌడప్ప తోక ఊపుకుంటూ పోవటమే అతని పరిస్థితిని తెలుపుతోంది. దాంతో మేము ఊరకయ్యాం.

పంట పండే స్థలంలోనే కలుపు పండుతుందన్నట్టు అతనొక్కడు ఊరి పరంగా ఉన్నంత మాత్రాన మన వీధికేమీ నష్టం లేదనుకుని ఇప్పుడు వచ్చిన సమస్యను ఎలా ఎదుర్కోవాలో చర్చించటానికి వాడ పెద్దలు, పోరాటానికి దిగిన మేము స్కూలు దగ్గర చేరాం. "మేమేమి చెయ్యరాని తప్పు చేయలేదు. పంచాయితీ దగ్గరికి వెళ్ళే అవసరమూ లేదు" అని సంజీవ ఆవేశభరితంగా చెప్పిన మాటలు విన్న యల్లప్ప "ఊరిజనమంతా పంచాయితీ దగ్గర చేరాలి అని చెప్పడం వల్ల మనం కూడా ఇంటికొకరం వెళదాం. అక్కడ తప్పుచేసినవాళ్ళు మేమే అని తెలిస్తే అందుకు సరియైన ప్రశ్న అడిగితే సరిపోతుందని చెప్పిన పెద్దమనిషి మాటకు విలువ ఇచ్చి అందరూ పంచాయితీ కట్ట దగ్గర వెళ్ళడానికి ఒప్పుకున్నాం. అయితే ఎవరు మాట్లాడినా తప్పుకు దొరకకుండా మాట్లాడండి. దాంతో పాటు గొడవ జరిగే పరిస్థితి కనిపిస్తే అందరూ ఒక్కటవ్వాలని ఉత్తర్వులు చేయటంతో అందుకు బద్ధులై పంచాయితీ కట్ట దగ్గరికి చేరాం.

ఊరి ప్రముఖులు ముఖానికి తేనెటీగలు కుట్టినట్టు ముఖాన్ని ఉబ్బరించుకుని కూర్చునివుంటే, మరికొందరు పళ్ళు కొరుకుతూ ఉన్నారు. ఇంకొందరు మింగేసేవాళ్ళలా కళ్ళు పెద్దవి చేసుకుని చూస్తూ ఉన్నారు. పరిస్థితిని అర్థం చేసుకున్న నేను, జయరామ్ ఆ పంచాయితీ చాలా సేపు జరగదు అని అనుకున్నాం. వాళ్ళు ఒక చోట కూర్చుంటే మేమొక చోట కూర్చున్న తరువాత మా వీధి వాళ్ళే అయిన యమదురుగప్ప, హొన్నూరప్ప, చౌడప్ప, గొరకప్ప ఇలా ముగ్గురు, నలుగురు "గెలిస్తే ఆడటానికి వచ్చాం, ఓడితే చూడటానికి వచ్చాం" అన్నవాళ్ళు మా గుంపుకు చేరక, వాళ్ళ గుంపులోనూ చేరకుండా మధ్యలో కూర్చున్నారు. పంచాయితీ ప్రారంభం కావటం వల్ల వారి గురించి తల పాడుచేసుకోలేదు. కురిసే వర్షం ఆగిన తరువాత ఆవరించే మౌనంలా కొన్ని ఘడియలు పంచాయితీనంతా మౌనం పాలిస్తోంది. తరువాత ఊరిపెద్ద మౌనాన్ని చెదరగొడుతూ మాటలు మొదలెట్టాడు.

"మీకు తెలియనిదేముంది? నిన్నటి నుంచి ఇంటివాళ్ళు చేసిన అవమానం, ఆడినమాటల వల్ల మాకందరికి చాలా బాధ కలిగింది. కాబట్టి వాళ్ళను కొట్టడం, తిట్టడం వద్దు. ఈ గ్రామం నుంచి బహిష్కరిస్తున్నాను. వారి అవసరం మాకు వద్దు. మా అవసరం వారికి వద్దు. ఈ తీర్పుకు మీ సమ్మతి ఉంది కదా?" అని ఊరిపెద్ద ఊరి ముఖ్యులను అడిగినపుడు, వాళ్ళంతా ఒక్క గొంతుకతో అంగీకారం తెలిపారు. మా గుంపుకూ, వాళ్ళ గుంపుకూ మధ్య కూర్చున్న యమదురుగప్ప వాళ్ళంతా పరుగెత్తుకెళ్ళి ఊరిపెద్ద పాదాలు

పట్టుకుని, "వాళ్ళదేమో కుర్రవాళ్ళ బుద్ధి. నోటికి వచ్చినట్టు మాట్లాడితే అందుకే మేము క్షమాపణలు అడుగుతాం. తరతరాలుగా మీ నీడన బతికిన మాకు మీ సహకారం లేకుండా బతకటానికి కుదురుతుందా, మీ పాదాల కింది ధూళిగా బతుకుతాం. పాలబువ్వ తిన్న మీరు మా తప్పును కడుపులో పెట్టుకుని క్షమించండి" అని రకరకాలుగా వేడుకున్న వారి దీనావస్థను చూసి ఒక వైపు కనికరమనిపించినా వారి పిరికితనానికి మాకందరికి సిగ్గు వేసింది.

వాళ్ళు ముగ్గురికి కావాలంటే మీరు క్షమాభిక్ష పెట్టండి, మాకు మీ దయాదాక్షిణ్యాలు అవసరం లేదని మేము పట్టుపట్టాం. "కూసే గాడిద వచ్చి మేసే గాడిదను చెడగొట్టిందట" అన్నట్టు నీ వల్లనే ఈ గొడవ రాచుకుంది' అని జయరామ్ మీద ఎగిరినా మా ఐకమత్యం సడలలేదు. దెబ్బకు ఎదురు దెబ్బ అన్నట్టు మేము కూడా వాళ్ళను బహిష్కరించాం."ఈ క్షణం నుంచి మీ వెట్టి చాకిరీ చేయం. ఊర్లో ఎవరైనా చచ్చిపోతే చావు వార్త తీసుకునిపోము. శవానికి గుంత తవ్వడానికి రాము. చచ్చిన పశువులను మోసుకుని పోవటానికి రాము. తెగిపోయిన మీ చెప్పుల ఉంగటం- పట్టీలు కుట్టిపెట్టం" అని జయరామ్ చెప్పింది విని, మనస్సులోనే మరిగిపోయిన పూజారి చెన్నప్ప అనే వ్యక్తి దిగ్గున లేచి కారణం లేకుండా జయరామ్ చెంప మీద దెబ్బ వేయటమే ఆలస్యం పంచాయితీ నియమాలను దాటుతావేమిరా వెధవా అని మేమంతా తేనెటీగలు కమ్ముకున్నట్టు కమ్ముకున్నాం. వాళ్ళొక దెబ్బ మేమొక దెబ్బ చేతులు చేతులు కలసి పెద్ద దెబ్బలాట జరిగిపోయింది.

ఇలాంటి మంచి సమయానికోసం కాచుకుని కూర్చున్న మేము దెయ్యం పట్టినపుడే చెప్పుతో కొట్టాలనుకుని ఆలస్యం చేయకుండా పోలీస్ స్టేషన్‌కు వెళ్ళాం. మేము కంప్లయింట్ ఇవ్వడానికి వెళ్ళటం చూసిన ఊరి జనానికి వ్యంగ్యానందం కలిగింది. పోలీసు వాళ్ళు వచ్చి ఏం చేస్తారు? రెండు గొర్రెల్ని కోసి, నోటికి రుచి చూపి కాస్త చేయి తడిపితే ఆ మాదిగ నా కొడుకుల్ని తన్ని పంపిస్తారనుకుని నిర్లక్ష్యంగా ఉన్నారు. మేము దారిలో వెళుతున్నప్పుడే చర్చించుకుని వెళ్ళాను. నీటిలో మునిగాక చలి ఏమి? గాలి ఏమీ? ఈత కొట్టాల్సిందే. ఈ రోజు లేవదీసిన మా సమానత్వపు తిరుగుబాటు రాబోయే తరం వారికైనా ప్రశాంతమైన జీవితాన్ని అందించాలి. చుట్టుపక్కల పల్లెలకు స్ఫూర్తి కావాలి. అందుకోసం కేసు స్ట్రాంగ్‌గా ఉండాలంటే మాకూ బలమైన గాయాలు అయివుండాలని నేను, జయరామ్, కదరప్ప, తిరుమలేశ, సంజీవ మిగిలినవారికి గాయాలు కాకపోయినా దారిలో పడివున్న రాళ్ళతో తలకు, కాళ్ళు, చేతులకు, ఒంటి మీద గాయాలు చేసుకుని రక్తం కార్చుకునే పోలీస్ స్టేషన్‌కు వెళ్ళి కంప్లయింట్ ఇచ్చాం.

ఎస్.ఐ. మావాడే కావటం వల్ల కేసును స్ట్రాంగ్‌గా నమోదు చేసుకుని మేము ఎవరెవరి మీద కంప్లయింట్ ఇచ్చామో వాళ్ళందరిని లోపల వేసి మా కళ్ళెదుటే లాఠీలతో, బూటుకాళ్ళతో సంభాషణ సాగించాడు. వాళ్ళు కలలోనూ ఊహించని ఈ ఘటనకు ఊరుకు ఊరే నివ్వెరపోయింది. అయినా అహం విడవకుండా ఎద్దుల బండిలో జనం వచ్చి వాళ్ళను సాయంకాలం లోపల విడిపించాలని తీవ్రప్రయత్నాలు చేసినా సాధ్యం కాలేదు.

అటెంప్ట్ టు మర్డర్ కేస్ వీళ్ళ మీద ఉండటం వల్ల ఎవరి రెకమెండేషన్ తెచ్చినా వదలటానికి కాదని ఎస్.ఐ. కరాకండితంగా చెప్పాడు.

రెండు, మూడు రోజులు వాళ్ళువీళ్లు అంటూ పరుగులు తీశారు. అంత సులభంగా బెయిల్ దొరికేలా కనిపించలేదు. ఎంతో కొంత జమీను ఉన్న మనలాంటివారికే మాదిగల సహకారం లేకపోతే పని ఎలా జరుగుతుంది? 'తాచెడ్డ కోతి వనమంతా చెరిచింది' అన్నట్టు తలకు మదమెక్కినవారితో తాము జతకలిస్తే తమకున్న విలువనూ పోగొట్టుకోవలసి వస్తుందని గ్రహించిన జనం తమపాటికి తాము మౌనం వహించారు. ఊరివారి ఐకమత్యంలో పగులు ఏర్పడటం వల్ల చివరికొక దారి మిగిలింది. ఎవరు కేసు పెట్టారో వాళ్ళే కేసు విత్‌డ్రా చేసుకుంటే రాజీ చేసి పంపుతాం. లేకపోతే కోర్టు కేసు అని తిరిగి సగం జీవితాన్నే పాడుచేసుకుంటారని ఎస్.ఐ. బుద్ధి చెప్పాడు. అప్పుడు ఊళ్ళోవారికి అహంకారమన్నది అణగినట్టయి ఒకే ఊరివారైన మాకు ఎక్కడ తప్పుతుంది? రాజీ చేసుకుందామని బలవంతం చేశారు. వాళ్ళకై వాళ్ళే తగ్గి వచ్చిన తరువాత మనం పట్టు పట్టడం సరికాదు. మీరు రాజీకి ఒప్పుకోండి. నేను సరిగ్గా బెదిరించి పంపుతాను అని ఎస్.ఐ. చెప్పటంతో మేము కేసును విత్‌డ్రా చేసుకున్నాం.

జాతరతోపాటు పోరాటమూ చల్లబడింది. వచ్చిన బంధువులు ఇది అస్తవ్యస్తమైన బండేహళ్ళి గ్రామమని అపహాస్యం చేస్తూ ఎవరి ఊళ్ళకు వాళ్ళు పోయారు. అయితే బంధువుగా వచ్చి మా చీకటి బతుకుకు నమ్మకపు వెలుగు ప్రసరింపజేసిన జయరామ్ మాకందరికి ఆదర్శవంతుడయ్యాడు. అతను ఊరికి వెళ్ళే సందర్భంలో "వ్యక్తి పోరాటానికన్నా వర్గ పోరాటానికి విలువ ఉంటుంది. మీరంతా కలసి ఒక సంఘంగా ఏర్పడి ఐకమత్యంగా జీవించండి" అని బుద్ధిమాటలు చెప్పిపోయాడు.

'గాలి వచ్చినపుడు తూర్పారబట్టాలి'. అదే ఉత్సాహంలో అంబేద్కర్ పేరుతో సంఘాన్ని నిర్మించి మనవైన నియమాలను రూపొందించుకున్నాం. ఒక కాలంలో అంబేద్కర్ జయంతి నిర్వహించినందుకు ఊళ్ళో గొడవలై పైజాతివాళ్ళ చేత దెబ్బలు తిన్న మాకు ఇప్పుడు

అంబేద్కర్ సంఘం ఏర్పరుచుకుని ఆయన జయంతి యొక్క వైభవమైన కార్యక్రమానికి ఊరి జనం చేతనే రాజ్యాంగ నిర్మాత గురించి పొగిడించడం మాకందరికి సంభ్రమంగా అనిపించింది. కాలమనే హంస తీర్పులో క్షీరనీర న్యాయం జరగవలసిందే. నిరక్షరాసులకు, అసహాయకులకు సహాయం చేసి ప్రజా కార్యకలాపాలలో భాగస్థులమై బీదల శ్రేయస్సు కోసం పోరాడుతూ రెండేళ్ళు ఎలా దొర్లిపోయాయో తెలియలేదు.

ఈ రెండేళ్ళలో మా సంఘం ఎంత ఎత్తుకు ఎదిగిందో దాన్ని అంతే పాతాళానికి తొక్కాలని కొందరి ప్రధాన లక్ష్యం అయింది. పడగ తొక్కించుకున్న నాగుపాముకు ఒక కోరలో విషం ఉంటే, బూటు కాళ్లతో దెబ్బలు తిన్న జనానికి నరనరాల్లో అంతటా విషం నిండివుంది. మా సంఘం ముక్కలు ముక్కలు కావటాన్ని చూడటమే కొందరి జీవితపు పరమగురి అయివుండగా దానికి చౌడప్ప శకుని అయ్యాడు. దీనికంతా పక్కపరిచినట్టు మా సంఘ సభ్యులు కూడా గాలికి చెదరిన మేఘాల్లా , జీవనోపాధి కోసం, విద్యాభ్యాసం కోసం, పెళ్ళి చేసుకుని అత్తవారింట్లోనే ఇల్లరికపు అల్లుడుగా, ఇలా వేరు వేరు ఊళ్లలో స్థిరపడటం వల్ల మిగిలిపోయిన మేమే సంఘపు రథాన్ని సక్రమంగా నడుపుతూ సాగుతున్నాం. ఇలాంటి సమయంలో మా సంఘానికి సవాలోడ్డే సమస్య ఎదురైంది. దాని గురించి చర్చిస్తూ స్కూలు కట్ట మీద కూర్చోవాలంటే, "ఊరు ఉపకారం తెలియదు. శవానికి సింగారం తెలియదు' అన్నట్టు వాళ్ళ తెలివైన మాటలకు నీవెందుకు పిచ్చివాడివవుతావు. అంబేద్కర్ సంఘానికి అధ్యక్షుడిని చేశారని దేశానికే పెద్దవాడని అనుకోవద్దు. మర్యాదగా ఆ సంఘాన్ని వదిలేసి గుట్టుగా చేసుకుని తినటం నేర్చుకోమ్మని వేలసార్లు చెప్పినా నా మాటలు లెక్కకే ఉండలేదు. ఇప్పుడు ఏ ముఖం పెట్టుకుని తల్లి గుడ్డలూడదీసే లంజకొడుకుల దగ్గర కూర్చునావు లేచిరారా నీ" అని చౌడప్ప తన తమ్ముడు సంజీవను జుట్టు పట్టుకుని బరబరా లాగినపుడు, విదిల్చుకున్న సంజీవ "కడుపుకు చాలక నా పెండ్లాం వేలమంది దగ్గరకి పోయివస్తోంది. దాన్ని దండించటం, దండించకపోవటం నాకు సంబంధించింది. మర్యాదగా నా ఇంటి తాళం తెరువు" అని అనగానే, "ఎలాగైనా పాడైపో" అని శపించిన చౌడప్ప ఇంటి తాళాం చెవిని అతడి ముందుకు విసిరి వెళ్ళిపోయాడు. సంజీవకు సంఘం పట్ల వున్న నిస్వార్థమైన సేవకు, భార్య మీద పెట్టుకున్న వాంఛకు, స్నేహితుల పట్లవున్న విశ్వాసానికి మేమంతా అల్పులయ్యాం. ఇంకొకరికి తెలియజెప్పే అర్హతను పోగొట్టుకున్నాం.

సంజీవకు, జయలక్ష్మికి పెళ్ళయి పదేళ్ళు గడిచినా పిల్లలు కాలేదు. జయలక్ష్మి కూడా పిల్లల కావాలన్న ఆశతో తిరమలేశతో సహవాసం చేయడానికి ముందు ఇద్దరు

ముగ్గురు మగవాళ్ళ మగతనానికి సవాలేసినా వాళ్ళవల్ల మాతృత్వభాగ్యం కలగలేదు. చివరికి మా స్నేహితుడైన తిరమలేశునికి మనస్సిచ్చి వారి దాగుడుమూతలు సాగుతూనే ఉండింది. రెండు మూడుసార్లు వీరి అనైతికతను నేనే అడిగి, కళ్ళారా చూసి ఇది సమంజసం కాదు, మిత్ర ద్రోహం మహాపాపం, నీవు ఇలాంటి పని చేస్తే, 'నమ్మకం' అనే పదానికి అర్థమే ఉండదు. ఏదో ఇన్ని రోజులు రుణానుబంధం ఉండింది. జరిగింది జరిగిపోయింది. ఇక నుంచైనా అర్థం చేసుకుని దూరం చేసుకో" అని తిరమలేశ్‌కు తెలియజెప్పాను. అతను కూడా అలాగే నడుచుకునేవాడు. ఈ రోజు ఏదో మాట్లాడాలని వెళ్ళటమే ఆలస్యం ఇందుకోసమే కాచుకుని కూర్చున్న చౌడప్ప వాళ్ళను లోపల బంధించి సంజీవ ఇంటికి తాళం వేశాడు. విభజించి పాలించే దుర్నీతికి లభించిన అమృతఘుడియ అది.

ఉదయం నుంచి ఈ విషయం ఎవరికీ తెలియలేదు. సాయంత్రం తాగివచ్చిన చౌడప్ప తమ్ముడి సంసారం గురించి నడివీధిలో నిలదీయటంతో ఈ రసవత్తరమైన విషయం ఊరి జనం నోటికి తాంబూలం దొరికినట్టయింది.

ఆ రోజు తిరమలేశ్‌కూ, జయలక్ష్మికీ విధించే శిక్ష ఇకపై వ్యభిచారం చేసేవారికి హెచ్చరిక గంట కావాలి. అలాంటి శిక్ష విధించాలని మా సంఘం వారంతా నిర్ణయించుకుని, సంజీవుడి ఇంటి తాళం బద్దలుకొట్టి లోపలికి వెళ్ళినపుడు గుండెలు పిండే ఘటన జరిగిపోయింది. ఊరి జనాలకు ముఖం చూపించలేక వాళ్ళిద్దరు గవాక్షం నుంచి బయటికి వచ్చి ఎవరికీ కనిపించకుండా ఊరు వదిలి పారిపోయారు. ఈ అవమానాన్ని భరించలేక సంజీవ నిద్ర మాత్రలు మింగటం ఎవరో తెలుసుకుని ఆస్పత్రికి చేర్చారు. హెచ్చరికలు చేసిన కనిపించని క్రూరులు, నిమ్మజాతుల వారు గుడి మెట్లు ఎక్కినందుకు దేవుడు వారికి సరియైన శిక్ష విధించాడని సాక్ష్యం చెప్పని దేవుడి మీద అపవాదపు గుడ్లగూబను కూర్చోబెట్టారు. విచారంగా ఆస్పత్రి ముందు భాగంలో కూర్చున్న నాకు, ఒక చీకటిగుహలో ఎలుగ్గొడ్డును వెతికినట్టయింది. ఇప్పుడు ఎవరికి వ్యతిరేకంగా మొదట తిరుగుబాటును లేవదీస్తావని నా అంతరాత్మ అడిగిన ప్రశ్నకు నా దగ్గర కచ్చితమైన జవాబు లేదు.

***

రచనా కాలం :2005

డా॥ అనసూయ కాంబళె

ఊరేగింపు

రాత్రి తన ఇంటిమీద పడ్డ రాళ్ళను పోగుచేసి పెట్టిన మల్లప్ప కర్ణాటకలో మొదటి జెడ్.పి. ఎలెక్షన్‌లో గెలిచివచ్చినవారిని ఊరేగింపుగా తీసుకుని వచ్చే సంభ్రమంలో ఉన్నాడు. ఆ రోజు ఒళ్ళంతా నూనె పూసుకుని స్నానం చేశాడు. సోదరుడు బొంబాయి నుంచి తెచ్చిన ధోవతిని పెట్టె నుంచి తీశాడు. ధోవతి కట్టుకుని చక్కగా తయారై అద్దంలో ఒకసారి ముఖం చూసుకుని, కనుబొమలు ఎగరేసి చిన్నగా నవ్వాడు. భార్య పార్వతి ఎదలో ఏదో ప్రవహించినట్టయింది. సిగ్గుతో ముఖం ఎర్రబారగా, "ఏమిటి, ఈ రోజు ఊరేగింపులో నీదేనా జోరు. అలాగైతే ఈ రోజు ఎందులోనూ నిన్ను పట్టుకోలేం" అంది. "చూడు, ఈ రోజు ఊరేగింపులో షావుకారు పక్కన నేను ఎలా నిలబడుతానో, ఆయన ఎన్నికై రావడానికి మా ఒంట్లోని శక్తంతా ధారపోశాం. ఈ రోజు మన దళితుల వాడకు ఆయన్ను పిల్చుకొచ్చి అటువైపు ఇంటివారి పొగరును... ఆ గౌడ పొగరును దించకపోతే నా పేరు మల్లప్పనే కాదు..." అన్నాడు ఎన్నాళ్ళ నుంచో తనలో ఉన్న కోపాన్ని మింగుకుని. "అది సరే, ఏమైనా చేయి. కాని గౌడతో విరోధం ఎందుకు పెట్టుకుంటావు. ఎంతైనా ఆయన మన ఊరి గౌడ. నిన్ను ఊరికే వదులుతాడా?" ఆమె మనసులోని బాధ మాటలుగా వెలువడ్డాయి.

ఎందుకో మల్లప్పకు పాత రోజులు గుర్తొచ్చాయి. భయపడుతూ భయపడుతూ బదికినా తన తండ్రిని గౌడ ఊరకూరకే చావడికి తీసుకొచ్చి కట్టేసి కొట్టించాడు. ఆ సంఘటన జరిగిన తరువాత ఆయన ఎక్కువ రోజులు బదుకలేదు. అవమానంతో, భయంతో గుండె పోటు వచ్చి చనిపోయాడు. అప్పుడు నేను చిన్నవాడిని. అందరూ 'తప్పయిందంటూ గౌడ కాళ్ళు పట్టుకోమన్నారు'. పట్టుకున్నాను. ఈ రోజు నేను పెద్దవాడినయ్యాను. తప్పొప్పులను అర్థం చేసుకున్నాను. మా మాస్టారుకాకా మొదట్నుంచి "మార్పు రావాలి. ఎలెక్షన్‌లో మనవాళ్ళు, మన కష్టసుఖాలు చూసుకుని పాలన సాగించేవాళ్ళు రావాలి... " అని చెప్పేవాడు. 'ఇప్పుడు మొదటిసారి మా ఊరులో మార్పు వచ్చింది. గౌడ ఎలెక్షన్‌లో ఓడిపోయాడు. షావుకారు హోలంబిగారు ఎన్నుకోబడ్డారు. ఈ

కారణంగా తాము గౌడ చేతుల్లోంచి బయటపడటానికి దారి ఏర్పడుతుంది' అని మల్లప్ప మనస్సులో అనుకున్నాడు.

మల్లప్ప మెట్రిక్ ఫెయిల్ అయినవాడు. ఒక ఉద్యోగం ఇప్పించమని, పరదేశి కొడుకునని గౌడ కాళ్ళ మీద పడ్డాడు. అయితే గౌడ కొట్టి పంపాడు. దారి కనిపించక కూలీ పనులకు సిద్ధమయ్యాడు. మాస్టారు కాకా అప్పుడప్పుడు సహాయం చేసేవాడు. అతని తండ్రి సహదేవ అన్యాయానికి గురవ్వడం, తల్లి మరణానికి కారణాలు అన్నీ తెలియజేశాడు. "మనమూ మనుష్యులం. మన చేతిలో ఓటు వేయడానికి పవర్ ఉంది. అలాంటప్పుడు మనం ఎందుకు లొంగాలి. ఒకసారి మీరు మీ ఓటు వేయడానికి మీరే నిర్ణయం తీసుకోండి. అప్పుడు చూడండి దాని గమ్మత్తు. మీకు ఎంత బలం ఉందో తెలిసివస్తుంది. మిమ్మల్ని కొట్టితిట్టి మీ మీద కేసువేస్తే నేను చూసుకుంటాను. మనమందరం కలసివుంటే మనల్ని ఎవరూ ఏమీ చేయలేరు. ఎన్నాళ్ళని మనం గొర్రెల్లా బ్యా...బ్యా ... అనటం..." అని మాస్టారు కాకా చెప్పి చెప్పి తమ వాళ్ళందరిని ఒప్పించకపోతే ఈ రోజు ఈ సంబరం ఉండేదా? అని అనిపించి కాకాకు మనస్సులోనే నమస్కారం చేశాడు.

ఈ ఎన్నికలు వచ్చి మా దళితవాడ రెండుగా చీలింది. ఆ వీధి బస్యా, శివ్యా అందరూ "మేము మొదటి నుంచి గౌడను నమ్ముకుని బతుకుతున్నాం. ఇప్పుడు తక్కడి పట్టుకుని వచ్చిన ఈ షావుకారును నమ్మగలమా?" అన్నారు.

అంతేకాకుండా మాస్టారు మా మంచికే చెబుతున్నది నిజమే, ... అతడికి గౌడ మీద కోపం ఉంది, అతడి కోపానికి మద్దత్తుగా మనం వెళ్ళాలా? ఈ సారి మీరు అతడిని నమ్ముకుని బయలుదేరారుకదా! మీరు వెళ్ళండి. మీకు మంచి జరిగితే, అప్పుడు మేము కలుస్తాం" అంటూ పుల్ల విరిచినట్టుగా మాట్లాడి జారుకున్నారు. అయితే గౌడ కోపంతో మండిపడ్డాడు. "ఈ మాస్టారు నా కొడుకును నేను వదిలి వేయడమే పెద్ద తప్పయింది. ఈ దరిద్రులను తిరగబడేట్టు చేశాడు. అతడ్ని వదలకూడదు. ఏదైనా నెపం చూపి అతడి కథ ముగించండి. లేదా కాళ్ళుచేతులు విరగొట్టి నోరు తెరవకుండా చేయండి..." అన్నారు. అయితే మాస్టారు నుంచి ఎంతో కొంత సహాయం పొందిన జనం ఏమీ అనలేకపోయారు. ఆ కారణంగా మల్లప్ప ఇంటి మీద రాళ్ళు విసిరి మాస్టారు మీద కోపాన్ని తీర్చుకునేవారు.

మల్లప్ప రోజు రోజుకు బలపడసాగాడు. 'ఈ వ్యవస్థలోని వేళ్ళను కదిలించాలంటే మన చేతిలో అధికారం ఉండాలి' అనే అవగాహన అతనిలో రోజురోజుకు అధికమవ సాగింది. రోజూ తెల్లవారితే తాము ఎందుకు అన్యాయాల కుట్రకు గురవుతామో అన్నది

తాను అన్నిట్లో ముందుండి తిరుగుతుండటం వల్ల స్పష్టం కాసాగింది. తన శక్తంతా మాస్టారు కాకా అని అతని మనస్సు సంతోషంతో పొంగిపోయింది.

'ఈ సారి ఎలెక్షన్‌లో నేను షావుకారు కోసం తిరుగుతున్నాను. భవిష్యత్తులో నేనే అభ్యర్థిగా నిలబడతాను' అని మనసులో అనుకుని మరింత పొంగిపోయాడు.

ఎలెక్షన్ తరువాత షావుకారు ఇంటికి వెళ్ళాడు. "రాప్పా మల్లప్పా... రారా... లోపలికి రా... మీరలా బయట నిలబడకండి. మీరంతా లేకపోతే నేను ఎన్నుకోబడేవాడినా? మాలాగే మీరు మనుష్యులు. అదే విషయాన్ని మా ఇంచిగేరి గిరిమల్లప్ప గురువుగారు –'కులబేధాలు చేయకండి. మనుషుల్లా జీవించండి' అని చెప్పారు. మాది కూడా ఇంచిగేరి సాంప్రదాయం. మీరు అలా బయట నిలబడితే మాకు అవమానంగా ఉంటుంది. మమ్మల్ని మేమే అవమానం చేసుకున్నట్టు ఉంటుంది" అన్నారు.

'అవును మాస్టారుకాకా మాకు చెబుతున్న మాట కూడా అదే. ఆయన మాటల్లో ఈ విషయం విన్నట్టు అనిపించింది మల్లప్పకు.

మొదటిసారి, "మీరు మనుష్యులే" అన్న మాటలు విని 'మేమూ మనుష్యులం... అవునవును... మేము మనుష్యులం' అని పొంగిపోయాడు.

"షావుకారుగారు, మీరు మా వాడకు రావాలి. మేమంతా మిమ్మల్ని ఊరేగింపుగా తీసుకెళ్ళాలని నిర్ణయించుకున్నాం. రేపు ఆదివారం కనుక మాస్టారుకాకా బడికి కూడా సెలవు ఉంది. ఆయన కూడా ఉంటారు" అన్నాడు మల్లప్ప. "ఆ గురువుగారి శక్తి చాలా గొప్పది. ఆయన చాలా తెలివైనవారు. మా పిల్లలు కూడా ఆయన దగ్గరే చదువుకుంటున్నారు. మీరూ చదువుకునివుంటే దీని రంగు మరోలా ఉండేది. ఇప్పటికైనా వారి మాటలు వింటున్నారు కదా. అది చాలు. నాకు ఊరేగింపులు చేయకండి. అయితే ఓటు వేసినందుకు మీ వాళ్ళందరికి ధన్యవాదాలు చెప్పడానికి నేను వస్తాను" అన్నారు.

షావుకారుగారు ఎంతో పెద్దమనిషని మల్లప్పకు అనిపించింది. ఆయన వస్తాననటం చాలా సంతోషం కలిగించింది. తన ఇంటి మీద రాళ్ళువేసి గొడవ చేసిన ఆ వీధి జనుల ముందు షావుకారును పిల్చుకొచ్చి నిలబెట్టాలి. తనకు అన్యాయం చేసిన గౌడ ముందు గర్వంగా తిరగాలనుకోవడం చాలా ఉత్సాహాన్ని తెచ్చింది. ఇల్లిల్లు తిరిగి తమ వాళ్ళకంతా ఆ రోజు ఇంట్లోనే ఉండాలని గట్టిగా చెప్పాడు. "ఒక రోజు కూలీ పోతే ఏమవుతుంది? రాబోయే కాలం గురించి ఆలోచించాలి. మొదట ఆ గౌడను వ్యతిరేకం చేసుకున్నాం. ఆయన కోపం కుతకుతమని ఉడకటం మొదలుపెట్టింది. ఆయన ఏది చేయడానికైనా వెనుకాడరు. మీరు మన తరాలలో ఏమేమి జరిగాయో, ఎవరెవరు చచ్చారో గుర్తు చేసుకోండి.

ఈ రోజు మన ఆడవాళ్ళంతా హారతులు ఇవ్వటానికి అన్నీ సిద్ధం చేసుకోండి" అని మాటలు ముగించాడు.

"కాకా! రేపు ఆదివారం మీ స్కూలుకు సెలవు. మీ స్నేహితుడు షావుకారు హోలంబిని ఊరేగింపుగా మా వీధిలోకి పిల్చుకుని రావాలని నిర్ణయించుకున్నామ" అన్నాడు.

"అది కాదురా మల్లా, మీరు చేయండి. నేను వద్దనను. అయితే ఆరోజు ఎవరూ తాగకండి. గొడవలు చేయకండి. ఆ వీధి బసప్పణ్ణ, శివ్యా అందరూ మనవాళ్ళే. వాళ్ళను శత్రువులుగా చూడటం సమంజసం కాదు. మనవాళ్ళను మనం నాశనం చేయటం బాగుంటుందా చెప్పు. ఇది మన జనానికి తెలియదు. అందరూ శాంతంగా ఉండండి. వాళ్ళకూ ఒక మాట చెప్పండి. వస్తే రానీ" అన్నాడు.

మాస్టారుకాకా మాటలు మల్లప్ప మనసులో నాటుకున్నాయి. గబగబా వెళ్ళి వాళ్ళకూ చెప్పి వచ్చాడు. ఎవరూ సరిగ్గా మాట్లాడలేదు. 'ఆ నా కొడుకు పొగరు ఎంతో చూడండి. ఆ షావుకారు ఊరేగింపు చేస్తాడట' అని తమ అసంతృప్తిని వెలిబుచ్చారు. గౌడ చెవిలోనూ ఈ వార్త గాలికన్నా ముందుగానే చేరింది. ఆయన కోపం ఈ జనంలో మార్పు తెచ్చిన మాస్టారు మీద కేంద్రీకృతమైంది.

ఆ రోజు ఆదివారం దళితులవాడకు సంతోషం వచ్చింది. ఎన్నడూ లేని సంభ్రమం, ఆనందం, ఆ వీధి జనంలో చోటు చేసుకుంది. ఆడవాళ్లంతా పాత ట్రంకు పెట్టెలో దాచిపెట్టిన చీరలన్నీ బయటికి తీశారు. పిల్లలు కేరింతలు కొట్టసాగారు. కుర్రవాళ్ళవి కోతి చేష్టలు. మాస్టారుగారి కూతురు మాధవి సదా తండ్రి సహవాసంలో ఉండటం వల్ల అన్ని విషయాలు తెలుస్తున్నాయి. "నాన్నా, మనమూ షావుకారుకు హారతి ఇవ్వచ్చా?" అని అడిగింది. తండ్రి నీ ఇష్టమన్నాడు. 'ఈ ఊరేగింపు ఎందుకు? అదీ తమ తోటలో' అనే ప్రశ్న ఆమెను వేధిస్తోంది.

మల్లప్ప తెల్లటి మస్‌రైజ్ పంచలో మెరిసిపోతూ, పంచె కొంగును చేత్తో పట్టుకుని మగవాళ్ళను, పిల్లలను వెంటబెట్టుకుని ముందుకు నడిచాడు. మాధవి మౌనంగా జరుగుతున్నదంతా చూస్తోంది. ఎలెక్షన్ కోసం తమ తోట, పొలాన్ని అమ్మిన గౌడ ఓడిపోయి మెత్తబడి చీకట్లోనే తమ పాత మారుతి కారులో సాంగ్లిలో వెళ్ళారని కెంచప్ప కబురు తెచ్చాడు. ఆయన తన పిల్లల చదువుల కోసం అక్కడే సంసారం పెట్టాడు. భార్య పిల్లలు అక్కడే ఉన్నారు. ఈ ఊరికి అప్పుడప్పుడు వచ్చిపోతున్నారు. ఆయన కూతురు గత ఏడాది ఎస్.ఎస్.ఎల్.సి. పరీక్షలో దుమ్మా కొట్టింది. మాస్టారుగారి కూతురు మాధవి ఈ

ఏడు ఫస్ట్‌క్లాసులో పాసయ్యింది. ఊరంతా ఆ వార్త వ్యాపించింది. గౌడ చెవికి అది చేరింది. గౌడ పటపటమని పల్లు కొరికాడు.

మధ్యాహ్నం సుమారు ఒంటి గంటకు ఊరేగింపు వచ్చింది. ఆడవాళ్ళు, పిల్లలు మల్లప్ప ఇంటి దగ్గర చేరారు. ఏదో ఒక విధమైన జాతర సంబరం, కొత్తదనం అక్కడ నెలకొన్నాయి. షావుకారును పిల్చుకొచ్చి అరుగుమీద దుప్పటి పరిచి కూర్చోబెట్టారు. ఆ వీధిలోని ఏ ఇంటి తలుపులు తెరుచుకోలేదు. శివప్ప కొడుకు కల్ల్యా ఎలెక్షన్ సమయంలో ఇచ్చిన నాటుసారాను ఖాళీ కడుపుతో తాగితాగి మంచం పట్టాడు. కడుపులో పేగులకు వాపు వచ్చింది. మందులకు డబ్బులు లేవు. ఏదో నాటు మందు తాగించి పడుకోబెట్టారు.

వార్తా సంగ్రాహకుల కళ్ళుమాత్రం తొంగి చూస్తున్నాయి. ముసలివాళ్ళెవరూ ముందుకు రాలేదు. 'మీరు ఏం చేస్తారో చేయండి' అన్నట్టు దూరంగా కూర్చుని నుదుటికి చేయాన్చి చూస్తున్నారు. ఆడవాళ్ళు ఒక్కొక్కరు హారతి ఇచ్చి నమస్కరిస్తున్నారు. షావుకారు వాళ్ళ చేతుల్లో ఐదు, పది, ఇరవై... ఇలా డబ్బులు పెడుతున్నాడు. డబ్బులు చూసి హారతి ఇచ్చే చేతులు పెరిగాయి. మాధవి తల్లి హారతిచ్చి పాదాలు తాకి నమస్కారం చేసింది. ఆమె కంచంలోనూ ఇరవై రూపాల నోట్లు రెండు పడ్డాయి. మాధవికి హారతి తట్ట, డబ్బు కళ్ళ ముందు కదిలాయి. "మాధవీ, నువ్వూ రా," అని తల్లి పిలిచింది. తానే వెతుక్కుని వచ్చినట్టు కల కంటూ నుంచున్న ఆమెకు వినిపించింది. ఉలిక్కిపడి, ఏదో కలవరానికి గురైనట్టు హారతి ఇవ్వకుండానే అక్కడి నుంచి మాయమైంది.

షావుకారుకు చాలా సంతోషం కలిగింది. చాలా సేపటి తరువాత ఆయనకు వీడ్కోలు పలికి ఆయనను వదిలి వచ్చారు. అటు వైపు వీధిలోని ఇళ్ళ తలుపుల చప్పుళ్ళయ్యాయి. మల్లప్ప రాబోయే ఎలెక్షన్‌లో తానే నిలబడాలనే ఆలోచనతో తనలో తానే నవ్వుకుంటున్నాడు. చిన్నగా కూనిరాగం తీస్తూ ఏదో పాట పాడుకుంటూ తిరుగుతున్నాడు. అతడి కాళ్ళు నేల వదిలి గాలిలో తేలుతున్నట్టు ఉన్నాయి.

జెడ్.పి.ఎలెక్షన్ ముగిసి మూడ్నాలుగు నెలలయ్యాయి. దాని వేడి తగ్గింది. మాస్టారుగారు తమ పొలం దున్నిస్తున్నారు. మాస్టారుగారి పొలం ఆ వీధి శివప్ప పొలం పక్కనే ఉంది. పొలం దున్నిస్తున్నపుడు ఎద్లు సరిహద్దురాయి వరకు నాగలిని లాగాయి. ఆ మాత్రం చాలు పాత పగ తీర్చుకోవటానికి. శివప్ప తన అన్నదమ్ములను వెంటబెట్టుకుని కర్రలు, గొడవలి, బల్లెల సమేతంగా వచ్చాడు. మాస్టారుగారు నచ్చజెప్పారు. ఆ సమయానికి వాళ్ళు వెనక్కి వెళ్ళిపోయారు. ఈ విషయం గౌడ చెవిన పడింది. ఆయన శివప్పను పిలిపించారు. ఏం చెప్పారో తెలియదు. తెల్లవారేలోగా మాస్టారు పొలంలో ఒక వరుస

చెరుకు నరికేశారు. మాస్టారు కుడిచి పోలీస్ స్టేషన్‌కు కంప్లయింట్ ఇవ్వడానికి వెళ్ళారు. గౌడ కుట్రవల్ల మాస్టారుగారే చేతులకు బేడీలు వేయించుకున్నారు. ఆయన భార్యా పిల్లల బాధ, దుఃఖం చెప్పలేం. ఆయనకు ఏమీ చేయడానికి తోచలేదు. మాధవి ఇల్లు విడిచి బయటి ఊర్లకు వెళ్ళింది కాదు. ఇక పోలీస్ స్టేషన్‌కు వెళ్ళి ఏం చేస్తుంది. ఏం చేయాలో తోచలేదు.

మూడు రోజులైనా ఎవరూ మాస్టారుగారిని విడిపించుకోవటానికి పోలేదు. పోలీస్ స్టేషన్ అంటే అందరూ భయపడసాగారు. తమ ఊరి గౌడ పోలీసులనే కొట్టడాన్ని జనం చూశారు. మల్లప్ప ఎంత తిరిగినా ఏమీ ప్రయోజనం లేకపోయింది. షావుకారు హాలంబిగారు ఏమీ చేయలేకపోయారు.

కూతురు మాధవి మనస్సు భగభగమండిపోతోంది. ఒళ్లంతా నిప్పులమయమైంది. తండ్రి చేయి పట్టుకుని తిరుగుతుండే మాధవికి చిన్ననాటి రోజులు పదేపదే గుర్తుకు వచ్చి దుఃఖం పొంగుకు వచ్చింది. పమిట అంచుతో కన్నీరు తుడుచుకుంటోంది. అవ్వ చెబుతున్న కథల్లో మనుషులు దేవతల వరంతోనూ, అదే విధంగా మంత్ర తంత్రాల సహాయంతో మారటం కల్పించుకునేది. తాను దెయ్యమై లేదా పాముగా మారి సరసరమని పోయి గౌడను కరవాలి. ఆయన కిందపడి గిలగిలా తన్నుకునేటప్పుడు, "నేను... నేను భీమప్ప మాస్టారు కూతుర్ను...హ్హా...హ్హా... అని నవ్వాలి. ఆయన భయంతో మీ నాన్నకు ఇంకెన్నడూ ఏమీ చేయను... న...నన్ను ఏమీ చేయకు...నన్ను రక్షించు...నన్ను బతకనివ్వు' అనాలి. నాన్న 'మనం ఎవరినీ నాశనం చేయకూడదు. ఎవరినీ హింసించకూడదు.' అని చెప్పలేదా? అందుకే తను ఆయన్ను మళ్ళీ బతికించాలి అని ఊహించుకుంటూ ఏమీ చేయలేని అసహాయతతో కన్నీరు కార్చసాగింది.

చివరికి మాస్టారుగారి భార్య అక్క మొగుడు జామీను ఇచ్చి విడిపించుకుని వచ్చారు.

మాధవికి తండ్రిని చూసి ఏడుపు పొంగుకు వచ్చింది.

ఆయన్ను తాకాలనిపించింది. మాట్లాడాలనిపించలేదు. చాలాసేపటి వరకు మౌనంగా కళ్ళు విప్పార్చి తండ్రిని చూస్తూ ఉండిపోయింది. తరువాత మెల్లగా, "నాన్నా, ఊరేగింపు పగను గౌడ ఇలా తీర్చుకున్నాడా?" అంది. ఓ క్షణం ఆయన మాట్లాడలేదు. ఆయన వెడల్పయిన కళ్ళు ఎర్రబారాయి. పెదవులు అదరసాగాయి. మనస్సు భారమైంది. మెల్లగా ముఖం పైకెత్తారు. ఆయనకు వాడి వడలిపోయిన కూతురి ముఖాన్ని చూడటానికి సాధ్యం కాలేదు. "ఒక మంచి జరగాలంటే మనం వీటన్నిటికీ గుండె ధైర్యంతో ఎదుర్కొని

నిలబడాలి" అన్నారు. నాన్న మాటలు నెమరువేస్తూ మాధవి పుస్తకం తెరచి చదవటానికి కూర్చుంది.

మాస్టారుకాకా ఇంటికి వచ్చిన విషయం విని మల్లప్ప పరుగుపరుగున వచ్చాడు. మాస్టారును చూసి భోరుమని ఏడ్చాడు. "ఊరుకో మల్లప్పా, జీవితంలో ఇదంతా సాధారణమే. పోలీస్, పోలీస్ స్టేషన్ అంటే మన జనం ఇలా ఎందుకు భయపడుతారు?" అన్నారు. "అది కాదండి కాకా, మీలాంటివాళ్ళకే ఇలా అయితే..." అనిన మల్లప్ప మాటలకు, "అదికాదురా, నీకు ఎన్నిసార్లు చెప్పాను. మన చేతుల్లో అధికారం లేదు కాబట్టే ఇలా అయింది. అందుకే నేను మన అంబేద్కర్ ఏం చెప్పాడో, అంబేద్కర్ జయంతి రోజున నేను చెప్పలేదా? మొదట మీరంతా చదువుకోవాలి. సంఘం నిర్మించాలి. మీ హక్కు, అధికారాల కోసం పోరాటం చేయాలి. మీరు చైతన్యవంతులైతే మనమెందుకు అన్యాయాలకు, పీడనలకు గురవుతాం? మన చేతుల్లో అధికారం లేదు. మన దగ్గర డబ్బు కూడా లేదు. మన పోరాటపు మొదటి లక్ష్యం అధికారం పొందటం కావాలి. అందుకే మల్లప్పా, నేను చెప్పినది బాగా ఆలోచించు. రాబోయే ఎలెషన్‌లో నీవే నుంచోవాలి" అన్నారు.

మల్లప్పకు మాస్టారుకాకా మాటలు సమంజసంగా తోచాయి. 'ఎలెక్షన్ వచ్చేలోపల అంతా సరిదిద్దాలి. ఆ వీధి జనాలనూ, అలాగే తమలా అన్యాయాలకు గురైనవారినీ, అసహాయకులైన వారందరినీ పోగుచేయాలి. అందుకోసం ఇకపై నెలకొకసారైనా మీటింగ్ ఏర్పాటు చేయాలి. కష్టంలో ఉన్నవారికి మన చేతనైన సహాయం చేస్తూ ఉండాలి' అని అనుకుంటూ మల్లప్ప భవిష్యత్ గురించి ఆలోచిస్తూ మాస్టారుగారి ఇంటి నుంచి బయటికి నడిచాడు.

నమ్మకం, దృఢత్వం, సంతోషం అన్నీ అతడి అడుగుల్లో తొంగి చూస్తున్నాయి.

***

రచనా కాలం :2007

మంజునాథ వి.ఎం.

అస్పృశ్య గులాబి

సింగర్ టైలరింగ్ మిషిన్ చక్రం తిరుగుతూ తిరుగుతూ సాయంసంధ్యను గాఢపరుస్తున్నప్పటికీ పక్కింటి అమ్మాయి చంద్రిక స్కర్ట్‌ను గులాబి కుడుతూనే ఉంది. "నా బట్టలను పదేపదే ముడుతూ ఉండకు' అని హెచ్చరించింది. "తీసుకురామ్మా నీవు" అనగానే "మైల పడుతుంది" అని పారిపోయింది. ఎందుకు ముట్టకూడదని చిలుకల బొమ్మలున్న ఆమె బట్టల మీద దొర్లిందే దొర్లింది. అక్కడి చిలుకలన్నీ ఊపిరి ఆగిపోయి చావనీ అని! ఆ దృశ్యాన్ని చంద్రిక చూసివుంటే గుండెలు బాదుకుని చచిపోయేదేమో? ముసలితల్లి పెట్టిపోయిన బెల్లం కాఫీ ఎప్పుడో చల్లారిపోయింది. తాగటానికి మనసు రాకపోయినా ఒక్క గుటుకలో తాగేసింది. తాపం అనిపించి తలకు చుట్టుకున్న స్కార్ఫ్ విప్పి, అక్కడే చేతికి అందేలావున్న కిటికీ రెక్కను తెరిచింది. పెరట్లోని జీడిపప్పు చెట్లనుంచి జీడిపళ్ళ మత్తుగాలి గదినంతా ఆవరించుకుంది. కళ్ళు మూసుకుంది. కాళ్ళను నిగడదన్ని, తలను వెనక్కి వాల్చింది. ఛాతీ చీల్చుకుని రెండు భాగాలైనట్టయి వేధించివాడు లోపలికి చొచ్చుకుని గాయపరిచినట్టనిపించింది. మిషిన్ సూదికి పట్టి ఇస్తున్న స్కర్ట్ మడతలు ఈమె చేతిలో ఒక్కటవుతున్నాయి. నిద్రపడుతున్నట్టు అనిపించి వదిలేసింది. మూసుకున్న కళ్ళను తెరిచి తల వాలిన వైపు నుంచే కనిపిస్తున్న గోడకున్న అద్దంలో ముఖం చూసుకుంది. తన ముఖం లోంచి అతను ప్రేమించిన రోజులు తేనెటీగల్లా కమ్ముకున్నాయి. భయమేసి తెరిచిన కళ్ళను మళ్ళీ మూసుకుంది. అతని జ్ఞాపకాలు ఇలాగే ఎలాంటి అనుమతి లేకుండా సిగ్గులేకుండా వచ్చి పీడించటంలో వైచిత్ర్యం ఏమిటి?

అతను బోయకులస్థుడు. పేరు గంగయ్య. కోలముఖం వాడు. ఇతను వర్షాకాలంలో పెద్దపెద్ద వలలను అల్లేవాడు. బురదలో జారిపడటం అంటే ఇతనికి ఎక్కడలేని సంతోషం. అలాంటి ఘడియలోనే అతను గులాబికి కనిపించాడు. ఆ రోజు గుమ్మంలో కూర్చుని

రవికకు కొత్త పాచ్‌వర్క్ కుడుతోంది. అంతలో వికారమైన సద్దు. ప్రమాదాన్ని సూచిస్తూ వినిపించింది. విచలితురాలై లేచి చూస్తే అతను బురదలో మునిగివున్నాడు, అతని సైకిల్ కాలువలో నిలబెట్టినట్టుగా నిలిచివుంది. దానికి పళ్ళు లేవు. అయినా ఎంత తమాషాగా నవ్వుతోంది! ఆ రోజు అతను కావాలనే పడలేదు. ప్రేమ కలిసొచ్చి ఒకరి బాహుల్లో మరొకరు ఉండగా నిజం చెప్పాడు. ఇతనితోపాటు ఓ పిల్లితో పరిచయం కలిగింది. పైజాతివాళ్ళు నివసిస్తున్న వీధి నుంచి అది దొంగ అడుగులు వేస్తూ వచ్చేది. 'దస్ నంబర్' (బీఫ్) వాసన పట్టుకుని వచ్చిన హలాలుఖోర్! వీధిలోని మాదిగలు ఎవరికి తెలియకుండా ఉండాలని పశుమాంసాన్ని గ్రహించటం ఇలాగే. ఆ పిల్లి తోక ఆకులగుత్తిలా ఉంది. హత్తుకుని ముద్దాడాలి. ఈ మధ్యన కనిపించటం లేదు. ఏ బిలాలి కొంగులో దాక్కున్నాడో?

***

వాడిపోయిన గులాబి ముఖం మీద ఎవరో గులాబి రేకులతో రాస్తూ నిద్రమత్తులోంచి లేపినట్టయింది. తలవాల్చి తడిదేరిన కళ్ళను తుడుచుకుంటూ గదిలోని మరొక కిటికీలోంచి ఆవలకు చూసింది. రంగు రంగుల గులాబీలు వికసించి నుంచున్నాయి. ఆ గులాబీలను చూస్తూ పల్లంలోకి చూసిన గులాబి కళ్ళు చురుకయ్యాయి. గాఢమైన పసుపురంగు స్వెటర్ తొడుక్కున్న ఆ కుర్రవాడు పసుపు వర్ణపు మడుగులోంచి లేచి వచ్చినట్టున్నాడు. సైకిల్‌కు ఒరిగి నుంచున్నాడు. సైకిల్ హ్యాండిల్‌కు గోనెసంచి వేలాడుతోంది. అతని పెదవులు కదలటం గమనించింది. బహుశా ఓ సినిమా పాటను కూనిరాగం తీస్తుండొచ్చు. ఎందుకంటే అతను భుజాలనూ లయబద్ధంగా కదిలిస్తున్నాడు. అతని భుజం మీద పావురం ఉంది. ఆశ్చర్యం వేసింది. దేన్నో కబళించాలనే విచిత్రమైన పెనుగులాట అతనిలో ఉన్నట్టుంది. అటూఇటూ దృష్టి సారిస్తున్నవాడు తన గది వైపు కాదుకాదు, తననే చూస్తున్నాడనిపించింది. ఏ సమయంలోనైనా జారిపోయేలా ఉన్న చిరుగుల టోపీని తల మీద పెట్టుకున్నాడు. మోకాళ్ళవరకు ప్యాంట్ ఒక కాలును మడిచాడు. లేసులు లేని బూడిదరంగు బూట్లు తొడుకున్నాడు. కుర్చీలోంచి లేచి కిటికీ ఊచలకు ఛాతీని ఆన్చి నుంచుంది. స్తనాలు రెండూ విడివడి ఊచల్లో బందీలయ్యాయి. అయితే బయటవున్న ఆ కుర్రవాడి చిత్రాన్ని పొడిచేలా ఉన్నాయి. ఇంకెన్నడూ ఈ సాయంత్రాన్ని పోగొట్టుకోకూడదని చేతులు నలుపుకుంటుండగా కోడిగుడ్లను సరఫరా చేసే టెంపో అతని ముందు వచ్చి నిలబడింది. ఆ కుర్రవాడు కనుమరుగయ్యాడు. చేతులు పట్టుకున్న ఊచలు గులాబి

గుండె చప్పుడుకు విరిగిపోయేలా అయ్యాయి. ఏదో చిరునామాను అతన్ని అడుగుతుండాలి. టెంపో ముందుకుసాగింది. సినిమాలో జరిగినట్టు ఆ కుర్రవాడు ఉన్నట్టుండి మరుగైపోతే అని కంగారుపడింది. అక్కడే నుంచున్న ఆ కుర్రవాడిని చూసి సంతోషపడింది. మొదటిసారి తన ఎదుటవున్న తోటలోని గులాబీలన్నీ వాడిపోయినట్టనిపించాయి. గతకాలపు ప్రేమికుడు గంగయ్య. ఆ సాయంత్రం ఓ గులాబీమొక్కను తెచ్చి నాటి గులాబిని రంజింపజేశాడు. మూడునెలల్లో గులాబి గది పక్కన గులాబీల తోటనే పెరిగి రకరకాల మబ్బుల తునకలు రాలసాగాయి.

***

సైకిల్ వాలినట్టుగా ఉంది. ఆ కుర్రవాడు కాలితో స్ట్యాండ్ తోశాడు. గులాబికి ఏం చేయాలో తోచలేదు. అతడిని పట్టుకుని అక్కడే నిలుపుకోవాలనిపించింది. అక్కడి నుంచి వెళ్ళకుండా ఆపాలన్న కోరిక తీవ్రమవ్వసాగింది. ఎన్నడూ నోరు తెరవనటువంటిది ఈ ఘడియలో నోరు తెరిచి, "అక్కడే నిల్చో నా కుర్రవాడా" అని అరిచి చెప్పాలనిపించింది. కొంచెం ముందుకు సైకిల్‌ను తోసి, మట్టమైన నేలమీద స్ట్యాండ్ వేసి నిలిపాడు. నిమ్మళంగా ఊపిరి పీల్చుకుంది. కాలివేళ్ళ నుంచి చీకుతూ, తన స్తనాల ముచ్చికలను కొరికి గాయపరిచి ఇదే లోయలో పోగొట్టుకునిపోయిన గంగయ్య జ్ఞాపకానికి రాలేదు. పిడుగుపాటులా పరిణమించిన అతని నిర్గమనం ఈ ఘడియలో సుఖపు బుగ్గలా అనిపించసాగింది.

ప్రస్తుతపు కుర్రవాడు గులాబిని కారణమే లేకుండా గెలికాడు. ఈ సాయంత్రం గడిచి చీకటి కమ్ముకోకుండా ఒక మనోహరమైన పాటను పాడితే ఎలా ఉంటుంది? లేదు, తాను పాడే పాట వల్ల ఎన్నడూ అంతంకాని చీకటి ఊరే సృష్టింపబడవచ్చని భయపడింది. భుజం మీదున్న పావురాన్ని భుజం మీది నుంచి దించి ముద్దులాడసాగాడు. సిగ్గువేసి నవ్వొచ్చింది. ముసలితల్లి గులాబీల తోటలో పువ్వులు కోస్తూ కూతురు గులాబిని కళ్ళ ముందు నిలుపుకుంది. ఓ క్షణం లోపలి గోడవైపు తిరిగింది. సాధ్యం కాలేదు. కుర్రవాడివైపు చూసింది. గది నాలుగుగోడలకూ తలబాదుకుని చచ్చిపోవాలనిపించింది. గులాబీ తోటను తుంటరి పశువుల్లా తొక్కివేయాలనిపించేంత క్రూరత్వం ఆమెలో ఏర్పడింది. పావురం కుర్రవాడిని మరుగుపరిచిన ముసలితల్లిని యవ్వనభరితమైన ముళ్ళతో గుచ్చిగుచ్చి ఉరి వేయాలనిపించింది. గది నుంచి బయటికి పరుగెత్తింది. కాలికి అడ్డుపడ్డ పెద్ద మిడతను తొక్కి నలిపివేసింది. పల్లపుదారిలో దిగి ఆ లోతులో చూపులు సారించి వెదికింది. ఏమీ కనిపించలేదు. తానే తన చేతికి చిక్కినట్టయి గుండె బాదుకుని అక్కడే దారిమధ్యలోనే

కూలబడింది. గులాబీలతోటలోని సువాసనాభరితమైన గాలి వీచసాగింది. ఓడిపోయిన దానిలా గదిని చేరుకుంది. మిషిన్ సూదిలో ఇరుక్కున్న స్కర్ట్‌ను లాగివేసింది. మడతలు విప్పుకున్నాయి.

ముసలితల్లి కోసిన గులాబీలు బుట్టలో నింపుకుని సంతకు వెళ్ళింది. దట్టమైన చీకటి పొడవసాగింది. కిటికీ దగ్గర నుంచుని ఆ కుర్రవాడు నిలబడ్డ స్థలాన్నే తదేకంగా చూడసాగింది. చంద్రిక ఇంటి గుమ్మంలో నుంచుని, "గులాబీ, స్కర్టు కుట్టడం అయిందేమే?" అని అడిగింది. గులాబి మాట్లాడలేదు. "ఎక్కడ పాడైపోయిందో, ముండ" అని తిట్టుకుంటూ వెనక్కు తిరిగి వెళ్ళిపోయింది. ఇక్కడ గులాబి అరకొరా కుట్టి పారేసిన స్కర్ట్ కోసం వెదికింది. దొరకలేదు. దీపం వెలిగించింది. మూలలో దొరికిన స్కర్ట్‌ను తీసుకుని సూదిలో దూర్చి కుట్టసాగింది. ఆగలేక కిటికీ వైపు చూసింది. గుడ్ల సరఫరా టెంపో దాటిపోయింది. అరే, ఆ టెంపోవాడికి పావురం కుర్రవాడి చిరునామా తెలిసివుండొచ్చునేమో అనుకుని ఆశతో బయటికి పరుగెత్తింది. మిట్టమీదికి నెమ్మదిగా ఎక్కుతున్న టెంపో గులాబి కళ్ళలో తిరుగుతోంది. టెంపో నిలబడిపోయింది. ముందుకు పోలేక, వెనక్కి వచ్చి అదుపు తప్పి దారి పక్కని చిన్న కాలువలో పడిపోయింది. కెవ్వున అరిచిన గులాబి, తన వల్లనే టెంపో పడిపోయిందేమోనని భయపడి తిరిగి తన ఇంట్లోకి పరుగెత్తింది. టెంపోను తాను చూడనే లేదన్నట్టు స్కర్ట్‌ను కుట్టసాగింది. కత్తిరించి పెట్టుకున్న మరొక స్కర్ట్‌నూ కుట్టి, దండెం మీద నెలల పర్యంతం వేసివుండటం వల్ల మాసిపోయిన రవిక గుడ్డను తీసుకుని రవికనూ కుట్టివేసింది. ఎవరో తన ఇంటి గుమ్మంలోకి నడిచి వస్తున్న సద్దు వినపడసాగింది. కిటికీలోంచి చూసింది. టెంపో డ్రైవర్ కనిపించాడు. గులాబికి వణుకు పుట్టింది. అక్కడే పల్లంలో పడివున్న పెద్ద రాతిబండను ఎత్తుకుని భుజాల మీద మోసుకుని ఆ డ్రైవర్ మిట్టమీదికి ఎక్కసాగాడు. గులాబి నిట్టూర్పు విడిచింది. కిటికీ రెక్క మూయడానికి మనసొప్పలేదు. ఆ కుర్రవాడు కనిపిస్తాడన్న ఆశతో అక్కడే కుర్చీని లాక్కుని కూర్చుంది.

***

అప్పుడప్పుడు జ్ఞాపకాలు పెట్టే హింస హితకరంగా ఉంటుంది. ఆ రోజు సాయంత్రం, గంగయ్య తన గది కిటికీ దగ్గర కూర్చుని మసిబారిన లాటీన్ను శుభ్రం చేస్తున్నాడు. అయితే అది పొడవ్వలేదు. దాన్ని బాగుచేస్తున్నట్టా నటిస్తుండటం గులాబికి తరువాత అర్థమైంది. ఇంటి గుమ్మంలో ఎక్కడపడితే అక్కడ వలలు, చేపలు పట్టే బుట్టలు, గాలాలు,

కిరసనాయిల్ డబ్బాలు పడివున్నాయి. అతని దూరదూరపు బంధువులు ఆ రోజు అక్కడ చేరారు. వాళ్ళు హరికథలు బాగా తెలిసినవాళ్ళు కావటం వల్ల బోయ జనాంగపు గొప్ప కథనొకదాన్ని చెప్పించుకోవడానికి సిద్ధమయ్యారు. వాళ్ళల్లో బొమ్మలా ఉన్న ఒక అమ్మాయి కలసిపోయివుంది. ఉడుత చర్మానికున్న సొగసు ఆమెకు ఉంది. ఈ కారణంగానే గులాబి ధైర్యం కోల్పోయింది. మూలలో ఒక కుండనిండా పందికొక్కులను ఉడకబెడుతున్న ముసలిది, గంగుయ్య కళ్ళల్లో ఆ అమ్మాయి దేహంతోపాటు ఆమె అస్తిత్వాన్ని మిళితం చేయటానికి ఉత్సాహపడింది. ఆ ముసలిది ఎవరై ఉండొచ్చా అని ఊహించడానికి పూనుకోలేదు. ఎందుకంటే ఆమె మరికొద్ది ఏళ్ళలో చచ్చిపోవటం ఖచ్చితం అనుకుంది. ఆ ముసలిది గంగయ్య అవ్వ, అంటే అతడి తండ్రి తల్లి. 'గులాబి, నిలబడే ఉంటావేమే, రావే కూర్చో" అంటూ నట్టింటి నుంచి పైకప్పులోంచి పొడుచుకుని పోయిన మద్దిచెట్టును ఆనుకుని ఒంటికాలి మీద నిలబడ్డ గులాబిని తట్టి లేపింది. "లాటీను రిపేరీ అయిందా?" అని ఆ అమ్మాయినే తదేకంగా చూస్తున్న గంగయ్యను గులాబి అడిగింది. అల్లరి పిల్ల! "లేదు, తాతల కాలం నాటిది, పాడైపోయింది" అంటూ అప్పుడు కూడా ఆ అమ్మాయిని కళ్ళతోటే కబళిస్తూ లాటిన్ను ఎత్తుకెళ్ళి అటక మీదికి విసిరేశాడు. తననే విసిరేసినట్టు గులాబి ఉలిక్కిపడింది. అతను రాత్రంతా హరికథ వినకుండా ఆ అమ్మాయిలోనే ఈతకొడుతూ ఉండటాన్ని గులాబి గమనించి ఉండొచ్చుననే అనుమానం గంగయ్యకూ వచ్చింది.

చివరిసారిగా అతడ్ని చూసింది ఎప్పుడు? బురదలో జారిపడి, లేచి వెళ్ళిపోయిన ఒక వారానికి. హరికథ గుంపులోని బొమ్మలాంటి అమ్మాయితో ఇదే దారిలో వెళుతున్నప్పుడు చూసింది. ఈ దారిపక్కని ఇల్లు, గులాబీల తోట మరియు గులాబి... ఏవీ తనకు సంబంధించినవి కావన్నట్టు నడిచిపోయాడు. విశ్వాసం లేని పురుగు! బహుశా ఆ అమ్మాయి ఇక్కడి గులాబి తోటను ఆశగా చూస్తూ మూడు గులాబీలను కోరుకుని ఉండొచ్చు. అది అంత ఖచ్చితంగా మూడు గులాబీలే అని చెప్పటానికి ఎలా సాధ్యం? దారి అంచుకు అంటుకున్నట్టున్న గులాబీ మొక్కకు కేవలం మూడు గులాబీలు మాత్రమే విచ్చుకున్నాయి. అనుమతి లేకుండా దొంగతనంగా తీసుకుని పోనీ అని గులాబి కిటికీకి కట్టిన గోనెసంచిని తన ముఖం మీదికి లాక్కుంది. అవతల నుంచున్న గంగయ్యకూ చీకటి కమ్ముకుని ఉండాలి.

***

పాలిథిన్ కవర్‌లో కుట్టిన బట్టలు దూర్చి తన గది కిటికీ లోపలికి దూరి వచ్చిన దోటికి కవర్‌ను వేలాడదీసింది గులాబి. పక్కింటి అమ్మాయి చంద్రిక దూరం నుంచి అంటే తన ఇంటి పక్కన నుంచుని దోటిని లాక్కోవటానికి ముందే, "బట్టలను చాలాసార్లు ముట్టి చూశావా?" అని అడిగింది. "లేదమ్మా, కుట్టినపుడు మాత్రమే ముట్టుకునేదాణ్ణి. గాలి వీచినపుడు దానంతట అదే వచ్చి ముఖానికి తగిలేది. అప్పుడు ఒంటి మీద తేళ్ళు పాకినట్టయి థూ అని విదిల్చేదాన్ని" అంది. అప్పుడే దోటి చివరవున్న బట్టల సంచి చంద్రిక ముఖాన్ని తాకింది. "చూడూ, థూ" అని ఉమ్మి అటువైపు తోసేసింది. "పైకెత్తి లాక్కోవే, కింద మురుగు కాలువ ఉంది" అంటూ గులాబి సూచించినా బట్టలతో నిండుగా ఉన్న సంచి భారానికి దోటి కిందికి వాలింది. ఎవరి ఇంటి మురుగుకాలువనో ఏమో అందులో బట్టలు పడిపోయాయి. "అయ్యయ్యో..." అంటూ చంద్రిక ఏడవసాగింది. గులాబికి దుఃఖం కలిగిందన్నది నిజానికి హాస్యాస్పద విషయం. బయటికి వచ్చిన గులాబి , "నేను ఇందులో దిగనమ్మా" అంది. మొత్తం విషయం నుంచి చేతులు కడుక్కుని మళ్ళీ తన గదిలోకి దూరింది. ముసిముసిగా నవ్వుకుంది. అల్లరిగా గంతులేసింది. చంద్రిక బట్టల మరికొన్ని చిన్నముక్కలు అక్కడక్కడ పడివున్నాయి. ఆ వీధిలో స్త్రీ సౌందర్యానికీ మించినట్టు గులాబి బట్టలు కుట్టడం వల్ల విధిలేక పై జాతులవారు ఈమె దగ్గర బట్టలు కుట్టించుకోవడానికి వాళ్ళ వీధి దాటి వస్తారు. కొలత తీసుకోవడం పెరట్లోని గులాబీ తోటలోనే; అక్కడే వ్యవహారమంతా ముగిసిపోతుంది. బేరం ఆడటం, సంప్రదింపులు, గొడవ ఇలా... మురుగుకాలువ ముందు కూర్చుని చంద్రిక పెడబొబ్బలు పెట్టడం తారాస్థాయికి చేరింది. మలం మోసే పూజ, కెంచ, బుద్ధ అందరూ అక్కడికి వచ్చారు. వాళ్ళ చేతుల్లో మలం లాగే టిన్నులు, పగ్గాలు ఉన్నాయి. నల్లటి ఆకృతులు మిలమిలా మెరుస్తున్నాయి. వీరి ముఖాలను, శరీరాలను చూస్తూ చంద్రిక మౌనం వహించింది. మళ్ళీ ఏడుపు సూచన లేకుండా పోయింది.

గది కిటికీ నుంచి ఆవలకు తొంగి చూస్తే మలం మోసుకెళ్ళే గ్యాంగ్ ఏదో సంతోషాన్ని పరస్పరం పంచుకుంటూ, త్రుళ్ళుతూ నడిచిపోతున్నారు. చంద్రికకు వాళ్ళు మురుగుకాలువ నుంచి తన కొత్తబట్టలు తీసి ఇవ్వడం సుతారాం ఇష్టం లేదు. అంతే కాకుండా వీరి మురికిలో దహించుకుపోవడం కన్నా మురుగుకాలువలోనే ఉండటం బాగనిపించింది.

***

ముసలితల్లి గొణుగుడు వినిపిస్తుండగా గులాబికి మెలుకువ వచ్చింది. ఆ కుర్రవాడి కలవరింతలో అతని కోసం అల్లిన ఉన్నీటోపీ ఆమె చేతిలోనే ఉంది. గడియారం చూసింది.

నిన్నటి సాయంత్రం తన ఎదలో మరలి రావచ్చా అని కిటికీ నుంచి పల్లపు రస్తా వైపు చూసింది. కాలువలో పడిన టెంపో అక్కడే ఉంది. ఒక వైపు దారుణంగా ఒరిగిపోయివుంది. అయ్యో అనిపించింది. సైకిల్ బెల్ వినిపించింది. పావురం కుర్రవాడే అయివుండొచ్చని తన రెండు కళ్ళనూ విప్పార్చింది. కుర్రవాడు సైకిల్‌ను ఆపుకుని గులాబి గదివైపు దృష్టిసారించాడు. పక్షిలా మారి గాలిలో ఎగిరినట్టు అనిపించింది. నృత్యం చేయసాగింది. ఎప్పటిలా కుర్రవాడిలో కలవరపాటు మొదలైంది. అతడిని చూస్తూ ఉండాలనిపించింది. అతడిని తన గదిలోకి లాక్కుని, ఎదకు హత్తుకుని, ముద్దుపెట్టుకోవాలనిపించింది. ఛాతీమీది తుండుగుడ్డను తీసివేసి తన రెండు స్తనాలను బయటికి దూర్చింది. అతడికి మూర్ఛవచ్చి తనలో కూలిపోనీ అని. తన గులాబీతోటలో తిరుగుతూ, పాట పాడటానికి ఉత్సాహభరితురాలైంది. గుండె గట్టిగా కొట్టుకోసాగింది. కుర్రవాడు దొంగ అడుగులు వేస్తూ గులాబి గది వైపు రాసాగాడు. దగ్గరయ్యాడు. సిగ్గుతో కనలి ఛాతీ విరుచుకుని కళ్ళు మూసుకుంది. స్తనాల నుంచి రక్తం కురియసాగింది. 'నన్ను పీల్చుకో' అని నివేదించుకుంది.

ఎవరో దేనినో దొంగలిస్తున్న దొంగ అడుగులు గులాబి చెవిలో పడసాగాయి. కళ్ళు తెరిచింది. ఛాతీ ఖాళీఖాళీ అయి గుంటలు పడి శోకించేలా ఉన్నాయి. తనను వేధించిన, కలవరపరిచిన పావురం కుర్రవాడు గోనె సంచిలో తన తోటలోని గులాబీలను కోసుకుని నింపుకుంటున్నాడు. 'నన్ను ప్రేమించవా? I love you....' అంటూ, బహుశా గులాబీపువ్వులను దొంగిలించిన తరువాత సవిస్తరంగా ప్రేమ ప్రస్తావన ప్రకటించవచ్చని లోలోపల సంతోషపడింది. "నీవు మాదిగదానివి" ! అంటూ చకచకా మరికొన్ని గులాబీలు కోసుకుని గోనెసంచిలో నింపుకున్నాడు. "మరి గులాబీలు, అవన్నీ నావే" అని ఆర్తనాదం చేసింది. "ఏయ్, నీవొక మూర్ఖురాలివి, అవి నీళ్ళు, ఎరువు, మట్టి నుంచి పెరిగినవి" భయంలోనూ నవ్వుతున్నాడు. ఇంకేమో చెప్పడానికి పెనుగులాడింది. గొణిగింది. విభిన్న దేహభాషలతో నర్తించింది. "నీవు ఆ రోజు గొడ్డు మాంసం తీసుకుని రావడం చూశాను. ఛీ, మీరంతా మురికి జనం" అని ఆధార సహితంగా గులాబిని తెగడి, నిందించాడు. మాటలు మార్చడానికేమో అన్నట్టు, "అది రేపటి రోజున వికసిస్తుంది. దాన్ని కోయకు. చూడు, ఆ గుంపులో కోసుకో" ఓ మూలవైపు చేయి చూపింది. అతనికి అర్థం కాలేదు. "ఎక్కడ, అక్కడేనా?' అడిగాడు. "అవును" అని "గొడ్డు మాంసం నేను తినను" అని వివరణ ఇస్తున్నట్టు మొరపెట్టుకుంది. "అయితే మా ఇంటి పిల్లి తింటుందా?" అన్నాడు.

"అవును, కావచ్చు" అనేసింది. "అందుకే ఆ పిల్లిని మొన్ననే గొంతు పిసికి చంపేశాను" అని చెప్పినట్టు లేదా ఆ రోజు పిల్లిని హత్య చేసినట్టు గులాబీలను కోయసాగాడు. గులాబీ మొక్క ముళ్ళు గాలికి కదిలి స్తనాలకు గుచ్చుకుని రక్తాన్ని చిమ్మేలా చేశాయి. పువ్వులు నింపుకున్న సంచిని సైకిల్ మీద పెట్టుకుని వేగంగా ముందుకు సాగాడు. ఛాతీపై పైట లేకుండానే గులాబి గది నుంచి బయటికి నడవకుండా, పరుగెత్తి పల్లపు లోతుల్లో కుర్రవాడి కోసం వెదికింది. అయినా చేతిలో ఉన్న ఉన్నీ టోపీని ప్రేమతో అతడి తలపై పెట్టాలనే కోరిక కలిగింది లేదా ఆ కుర్రవాడి వెనుక నిరంతరం పరుగెత్తుతూనే ఉండాలనిపించింది. వేగంగా సైకిల్ ఫెడల్ తొక్కుతున్నవాడు ఒకసారి వెనుదిరిగి చూశాడు. గులాబి తనను వెంబడించడం కనిపించింది. సైకిల్‌ను హఠాత్తుగా కుడివైపు తిప్పి దట్టమైన ముళ్ళ పొదల్లో దూరి ఈమె మార్గాన్ని తిప్పాడు.

పొద ఎదుట నుంచుని ఆ కుర్రవాడిని కేక వేసి పిలిచే ప్రయత్నం చేయలేదు. అతని కోసం అల్లిన టోపీని పొదల్లోకి విసరాలని ముందుకు అడుగు వేసి చప్పున వెనక్కి తీసుకుని తానే తన తల మీద పెట్టుకుంది. పక్షులు ఆ మడుగు నుంచి ఎగిసిన సద్దు మారుమ్రోగింది. లోలోపల నవ్వుతూ గులాబీల అడవితో ఆవృతమైన తన ఇంటివైపు వెనుదిరిగింది. కాలువలో పడ్డ టెంపోను పైకి లేవదీయడానికి మలం మోసే గ్యాంగ్ వచ్చి పెనుగులాడుతోంది. రాళ్ళు కట్టడం, మట్టి వేయటం, తాడు కట్టడం, రాక్షస ఉత్సాహం కోసం కేకలు వేయటం హద్దులు దాటుతున్నాయి. గట్టున నిలబడి వారి కార్యతత్పరతను చూడాలనిపించింది. వాళ్ళల్లో ఎవరో ఒకరు ఈమె బంధువు కావడానికి అవకాశం ఉంది. దాన్ని తోసిపుచ్చడానికి కాదు. తోటలో వాలుతున్న పక్షులను కలుపుకుని.

టెంపో పైకి రావడానికి సాయంత్రమైనా కావచ్చుని లోలోపల అంచనా వేస్తూ గులాబి ఇంటిదారి పట్టింది. కాలికి తగిలిన బంతిని అటు నుంచి ఇటు తన్నే ఆటలో గందరగోళం ఏర్పడిందేమో అక్కడే కాలువ చివరలో చంద్రిక చచ్చిపడినట్టు కనిపించింది. ఆ చిత్రం గులాబి అస్పృశ్య శవపు ఆకృతిలా ప్రతిబింబిస్తోంది.

***

రచనా కాలం :2011

టి.కె. దయానంద

ఓ యర్రన్న కథ

'యర్రన్న చచ్చిపోయాడు' అనే రెండు పదాలు చెవిలో పడినప్పటి నుంచీ తూరమ్మగుడి మావటి గంటెసాహెబ్ ఎందుకో దిక్కుతోచనట్టు అయిపోయాడు. తన దిక్కులేని బతుకుకూ మరియు యర్రన్నకూ మధ్యన ఒకటి రెండు సంవత్సరాల నుంచి పెరిగిన స్నేహం వారిని ఒక్కసారిగా రెక్కలు కట్టుకుని తుర్రుమని ఎక్కడెక్కడికో ఎగరిపోయినట్టయింది. యర్రన్న లేనటువంటి రేపటి రోజులు చర్మం పోగొట్టుకున్న తన బక్కచిక్కిన దేహంలా అనిపించి తన అదుపులోని ఏనుగు స్తంభాలవంటి కాళ్ళకు తల బాదుకుని కొద్దిసేపు ఏడ్చిన గంటెసాహెబ్ పేటలోని సర్కిల్ వైపు నడిచాడు. ఆ సమయానికి పేట సర్కిల్‌లోని రహదారి వెనుకనున్న నారాయణ హోటల్ కక్కస్‌గుంత దగ్గర టౌన్ పోలీస్‌స్టేషన్‌కు చెందిన కొంతమంది పోలీసులూ, మరికొంతమంది కుతూహలపు కన్నుల పాదచారులు యర్రన్న బంతిలా తేలుతున్న కక్కసుగుంత చుట్టూ గుమిగూడి వంగివంగి చూస్తున్నారు. యర్రన్న పెద్దకొడుకు నెపోలి కూడా నుంచున్న చోట నిలవక దెయ్యం పట్టినదానిలా తచ్చాడుతున్న తల్లి చవుడమ్మను ఒక చోట స్థిరంగా నిలపటానికి ప్రయత్నిస్తూ తానూ కలవరపడుతూ అక్కడే నుంచున్నాడు. గంటె సాహెబ్ తమ జీవంలేని కళ్ళతో అక్కడికి వచ్చేంతలో చేపల సంతలా జనసమూహం అక్కడ పుట్టింది.

యర్రన్న వెంబడి కక్కసుగుంత ఖాళీ చేయించే పనికోసం వెళ్ళిన సహోద్యోగులైన తెలుగువాడ కుర్రవాళ్ళు గుంతలో దిగి శవాన్ని పైకి తెస్తామని పోలీసులతో అన్నారు. వారి అనుమతితో గుంతలో దిగటానికి సిద్ధమవ్వసాగారు. ఆ గుంపులోని బ్యాటె సిద్ద ఎక్కడి నుంచో కిరసనాయిల్ దీపాన్ని తెచ్చి వెలిగించి ఒక మోటు దారాన్ని కట్టి యర్రన్న శవం పడివున్న కక్కసుగుంత లోపలికి మెల్లమెల్లగా దిగవిడిచాడు. అడుగుకు చేరిన కిరసనాయిల్ దీపం ఆరిపోకుండా వెలుగుతుండటం చూసి పోలీసుల వైపు తిరిగి

"గుంతలోపల గ్యాస్ లేదు సారూ, గుంతలో ఉన్నటువంటి, వస్తున్నటువంటి గ్యాసంతా యర్రన్నను తాగేసినట్టుంది" అని కక్కసుగుంత లోపల దీపపు వెలుతురులోనూ యర్రన్న ముఖం బతికివున్నప్పుడు ఎలా ఉండేదో ఈ రోజూ అలాగే ఉండటం చూశారు. దీపాన్ని అలాగే పైకి లాక్కుని కక్కసు గుంత చుట్టూరా పేర్చిన రాళ్ళబండల సందుగొందులలో తన కాలిబొటన వేళ్ళను దూర్చి నాజూకుగా దిగిన బ్యాటె సిద్ద పోలీసులు విసిరిన పగ్గపు ఉరికి గుంతలోని నల్లనినీళ్ళలో సగం తేలుతున్న యర్రన్న నడుముకు కట్టి "లాక్కోండి, లాక్కోండి" అంటూ లాగిన పగ్గంతోపాటు పైకి లేచిన దేహపు వీపుకు చేయిచ్చి గుంతలోంచి యర్రన్న శవాన్ని నేల మీదికి తేవటంలో సహాయపడ్డాడు. టౌన్ పోలీస్ స్టేషన్ ఎస్.ఐ. అయిన నాగరాజు హడపగారు "ఈ నా కొడుకులకి చావటానికి మా స్టేషన్ లిమిటే కావలసి వచ్చిందా? ఎన్‌హెచ్ ఫోర్ రోడ్డుకి పోయి ఏ లారీకో, బస్సుకో చిక్కి చచ్చివుంటే వీళ్ళ బాబు ఇంటినేమైనా పీక్కునిపోతాడా?' అని లోలోపల తిట్టుకుని శవం పడివున్న స్థలం మహజరు, పంచనామా ముగించి వీలైనంత తొందరగా ఈ దుర్వాసన వస్తున్న స్థలం నుంచి తొలగిపోతే చాలు అనే ముఖకవళికలతో శవాన్ని గవర్నమెంట్ ఆస్పత్రికి తరలించాడు. ఘటన జరిగిన కక్కసుగుంత ఉన్న నారాయణ హోటల్ గల్లాపెట్టె ముందు పాలిపోయిన ముఖంతో కూర్చున్న యజమాని శంకరనాథకు ఉన్నటువంటి ఐపిసి సెక్షన్లన్నీ ఒక్కటొక్కటిగా ఉదహరించి అతడి బట్టతల మీద చెమటలు పుట్టేలా బెదిరించి వెంటనే స్టేషన్‌కు వచ్చి కనిపించమని గద్దించి వెళ్ళాడు. జన్మలో ఎన్నడూ చూడనటువంటి, విననటువంటి ఐపిసి కోడులన్నీ హడపగారి నోటి వెంట ఒక్కసారిగా విన్న తరువాత అసలే అస్వస్థుడైన శంకరనాథుని తెల్లటి ముఖం, ఉప్పు కారం వేసి, నిప్పుల మీద కాల్చిన మొక్కజొన్న కంకిలా గోధుమరంగుకు తిరిగింది.

ఇక్కడ యర్రన్న శవం ఉన్న అంబులెన్స్ చలించిన దారిలోనే నేలను కన్నీటితో తడుపుతూ నడిచిన యర్రన్న భార్య చవుడమ్మ, కొడుకు నెపోలి మరియు గంటెసాహెబ్‌తోపాటు ఇతర సమాన దుఃఖితులు శవాన్ని కోసే గదిముందు నుంచుని అంబూలెన్స్‌కు ఏడడుగుల దూరంలో తామూ నుంచున్నారు. అక్కడికి అప్పటికే కరుంపులి పాతసంత ప్రాంతపు కౌన్సిలర్లు, కార్పోరేషన్ స్టాండింగ్ కమిటీ అధ్యక్షుడు అయిన వాలె రాముడు రావటమూ జరిగింది. ఉన్న పదివేళ్ళలో పోనీలే పాపం అని రెండు వేళ్ళను వదిలి మిగిలిన వాటన్నిటికీ బెల్లం అచ్చుసైజు ఉంగరాలను పెట్టుకుని, ఆపాదమస్తకం

తెల్లటి దుస్తులు ధరించిన వాలె రాముడు ఎవరితోనో తన ముక్కాలు అడుగు పొడుగున్న మొబైల్ ఫోన్‌లో ఆపకుండా మాట్లాడుతున్నాడు.

వాలె రాముడి ముఖాన్ని చూడగానే తల మీద ఎవరో నిప్పులు పోసినట్టు గంటెసాహెబ్ అతని దృష్టిలో పడనంత దూరంలో ఉన్న ఒక జామచెట్టు కింద గొంతు కూర్చుని జరిగిపోయిన విషయాలన్నిటినీ మరొకసారి గుర్తు చేసుకోసాగాడు. కరుంపురి పేటలోని తూరమ్మ గుడికి ఎప్పుడో ఒక ఏనుగును గుడి ట్రస్టీలు చందాలు వేసుకుని తెచ్చారు. తిరుమకూడలి అడవిలో తర్ఫీదు పొందిన ఏనుగులను ఉపయోగించి అడవి ఏనుగులను అడవికి తరిమే పనిలో ఉన్న తనను తూరమ్మ ట్రస్టీ ఒకడు తానున్న చోటికి వచ్చి గుడి మావటి పనికి కురుంపుళికి పిల్చుకొచ్చిన తరువాతే గంటె సాహెబ్‌కు యర్రన్న దొరికింది. ఇక యర్రన్న చరిత్ర గుర్తు పెట్టుకోవలసిన గొప్ప ప్రతిభ ఉన్నవాడు కాదు. అయితే మొత్తం ఊరును ఆరోగ్యవంతంగా పెట్టే వైద్యులు చేయాల్సిన పనిని తన మీద మోపుకుని ఊళ్ళోని కక్కసుగుంతలను శుభ్రం చేసి పెడుతున్న ప్రాణి. మునిసిపల్ అండర్ గ్రౌండ్ డ్రైనేజ్ విభాగంలో కాంట్రాక్ట్ సఫాయి కార్మికుడు అయిన యర్రన్నను తడుముకుంటే ఊళ్ళోని ఇండ్ల కక్కసుగుంతల వాసనల ఉరికంబాలకు తలలు ఇచ్చినట్టేనని ఊరిజనం భయపడేటంత కరుంపుళి ఊరికి అవసరమైన ఆసామి యర్రన్న.

లోపలి మురుగు కాలువ అంటే 'అదేమైన నల్లగుందో, తెల్లగుందో' అని అడిగేటంత అమాయకులైన కరుంపుళి జనం తమ ఇంటి కక్కసుగుంతలు నిండిపోతే అవసరమవుతాడని కులకట్టుబాట్ల బెదరింపుల మధ్యన కూడా యర్రన్నను, అతడి చవక మొబైల్ నంబరు సమేతంగా అనివార్యంగా గుర్తుంచుకున్నారు. వారి జ్ఞాపకాన్ని దెబ్బకొట్టేలా ఏ వీధిలోని ఏ ఇంట కక్కసు గుంత ఏ నెలలో నిండి కాన్పుకు వస్తుందో అనే విషయాలను యర్రన్న కూడా గుర్తు పెట్టుకున్నాడు. ఉన్న ఒక్కగానొక్క కొడుకు నెపోలి, భార్య చవుడమ్మతో దొమ్మరి పిల్లలు ఒక కర్ర పట్టుకుని రెండు స్తంభాలకు కట్టిన తంతి మీద నడిచినట్టు మునిసిపాలిటివారు ఇస్తున్న చిల్లర జీతంతో బ్యాలెన్స్ చేసుకుంటూ జీవిస్తున్న యర్రన్నకు ఊరి కక్కసుగుంతలు అప్పటికప్పుడే పిలిచి పనులు ఇచ్చేవి. తెలుగువాడలోని పిల్లలను జత చేసుకుని రెండు బకెట్లు, నేలను తవ్వటానికి గునపం, మన్ను తీయటానికి పారాలతో అతను బయలుదేరితే తిరిగి వచ్చేటప్పుడు అతని కాకిరంగు షర్టు పైజేబులో గాంధి నవ్వు ముఖమున్న నోటు ఒక్కటైనా ఉండేది.

మునిసిపాలిటి కాంట్రాక్ట్ సఫాయి పనిని పర్మనెంట్ చేయడానికి స్టాండింగ్ కమిటీలోని అతని కులస్థుడైన వాలె రాముడితో బాగుంటే సాధ్యమవుతుందనే గాలి మాటలు నమ్ముకున్న యర్రన్న ఈ కారణంగా అతడి దగ్గర ఎక్కడలేని విధేయతతో దగ్గరయ్యాడు. వాలె రాముడి చరిత్ర తక్కువైంది కాదు. ఊరి వారందరు అతడి వెనుక చెప్పుకుని నవ్వుకునేటటువంటిది యర్రన్నకూ తెలుసు. చెరువు గట్టు పక్కనున్న పచ్చికబయల్లో తిగళగ్రామ రైతులు వదులుతున్న గేదలు, ఆవులు, కోడెలను గుర్తు తెలియకుండా ఎత్తుకునిపోయేవాడు వాలె రాముడు. గాలిబెట్ట సంతకు పశువులను కొనానికి వస్తున్న కటికవాళ్ళకు మంచి రేటుకు దొంగిలించిన జంతువులను అమ్మి వచ్చిన డబ్బును హమాలి పనులు చేసుకుంటున్న తమ జనాలకే వడ్డీలకు ఇవ్వటం ద్వారా కొంత సొమ్ము కూడబెట్టుకున్నాడు. కూడ బెట్టుకున్న సొమ్మును వెదజల్లెంత వరకు నింపుకున్న తరువాత మునిసిపాలిటి ఎలెక్షన్‌లో నిలబడి కౌన్సిలర్ కావటమే కాకుండా తన వడ్డీ వ్యాపారంలోనూ వసూలు చేసే పనికి యర్రన్నను వాడుకోవటం జరిగింది. ఒకసారి ఏదో అత్యవసర ఖర్చుకోసం వాలె రాముడి నుంచి వడ్డీకి 8000 రూపాయలు చేబదులుగా తీసుకున్న గంటె సాహెబ్ ఒప్పుకున్న సమయానికి డబ్బు తిరిగి ఇవ్వలేక మూడ్నాలుగు నెలలయ్యాయి. దాంతో కాంట్రాక్ట్ సఫాయి యర్రన్నను పంపి గంటెసాహెబ్ ఏనుగును లాక్కొచ్చి మునిసిపాలిటి వెనుక రావిచెట్టుకు కట్టించాడు వాలె రాముడు. డబ్బులిచ్చి ఏనుగును విడిపించుకుని పొమ్మని కబురుపెట్టాడు. ఆ విధంగా గంటె సాహెబ్ తన ఉద్యోగం ఆపద పడటం, సాకిన ఏనుగూ పోయిందని ఏడ్చి మొత్తుకోవడం యర్రన్నకు జాలి కలిగించింది. ఈ విషయంలో చవుడమ్మతో, 'పాపం, ఆ సాయిబు ఇవ్వవలసిన అప్పు వసూలు చేసుకోవాటానికి మన వాలె రాముడుగారు తూరమ్మ గుడి ఏనుగును పట్టి మునిసిపాలిటి వెనుక కట్టివేశాడు. ఆ ముసలివాడి బాధ చూడలేకపోతున్నాను చవుడీ' అని చెప్పుకుని తన బాధ వ్యక్తపరిచాడు.

మరుసటి రోజు ఉదయం నుంచి తన పనితోపాటు గంటెసాహెబ్ ఏనుగును చూసుకునే బాధ్యత యర్రన్న తల మీద పడింది. దగ్గరికి పోతే చాలు తోండాన్ని కత్తిలా పైకెత్తుతున్న ఏనుగు రోషానికి అతనూ కంగారు పడేవాడు. ఒకవేళ ఏనుగు కడుపుకు ఏమీలేక చచ్చిపోతే గంటెసాహెబ్ మెడలా తన మెడ కూడా వాలె రాముడి అప్పుల ఉరికి చిక్కుకుపోతుందన్న భయానికి నాలుగైదు రోజులు ఏనుగు కడుపుకు కావలసిన ఎండుగడ్డి,

కొబ్బరి చిప్పలు, చెరకుగడలు సరఫరా చేయటంలో యర్రన్నకు చాల్చాలైపోయింది. వాలె రాముడి భయానికి అంత భారీ ఏనుగు బాధ్యతను తన మీద మోసుకోవడం తప్పయిందేమోనని చాలాసార్లు అతనికి అనిపించింది. తూరమ్మ గుడి లోపల కాలికి గొలుసు కట్టించుకుని తనంతట తాను ఆకులు అలమలు మేస్తూ, భక్తులు ఇచ్చిన కొబ్బరికాయలు, అరటి పళ్ళు తింటూ చక్కగావున్న ఏనుగు ఉన్నట్టుండి కనిపించకుండా పోవడం గుడికి వచ్చే భక్తులకు, ట్రస్టీలకూ ఆశ్చర్యం కలిగించింది. అసలు విషయం తెలిసిన తరువాత గంటెసాహెబ్‌ను ట్రస్టీలు ఇష్టమొచ్చినట్టు తిట్టారు. ఏనుగును తీసుకుని గుడికి తిరిగి వస్తేనే ఉద్యోగం ఉంటుందని, లేకపోతే తిరుమకూడలికి మూటెముల్లె సర్దుకుని వెళ్ళిపోవాలని ఆజ్ఞాపించారు. దాంతో మరింత కుంగిపోయిన గంటెసాహెబ్, యర్రన్న దగ్గరికి వచ్చి తన కష్టాలు కార్పణ్యాలు నవల మాదిరి అతని ముందు విన్నవించుకుని వాలె రాముడిని ఒప్పించి ఏనుగును తిరిగి ఇప్పించమని బతిమిలాడాడు. ఏనుగు కడుపుకు గడ్డి, కొబ్బరి చిప్పలు, చెరకుగడలు అందిస్తూ హైరానా పడిపోయిన యర్రన్న ఏనుగు బారి నుంచి తప్పించుకుంటే చాలని వాలె రాముడి ముందు నిలబడి, ఏనుగును సాకటానికి అయ్యే ఖర్చు అతనికి ఇచ్చిన అప్పుకంటే ఎక్కువగా ఖర్చు అవుతుందని తన వాదనను అతడి ముందుపెట్టి అప్పువసూలు బాధ్యతను తనకు వదలమని, ఏనుగును తిరిగి ఇవ్వడానికి ఒప్పించాడు. ఆ రోజు సాయంత్రం గంటెసాహెబ్ వచ్చి ఏనుగును విప్పదీసుకుని పోయి తూరమ్మ గుడి ఆవరణలో కట్టివేసి తన ఉద్యోగాన్ని కాపాడుకున్నాడు.

ఆ రోజు నుంచి గంటెసాహెబ్‌కూ, యర్రన్నకూ మధ్యన ఒక విధమైన ఆత్మీయత పెరిగింది. యర్రన్న ఐడియా ప్రకారం భక్తులు ఏనుగుకు అరటి పండు తినిపించటానికి, పూజ చేసిన కొబ్బరి కాయను గుడి ముందు ఏనుగు తొండంతో మొక్కుకాయను కొట్టించడానికి భక్తుల నుంచి గంటెసాహెబ్ అనధికారికంగా అయిదయిదు రూపాయలు వసూలు చేయడం మొదలుపెట్టాడు. గుడిలో భక్త జనానికి ఆకర్షణ అయిన ఏనుగు తిరిగి వచ్చిందని గుడి ట్రస్టీలు ఈ విషయాన్ని పట్టించుకోక తమ పాలిట తాము ఉండిపోయారు. గంటెసాహెబ్‌కు రోజూ నూర్రూపాయలదాకా సంపాదన అవుతుండటంతో, ఈ పనికి ఐడియా ఇచ్చినందుకు యర్రన్నకు ఇరవై రూపాయలు దొరికేవి. నెల జీతంలో 'ఇంత' అని అప్పు కంతుల్లో తీర్చటానికి గంటెసాహెబ్‌కు వీలు

కుదిరింది. సాయంత్రమైతే తూరమ్మ గుడి అరుగు ముందు యర్రన్న, గంటెసాహెబ్‌లు పరస్పరం ఒకరి కష్టసుఖాలు మరొకరికి చెప్పుకునేవారు. ఇలాంటి ఒక సమయంలోనే యర్రన్న తన కొడుకు నెపోలి చదువు గురించి ఎదురైన అవాంతరం గురించి చెప్పుకున్నాడు. ఏమైందంటే ఉదయమే లేచి ఊరి కక్కసుగుంతలను శుభ్రం చేస్తూ, వీధులు ఊడుస్తూ, మరణయాతనను అనుభవిస్తున్న యర్రన్నకు తన దీనమైన స్థితి తన కన్నపేగుకు రాకూడదనుకున్నాడు. అతనిలో తన కొడుకైనా మంచి చదువు చదివి మునిసిపాలిటి సఫాయి యర్రన్న కొడుకు ఆఫీసర్ అయ్యాడని కరుంపుళి ప్రజలు మాట్లాడుకోవటం వినాలన్న తన చిరకాలపు కోరిక పడగ విప్పుకుని మొదటి నుంచి ఆడుతూవుంది. తనకున్న అన్నిటినీ కొడుకు నెపోలి చదువుల ఖర్చుకోసం అప్పుడప్పుడు అమ్ముతూ, కక్కసు గుంతలో మునిగి లేస్తున్న యర్రన్న తాను సంపాదించిన సొమ్మునంతా ఎలాంటి దుర్వసనాలకు పెట్టకుండా కూడబెట్టుకుని తన కొడుకు నెపోలిని పక్క ఊరిలోని ప్రైవేటు స్కూల్లో ఒకటవ తరగతి నుంచి ఇంగ్లీషు మీడియంలో చదివిస్తున్నాడు. అక్కడే భోజనం, అక్కడే హాస్టల్, అక్కడే స్కూలు-ఇలా అన్నీ వ్యవస్థలున్న స్కూల్లో ఎస్సెల్సి వరకు నెపోలి కూడా చదువుకున్నాడు. ఇంగ్లీషు మీడియం వాతావరణంలో ఉండటం వల్లనో ఏమో నెపోలి తలలో ఇంగ్లీషు భాష నిచ్చెన వేసుకుని ఎక్కి కూర్చుంది. అప్పుడప్పుడు ఇంటికి వచ్చినపుడు మాటల మధ్య ధారాళంగా ఇంగ్లీషు వాడుతున్న తమ కన్నపేగు మరో అయిదేళ్ళ తరువాత తమ ఊరి మునిసిపాలిటి కమీషనరూ అవుతాడని చవుడమ్మ, యర్రన్న దంపతులూ ఆనందంతో పొంగిపోయేవారు.

ఎస్సెల్సి ముగిసిన తరువాత పియుసికి మరో ప్రైవేట్ కాలేజిలో చేరడానికి ఆ కాలేజివారు అడిగిన లక్షలాది డొనేషన్ కోసం అమ్మటానికి ఎలాంటి ఆస్తిపాస్తులూ లేని యర్రన్న విచారానికి లోనయ్యాడు. అదే సమయంలో కరుంపుళి మునిసిపాలిటిలో నిమ్న జాతి వాళ్ళ చదువు ఖర్చును భరించే పథకంలో కాలేజి ఫీజు చెల్లించడానికి అవకాశం ఉందనే విషయం ఎలాగో యర్రన్న చెవిన పడింది. స్టాండింగ్ కమిటి అధ్యక్షుడైన వాలె రాముడి సిఫారసు, సంతకం ఉన్న ఉత్తరం తెస్తే ఆ ఇంగ్లీషు కాలేజివాళ్ళు నెపోలికి సీటు ఇచ్చి చేర్చుకోవడానికి సిద్ధమయ్యారు. అదొక కారణమూ తోడై తన కాంట్రాక్ట్ సఫాయి కార్మికుడి ఉద్యోగం పర్మనెంట్ విషయమై వాలె రాముడి వెంట ఉంటే రెండూ ఒకే దెబ్బకు పరిష్కరింపబడే కష్టాలని గ్రహించిన అతను ఇష్టం లేకున్నా వాలె రాముడి బాకీ

వసూలు చేసే పనికి ఒప్పుకుని, అదే సమయంలో గంటెసాహెబ్ ఏనుగునూ స్వాధీనం చేసుకోవడం జరిగింది. వాలె రాముడి మాటను నమ్ముకుని కొడుకును ఇంగ్లీషు మీడియం కాలేజిలో చేర్చిన అతను ఆరు నెలల తరువాత కూడా వాలె రాముడు తన కొడుకు ఫీజు చెల్లించడానికి మునిసిపాలిటి ఫండ్ నుంచి ఇప్పించడానికి మీనమేషాలు లెక్కపెడుతుండటం వల్ల బాధపడ్డాడు. అయింది కానీ అని పెంకుటిల్లును వాలె రాముడి దగ్గరే కుదువపెట్టి ఎనభైవేలు అప్పు తీసుకుని ఫండ్ వచ్చాక తీరుస్తానని మాట ఇచ్చి కొడుకు కాలేజి ఫీజు కట్టాడు. ఇదంతా గంటెసాహెబ్ ముందు యర్రన్న ఒక సాయంత్రం వివరంగా చెప్పి నిట్టూర్పు విడిచాడు.

ప్రణాళిక ఫండ్ గురించి తల పాడుచేసుకోని వాలె రాముడి కుట్రవల్ల తూరమ్మ జాతరకు, అంబేద్కర్ విగ్రహానికి 'భీమ-దుర్యోధన యుద్ధం' నాటకం కోసం ఇలా ఎవరు ఎవరికో ఫండు దొరికినా ఆ లిస్ట్‌లో యర్రన్న మనవి గురించిన ప్రస్తావనే లేదు. ఈ వాళ వస్తుంది, రేపు వస్తుంది అని యర్రన్న ఎదురుచూడటంతోనే సరిపోయింది. నిమ్నజాతి పిల్లల చదువులకు కేటాయించిన మునిసిపాలిటి ఫండ్‌లో అంబేద్కర్ విగ్రహం ఒకటి యర్రన్న ఇంటివీధిలో వెలిసింది. ఇవన్నీ జరిగే సమయానికి పేట సర్కిల్ దగ్గరి నారాయణ హోటల్ కక్కసుగుంత కూడా నిండి దాని ఓనర్ శంకరనాథ యర్రన్నను రమ్మని చెప్పాడు. ఏదో ధ్యాసలో యర్రన్న బట్టలు విప్పి, గుంతలో దిగి, అదే నల్లటి ద్రవపు గుంతలో, గ్యాసు మింగి చచ్చిపోయాడు. పోస్ట్‌మార్టం తరువాత కుట్టిన అతని శవాన్ని చాపలో చుట్టి శ్మశానానికి తీసుకొచ్చేంతలో చవుడమ్మ గొంతు ఎండి గురగుర అనే శబ్దం మాత్రమే వెలువడుతోంది. నెపోలి చదువు కోసం యర్రన్న తీసుకున్న అప్పుకు బదులుగా అతని కొడుకు నెపోలి మునిసిపాలిటి కాంట్రాక్ట్ సఫాయి కార్మికుడిగా చేరాలని, అప్పు తీరిన తరువాత ఏమైనా చేసుకోవచ్చని వాలె రాముడు అక్కడే నెపోలికి కచ్చితంగా చెప్పటం వల్ల నిరాశలో ఉన్న నెపోలికి అది తనకు మరణాంతకమే అని తీవ్రంగా అనిపించింది. మట్టి ఇవ్వడానికి వచ్చిన గంటెసాహెబ్ అక్కడొక కొత్త చర్చ మొదలవ్వటం చూసి అప్పటికప్పుడే వాలె రాముడి గొంతు నులిమి చంపి వేయాలన్నంత రోషం పొంగి దానిపట్ల మిగిలిన ఏ జీవాలు తల పాడుచేసుకోనూలేదు. గుంతలో దిగవిడిచిన యర్రన్న శవంమీద మట్టి వేయకూడదని వాలె రాముడు కొత్త సిద్ధాంతం మాట్లాడసాగాడు. అయ్యవారి పద్ధతిలో శవంమీద ఎక్కడా శరీరం కనిపించకుండా పాడెమీద పువ్వులు వేసి అటు తరువాత

పువ్వుల మీద మట్టి వేయాలనీ, ఇకనైనా మనం పెద్దజాతి జనంలా వాళ్ళను ఫాలో కావాలనీ వాలె రాముడు చిన్న ఉపన్యాసం ఇచ్చి అందరి నోళ్ళు మూయించి అదే విధంగా శవం మీద పువ్వులు చల్లి అటు తరువాత మట్టి మూసి సమాధి పూజ జరిపించటం జరిగింది. ఇదంతా చూస్తున్న గంటెసాహెబ్‌కు ఆ రాత్రి ఒక కల వచ్చింది. శ్మశానంలోని సమాధి మీద నుంచున్న కరుంపుళి జనమంతా ఎన్నడో చనిపోయినారనీ, యర్రన్న కొడుకు నెపోలి ఒక్కడే ఊపిరి బిగపట్టి జీవిస్తున్నట్టు చూసి ఆయనకు ఆ రాత్రంతా ఎందుకో నిద్రే పట్టలేదు.

***

రచనా కాలం :2014

పి. మంజునాథ

ఓ పలక ముక్క కథ

నేను పూజ్యనీయంగా భావించిన పలకముక్క ఇతరులకు అల్పమనిపించటంలో అభ్యంతరం లేదు. ఒకరికి గొప్పగా అనిపించింది మరొకరికి గొప్పగా అనిపించక పోవడటంలో అసహజమేమీ లేదు. అలాంటిదాన్ని తోసిపుచ్చడం మూర్ఖత్వానికి పరాకాష్ఠ అవుతుంది.

అయోగ్యుడిలా ఎక్కడో కూలో, నాలో చేస్తూ తీవ్రమైన దారిద్ర్యంలో కుళ్ళిపోవలసిన నేను నాగరికతా స్పర్శకు దక్కి 'చిద్యా' నుంచి ఆచార్య చిదానంద కాంబళెగా ఎదగటం ఈ పలక ముక్క కారణం వల్లనే. నా జీవితపు ఉన్నతికి కారణమైనటువంటి దాన్ని ప్రేమించటంలో తప్పేముంది? అది మీకు సరిపోకపోతే ఊరకుండాలి. అయితే దాన్నే నెపంగా పెట్టుకుని అపహాస్యం చేయటంలో ఏ సార్థకత ఉంది?

ఎనిమిదేళ్ళు సంకేశ్వరంలో నా సహోద్యోగి అయిన శివలింగకు నా పలక ముక్క సిల్లీగా అనిపించింది. అయినంత మాత్రాన దాన్ని ఇతర ఉపాధ్యాయులకు చెప్పి నవ్వటమే?

"కాంబళె మాస్టారు పుస్తకాల అలమారలో ఏదో పాత శాసనాన్ని పెట్టారని అనుకున్నాను. చూస్తే పగిలిన పలకను పెట్టారు..." అన్నాడు.

క్రమశిక్షణ అన్న పదాన్ని డిక్షనరీలో వెదికే అతడికి నా గురించి మాట్లాడటానికి సహోద్యోగి అవటం తప్ప మరో అర్హత లేదు.

గతంలో నా భార్య మహానవమి పండుగలో పూజా సామానులను సిద్ధం చేస్తోంది. నేను నా అలమారలో బాబా సాహెబ్‌గారి పుస్తకాల మధ్య జాగ్రత్తగా పెట్టిన పలకముక్కను బయటికి తిసి ఆమె సర్దిపెట్టిన ఆయుధాల మధ్యన పెట్టడంతో ఒక యుద్ధమే జరిగిపోయింది. ఆ రాద్ధాంతం నెపంగా ఆమె ఒకటి రెండు రోజులు నాతో మాటలు మానేసింది. ఆ రోజు నుంచి దాన్ని చూస్తే ఆమెకూ అయిష్టం–కోపం.

పిల్లలకైతే తమ మితిమీరిన కోరికల విషయంలో నేను జోక్యం చేసుకున్నప్పుడల్లా "ఇది మీ నల్ల పలకముక్క జమానా కాదు" అని అర్థం లేని అపహాస్యం చేసేవారు.

క్రమాకారానికి కొంచెం భిన్నమైన పలకముక్క ఒక పెద్ద పాత పలక యొక్క ఒక భాగం. మూలతా ఇతరులదే అయినా అది నాకు దక్కిన నేపథ్యం వల్ల నాదే అనిపిస్తుంది. నేను మొదట్లో రాయటం మొదలెట్టింది ఈ ముక్క మీదనే. నాకు బాధ కలిగినపుడో, విరామమున్నప్పుడో దాన్ని ఎదకు హత్తుకుని కూర్చునేవాడిని. మనస్సు భారమయ్యేది. కళ్ళు తడితేరుతాయి. ఆ సమయంలో భార్యనో, పిల్లలో చూస్తే "ఇదొక పిచ్చి" అనేవారు. వారికి రెండు మూడు సార్లు ఆ కథను గుండె భారాన్ని దించుకోవడానికి చెప్పాను. అయితే ఉద్యోగస్థుడి భార్య అని దర్పం చూపే ఆమెకూ, 'జనరేషన్ గ్యాప్' అంటూ పరుగులు తీసే పిల్లలకు చెప్పటమూ వాళ్ళు వినటమూ అవసరం లేదు. ఆ కారణంగా మనసుకు మరింత భారమవుతుందే తప్ప తక్కువ మాత్రం కాదు.

సహృదయులారా! మీదగ్గరైనా కాస్త చెప్పుకుని మనస్సు భారాన్ని దించుకుంటాను. ప్రస్తుతం మన మాధ్యమం పుస్తకం కావటం వల్ల ఎదకు భారం పెరిగే ప్రమాదం లేదు.

నలభై అయిదు ఏళ్ళ క్రితం ఈ పలకముక్కను పట్టుకుని మా వీధిలో తిరిగాను. నాకప్పుడు సుమారు ఆరేడు ఏళ్ళుండొచ్చు. మరో రెండేళ్ళలో నన్నెక్కడైనా గ్రాసానికి పెట్టాలనే ఆలోచన సాగుతోంది. అయితే ఆ ప్రసంగం ఒదిగి రాలేదు. ఎందుకంటే పలకముక్కను పట్టుకుని తిరుగుతున్న నేను అదెలాగో ధూళప్ప మాస్టారుగారి కంట పడ్డాను. మాస్టారుగారు నాలో ఏదో గుర్తించారు. ఆయన మా ఇంటిదాకా వచ్చి బడిలో చేర్చమని మా పెద్దలకు చెప్పారు. మొదట్లో ఒప్పుకోకపోయినా మాస్టారుగారు నచ్చజెప్పటం వల్ల ఇంటివాళ్ళు నన్ను బడిలో చేర్చటానికి అంగీకరించారు.

ధూళప్ప మాస్టారు దివ్యసాన్నిధ్యంలో నేను అభ్యసిస్త్యూ పోయాను. అలాగే సాగుతూ సమాజంలో ఒక భద్రమైన నెలవును దొరికించుకుని ఇంటివాళ్ళు, నేనూ ఒక స్థాయికి చేరటం ఇప్పుడు పాత విషయం..

మా వీధి జనమంతా పెత్తందారుల చాకిరీ చేయటానికే ఈ భూమి మీద పుట్టామని భావించేవారు. నాకు తెలిసీ మా వీధిలోని అధికభాగం జనం పెత్తందారుల ఇండ్లలో గ్రాసానికి ఉన్నారు. మాది పెద్దదైన ఉమ్మడి కుటుంబం. సంపాదనకు నాన్న, చిన్నాన్నలు దూరంలోని వేరు వేరు ఊళ్ళల్లోని తోటల షావుకార్ల దగ్గర పనుల్లో చేరారు. అమ్మ, పిన్నమ్మలు పెత్తందారుల ఇళ్ళల్లో పనులకు, ఇతర కూలీ పనులకు వెళ్ళేవారు. అవ్వ కోతలు, పండుగ-పబ్బాల రోజుల్లో ఊరంతా తిరిగి ధాన్యం, తినుబండారాలను పెట్టించుకుని వచ్చేది.

మా పెద్దలకు తమ షావుకార్ల ఇళ్ళలోని ఆహార పదార్థాల పట్ల విపరీతమైన వ్యామోహం ఉండేది. వీధిలోని ముసలమ్మలు అప్పుడప్పుడు ఊళ్ళోని ఇళ్ళను చుట్టివచ్చేవారు. అవ్వ కూడా కిచిడీ, పాయసం, ఆకుకూరలు అలాగే కులకర్ణిగారింటిచద్ది బొబ్బట్లు, గౌడల ఇంట కర్జికాయలు పెట్టించుకుని వచ్చేది. నేనెన్నోసార్లు ఆమె చంకలో కూర్చుని వాళ్ళవీళ్ళ ఇళ్ళు తిరిగాను. ఆమె కొంగులో కట్టుకున్న ఆహారపదార్థాలను దార్లోనే బతిమాలి, వేధించి, ఇప్పించుకుని తినేవాడిని. తాతయ్య, తాతయ్య, పెదనాన్నలూ కొన్ని సందర్భాలలో తమ యజమానుల ఇళ్ళ నుంచి పంచెల చివరన తినుబండారాలను కట్టుకుని తెచ్చేవారు. తాతయ్య, పెద్దనాన్న తప్ప మిగతావాళ్ళందరూ కాస్త ఎక్కువే తెచ్చేవారు. పాయిఖానా విషయంగా గౌడతో తాతయ్య, పెద్దనాన్న కొద్దికొద్దిగా అవగాహనకు రాని మనస్తాపం చేసుకున్నారట. ఆ కారణంగా వాళ్ళిద్దరూ గౌడ ఇంటి నుంచి తమకు రావలసింది తప్ప మిగిలిన దేన్నీ తెచ్చేవారు కారు.

చినగౌడ ఇంటి పెరట్లో ఒక పాయిఖానా ఉండేది. చాలా కాలం క్రితం ఒక ఇంగ్లీషువాడు కొంతకాలం ఉండటానికి వచ్చిన సందర్భంలో గౌడ పూర్వీకులు ఆ పాయిఖానాను కట్టించారట. ఇంగ్లీషువాడు వెళ్ళిపోయిన తరువాత దాన్ని ఎవరూ ఉపయోగించలేదు. తగినంత గాలి, కావలసినంత మైదానం ఉండగా పాయిఖానా అవసరమూ ఉండలేదేమో?

అయితే కాలం గడిచినట్టల్లా ఊరు అభివృద్ధి చెందసాగింది. కొద్దికొద్దిగా ఆధునికత వాసనలు ఊరిని తాకుతున్నట్టే గౌడ ఇంటితనమూ సూక్ష్మమైంది. అప్పుడే ఈ పాయిఖానా వెలుగులోకి వచ్చింది. అందువల్ల తాతయ్య, పెదనాన్నలకు వచ్చిన సమస్య ఏమిటంటే –పాయిఖానా పీతి గుంట! దాని తగ్గు! నిండి వాసన వస్తున్న తగ్గులోంచి మలాన్ని తీయమని గౌడ వీళ్ళకు చెప్పాడు. పొలం, ఇంటి పనులు, ఎద్దుల ఆలనాపాలనల మధ్య వీళ్ళకు బిడువు ఉండలేదు. పైగా ఆ మలాన్ని తీయలన్న మనస్సు వీళ్ళకు లేదు. గౌడగారు తాతయ్యకు చెప్పినపుడు అతను పెదనాన్న తీస్తాడని జారుకున్నాడట. పెదనాన్న కూడా తాతయ్య పేరు చెప్పి జారుకున్నాడట. ఇలా ఒకరిమీద ఒకరు చెప్పి తప్పించుకున్నారు. గౌడ రెండు మూడుసార్లు వీళ్ళకు చెప్పి చూశారు. వీళ్ళు చేయమని చెప్పటానికి సాధ్యం కాదు. ఒకవేళ అలా నిర్మొహమాటంగా చెబితే గాసానికి ముప్పు కలగవచ్చు. గాసం చేజారిపోతే? నాకు ఇలాంటి సూక్ష్మమైన విషయాలు అర్థమైంది ఆలస్యంగానే అంటే పెద్దవాడినైన తరువాత.

ఆ సాయంత్రం నాకింకా జ్ఞాపకం ఉంది. అది ఏరువాక పున్నమి రోజు. రైతులంతా కోడెలను-ఎద్దులను అలంకరించి ఊరేగింపుకు సిద్ధం చేశారు. ఎడ్ల, ఆవుల పూజకు సిద్ధమయ్యారు. అవ్వ నన్ను పూజను చూడటానికి పిలుచుకునిపోవాలనుకుంది. మధ్యాహ్నం అవ్వ ఎక్కడి నుంచో బొబ్బట్లు, మామిడి పళ్ళరసం తెచ్చింది. పెద్దమ్మ అందరితోపాటు నాకూ సగం బొబ్బట్టు, పళ్ళరసం ఇచ్చింది. ఎంతో రుచిగా ఉన్న ఆ పళ్ళరసం నాకు మరింత కావాలనిపించింది. అదే నెపంగా నేను పట్టుబట్టి ఏడ్చాను. ఇంటి కప్పు ఎగిరిపోయేలా పెడబొబ్బలు పెట్టాను. ఎంత ఓదార్చినా ఊరుకోని నా మొండితనం చూసి విసిగిపోయిన అవ్వ, "సంకరమ్మ గౌడసాని దగ్గరికి వెళ్ళి తెద్దాం పదరా" అని నన్ను ఎత్తుకుని నడిచింది. చేతిలో ఒక గిన్నె తేవటం మరవలేదు. నేను ఏడుపు ఆపి దొరకబోయే పళ్ళరసం కోసం నాలుక చప్పరించాను.

కొంచెం లావుగా ఉన్న అవ్వ నెమ్మదిగా అడుగులు వేస్తూ పళ్ళరసం, బొబ్బట్టు తినాలనే నా కోరిక పెంచుతూ గౌడ ఇల్లు చేరింది. ఎద్దుల కొమ్ములకు రంగులు వేస్తూ పెదనాన్న, వాటి ఒంటిమీద కప్పే బురికీలను సరిచేస్తూ తాతయ్య కూడా అక్కడే పశువుల గాడిపట్టు దగ్గరే ఉన్నారు. మా రాకను తాతయ్య ప్రశ్నించాడు. అవ్వ నా హఠాన్ని వివరించింది. పెదనాన్న నన్ను బెదిరించాడు. మళ్ళీ ప్రారంభమైన నా ఆలాపనకు లోపలున్న సంకేరెమ్మ- గౌడ భార్య బయటి పడసాలకు వచ్చి విచారించింది. నా ఏడుపుకు కారణం అడిగి తెలుసుకున్న ఆమె పళ్ళరసం తేవడానికి లోపలికి నడిచింది.

అది విశాలమైన ఇల్లు. గడప దాటగానే ముందుగా రెండు పక్కల పశువుల గాడిపట్టులు ఉన్నాయి. మధ్యన తిరగడానికి పేడతో అలికిన నేల. గాడిపట్టుకు ఆనుకుని కొంచెం ఎత్తులో ఉన్న అరుగు. అదే పడసాల. అక్కడక్కడ కంభాలను నిలపటం జరిగింది. వాటి నెత్తి మీద భయాన్ని పుట్టించేట్టు ఉన్న పులి-సింహాల ముఖాల చెక్కడాలు ఉన్నాయి. పడసాలలో నునుపైన నల్లబండలు పరచటం జరిగింది.

మేము గాడిపట్టు మధ్యనున్న స్థలంలో కూర్చున్నాం. మాకు ఎదురుగా ఉన్న అరుగుకు చెప్పులు పెట్టే గూడు ఉంది. కొద్ది సేపటి తరువాత గౌడ భార్య ఒక బుట్ట నిండా ధాన్యాన్ని తెచ్చి అవ్వ ముందు పెట్టి శుభ్రం చేయమని చెప్పి వెళ్ళింది. అవ్వ విధేయతతోనో లేదా నాకు పళ్ళరసం ఇప్పించటం కోసమో అన్నట్టు కాకుండా ఇది తమ ధర్మమన్నట్టు శుభ్రం చేయడానికి మొదలుపెట్టింది. తాతయ్య, పెదనాన్నలు తమ పనుల్లో నిమగ్నమై ఉన్నారు.

నేను అరుగు అంచును తాకి దాని నునుపుకు ఆశ్చర్యపోయి దాన్ని ఎక్కే తీరాలన్న పట్టుదలతో సిద్ధమయ్యాను. నన్ను ఎవరూ గమనించలేదు. అరుగు ఎక్కి స్తంభాలను పట్టుకుని పులిముఖం చూసి భయపడిపోయాను. వెనుకవున్న గోడ మీది దేవతల చిత్రపటాలు చూసి, ముట్టి ఆనందించాను. చిత్రపటాల పక్కని మరొక గోడకున్న గూడులో ఒకసారి దృష్టి సారించాను. అక్కడున్న వస్తువు ఎందుకో నన్ను ఆకర్షించింది. దాన్ని దేశాయి పిల్లలు పట్టుకుని వెళ్ళటం గతంలో చూశాను. దాన్ని తీసుకోవాలనిపించింది. నెమ్మదిగా గూడులో చేయిపెట్టి తీశాను. అదొక పెద్ద పలక. (దాన్ని పలక అంటారని తరువాత తెలిసింది) దాని నల్లటి రాతి ఒంటికి చక్కటి కర్ర చౌకట్టు అలంకారంగా ఉంది. పలక కొంచెం భారంగానే ఉంది.

అరుగు ఎక్కిన నన్ను చూసిన పెదనాన్న బెదిరించడానికీ, లోపలి నుంచి గౌడ భార్య రావడానికి సరిపోయింది. ఆమె తెచ్చిన పళ్ళరసం పాత్రను అక్కడే దించి నన్ను తీవ్రంగా తిట్టసాగింది. “దిక్కులేనోళ్ళు...దరిద్రుపోళ్ళు...” అంది. “బుద్ధి లేనోళ్ళు. మడి తెలియనోళ్ళు” అంటూ ఇంకా ఏమేమో తిట్టింది. నేను ముట్టుకున్న పలకను ఎత్తి గాడిపాటు మీదికి విసిరింది.

అది పగిలి అనేక ముక్కలైంది.

అరుగు దిగి అవ్వ వెనుక దాక్కుంటున్న నేను పెదనాన్న చేత నాలుగైదు దెబ్బలు తిన్నాను. మొరటు చేతుల దెబ్బల వల్ల ఏడవసాగాను.

గౌడ భార్య అరుపులూ నా ఏడుపు ధ్వనితో కలసి తీవ్రమైన ధ్వని ఎగసి ఇరుగుపొరుగున ఉన్న వాళ్ళు అక్కడ చేరారు. అక్కడ చేరిన వాళ్ళందరూ విషయం తెలుసుకుని తలాకొక మాటన్నారు.

ఒకతను “పొగరెక్కింది” అన్నాడు. ఎవరో ఒకరు “చనువిస్తే చంకనెక్కారట” అన్నాడు. మరెవరో “ఇలాంటివారిని కట్టివేసి కొట్టాలి” అన్నారు.

అక్కడ ఇంత అవాంతరాలు జరిగినా నాకు పళ్ళరసం మీద ఆశ పోలేదు. పడసాలలోనే ఉన్న ఆ పాత్రను చూస్తూ నుంచున్నాను. అది దక్కదని తెలిసి ఆశను అణుచుకోవలసి వచ్చింది. పళ్ళరసం దొరకకపోతే ఏమైంది? పశువుల కాళ్ళదగ్గర పడివున్న పలక ముక్కనొకదాన్ని ఆడుకోవటానికి తీసుకుని మళ్ళీ అవ్వ వెనుక వెళ్ళి దాక్కున్నాను. పలకముక్కను నేను తీసుకోవడం చూసి గౌడ భార్య మళ్ళీ తిడుతుందన్న భయంతో దాన్ని చొక్కాలోకి దాచుకుని పట్టుకున్నాడు.

గౌడ భార్య అరుపులు ఏకధాటిగా సాగాయి. గుమిగూడిన వాళ్ళందరూ విషయమంతా తెలిసి అగ్గిమీద గుగ్గిలం అయ్యారు. అక్కడ చేరిన జనం మళ్ళీ ఏదేదో అనుకున్నారు.

గౌడ కళ్ళు ఎర్రబారాయి.

"మీరింక పనిలోకి రాకండి. మేము వేరేవాళ్ళను పెట్టుకుంటాం" అంది గౌడ భార్య

తాతయ్య నుంచున్న చోటే కూలబడ్డాడు.

పెదనాన్న "గట్లా సేయొద్దు దొరా, ఇంగ మేము యా తప్పు జరక్కుండా సూసుకుంటాం" అని అంగలార్చాడు.

గౌడ నన్నొకసారి తీక్షణంగా చూశాడు.

నేను నిక్కరులోనే ఉచ్చ పోసుకున్నాను.

అతడి ముఖం స్తంభాల మీది పులి ముఖాన్నే పోలుతోంది.

ఆయన పెదనాన్న వైపు తిరిగి "మీకు నేను చెప్పేది లెక్కలేనట్లుంది. మీరు తెలివి మీరిపోతున్నారు..." అన్నారు.

అందుకు జవాబుగా తాత హీన స్వరంతో, "లేదు దొరా... మా పెద్దలు సేస్కుంటూ వస్తున్న గాసాన్ని వదిలించకండి. ఇంగోపారి తప్పు జరగక్కుండా సూస్కుంటాం" అన్న తాతయ్య కంఠంలో విధేయత గూడుకట్టుకునివుంది.

బయట ఆకాశంలో సూర్యుడు భారంగా పడమట వాలుతున్నాడు.

ఇతను చీకటితో వ్యర్థ పోరాటం చేయాలి.

దుష్ట అంధకారం ఆక్రమణ కోసం సిద్ధమైంది.

గుమిగూడిన జనం కుతూహలంతో నుంచునే ఉన్నారు. గౌడ కొద్దిసేపటి తరువాత సమాధానపడ్డట్టు కనిపించారు. పెదనాన్న తాతయ్యతో, "హూఁ... జరిగింది జరిగిపోయింది... ఇప్పుడు పెరట్లోకి నడవండి. ఈ రోజు పాయిఖానా పని ముగించండి" అన్నారు.

వీళ్ళిద్దరు "గట్లనే" అని వంగి జనా లను పక్కకు జరిపి గాడిపట్టు మూలలో వున్న పారలను తీసుకుని బయటికి నడిచారు.

***

రచనా కాలం :2015

సంతోష గుడ్డియంగడి

గొడ్డు కాఫీ

ఆ కేశవుడనే పిల్లవాడికి తెల్లవారేసరికి వాడి తల్లి పనిలోకి వెళ్ళిపోయింది. ఊరి పిల్లలందరు స్కూలుకు బ్యాగులు భుజాలకు తగిలించుకుని వెళ్ళితే ఈ పిల్లవాడు బచ్చలింట్లోకి దూరి ముఖం కడుక్కుని లోపలికి వచ్చి చూస్తే తినటానికి ఏమీ లేకపోవటం చూసి తండ్రిని వెదుక్కుంటూ నడిచాడు.

వాడి తండ్రి మంజణ్ణ. రావికట్ట మీద బీడి కాల్చుతూ పొగ వదులుతూ, "ఈడికి యాల వచ్చిండావురా... బడికి పోలేదా?" అని తండ్రి కంగారుగా అడిగాడు. "నాయినా, గుడిసెలో తినడానికి ముద్ద లేదు. ఆకలిగా ఉంది. ఇడ్లీ అయినా ఇప్పిస్తే స్కూలుకు పోతాను" అన్నాడు వాడు. ఈ వెదవను మాట్లాడించటమే తప్పుయిందని అనుకున్న మంజణ్ణ "లేయ్, నా తాన దుడ్లు లేవు. పోయి స్కూల్లో తిను" అని పంపటానికి చూశాడు. అయితే వాడు నేరుగా హోటల్లోకి దూరి "అన్నా, పదిరూపాయల ఇడ్లీ ఇవ్వు. మా నాయిన దుడ్లు ఇస్తాడు" అన్నాడు. మంజణ్ణ మీద నమ్మకం లేని హోటల్ కేశవ లేదు పొమ్మన్నాడు. బిడ్డ ఏడుస్తూ "నాయినా, నీకు తాగనీకి దుడ్లు ఉంటవి, రెండిడ్లీలు ఇప్పించడానికి దుడ్లు లేవా? ఇకపై స్కూలుకు పోను. పనికి పోతాను" అని తల్లిని వెతుకుతూ బయలుదేరాడు

***

ఊర్లో పంట కొయ్యటానికి మిషన్ వచ్చి కూలీ చేసుకునే చేతులకు పనులు లేకుండా చేశాయి. గ్రామస్థులు కూలిని వెదుక్కుంటూ టౌన్ వైపు నడవటం సాధారణమై పోయింది. కాలు సరిగ్గా లేని మాలమ్మకు చివరికి నంజనుగూడులోని ఒక హోటల్లో పాత్రలు కడిగే పని దొరకటంతో ఒప్పుకుంది. తెల్లవారు జామున ఆరుగంటలకు వెళితే మళ్ళీ సాయంత్రం ఆరుకు పని ముగిసేది. ఊరు నంజనగూడుకు దగ్గరగా ఉండటం వల్ల మాలమ్మ పనికి వెళ్ళి వస్తోంది.

తల్లి హోటల్లో పని చేస్తోంది అని గుర్తు తెచ్చుకుని కేశవ నంజనగూడు వైపు నడిచాడు. ఆటోవాళ్ళతో తిరిగి వచ్చేటప్పుడు తల్లి దగ్గర దుడ్లు ఇప్పిస్తాను అని

బతిమిలాడినా వాళ్ళు ఎక్కించుకోలేదు. దుడ్లు ఉంటే ఇడ్లీ తిని స్కూలుకు పోయేవాడిని కదా అని అనుకుని, 'నంజనగూడు దగ్గరే నడిచి వెళతానన్నా...' అని కేశవ నంజనగూడు వైపు కాలు కదిపాడు.

కొడుకు ఆటోవాళ్ళను బతిమిలాడటం చూస్తూ కూర్చున్న మంజణ్ణ కొడుకు రోడ్డు మీదికెక్కి కనుమరుగవ్వగానే గుడిసె వైపు కదిలాడు. గుడిసెలోకి వచ్చి చూస్తే తినటానికి ఏమీ కనిపించలేదు. మంజణ్ణ ఒంట్లో రోషం బుసలుకొట్టడంతో గుడిసెలోని పాత్రలన్ని చప్పుడు చేస్తూ బయటికి వచ్చి పడ్డాయి. 'పనికిమాలిన మొగుడు సావనీలే, బిడ్డకైనా ముద్ద చేసి పెట్లేదంటే సంపాదించిన దుడ్లులన్నీ ఏం సేసిందాది? యెవడికి ఇచ్చిందాది? రానీ, అడుగుతాను. వదుల్తానా దీన్ని' అనుకుని కేకలు పెడుతూ వుంటే అందుకు మిగిలిన పాత్రల గంతులేస్తూ కిందపడ్డాయి. బయట చూస్తూ నుంచున్న ఇరుగుపొరుగు గుడిసెలవాళ్ళు ఇతనిది ఎప్పుడూ ఉన్నదే అనుకుంటూ తమ తమ పనుల్లో జారుకున్నారు. ఎవరూ ఇదేమిటని అడగకపోవటంతో మంజణ్ణకు గెడవను కొనసాగించడానికి కారణం దొరకక పాత్రలు మళ్ళీ తమతమ స్థలాల్లో చేరుకున్నాయి.

గుడిసె అంతా వెదికి కొంచెం బెల్లం, టీ పొడి తీసి నీళ్ళు మరగించి దానికి టీ పొడి, బెల్లం కలిపి పాలు లేని బెల్లం టీ కాయించుకుని తాగి రావికట్టకు మళ్ళీ వచ్చాడు.

రావికట్ట పక్కనే స్కూలు. కేశవుడు స్కూలుకు వెళ్ళకపోవటంతో మాస్టారు మంజణ్ణ దగ్గరికి వచ్చి "ఏమిటి మంజణ్ణా, నీ కొడుకు స్కూలుకు రాలేదు? ఏడవ తరగతి పిల్లవాడిని పనికి పంపుతున్నావా ఏమిటి?" అన్నాడు. "లేదు సోమి, మారెమ్మ పండుగకు ఊరికి పోయిండాడు. ఘర్నాడు వొస్తాడు" అన్నాడు. దానికి మాస్టారు, "చూడూ, నీ కొడుకు ఉదయం ఇక్కడే తిరగడం పిల్లలు చూశారు. అబద్ధాలు చెప్పి పనికి పంపిస్తే నీవు జైలుకు వెళ్ళాల్సి వస్తుంది మంజణ్ణ" అని హెచ్చరించి బడి వైపు నడిచారు. తాను ఇలా అవమానింప బడటానికి భార్య మాలమ్మే కారణం అనుకుని ఆమె మీది కోపంతో మంజణ్ణ మండిపడ్డాడు.

***

తల్లిని వెదుక్కుంటూ నంజనగూడుకి నడుచుకుంటూ వెళ్ళిన కేశవ బస్టాండుకు వచ్చి తల్లి పని చేస్తున్న హోటల్ కోసం వెదికాడు. అక్కడ మూడు నాలుగు హోటళ్ళు ఉండటంతో తల్లి పనిచేసే హోటల్ ఏదో తెలియక ఒక్కొక్క హోటల్లో దూరి, "అన్నా, మా యమ్మ పని చేసే హోటల్ ఇదేనా?" అని అడగసాగాడు.

చివరికి దొరికింది.

అమ్మా...

సరిగ్గా నుంచోడానికి కుదరక తన రెండు కాళ్ళను బ్యాలెన్స్ చేసుకుని ఆ మురికి ప్లేట్లు, లోటాలు, కంచాలు గుట్టగా పడిఉన్నాయి. పక్కనే వాగులాఉన్న కాలువలో నిలిచివున్న మురికి నీటిలో మోకాళ్ళ వరకు నిలబడి ఆ మురికి పాత్రల గుట్టను కరిగించడంలో అమ్మ మునిగివుంది. ఇందుకేనా అమ్మ చేతులు చిట్లి రక్తం కారుతున్నది? కేశవకు ఏడుపు వచ్చింది. దుఃఖం తన్నుకొచ్చింది.

"అమ్మా" అని అరిచాడు. మాలమ్మ బిడ్డ కంఠం విని బెదిరిపోయింది. సర్దుకుని "నీవేంటికి ఈడికి వచ్చినావు బిడ్డా? ఈస్కూలుకు పోలేదా " అని అడిగింది. కేశవ ఊళ్ళో జరిగిందంతా చెప్పాడు. తల్లి ఎంత వారించినా పాత్రలు కడగటానికి తల్లికి తోడుగా నుంచున్నాడు. మాలమ్మ కంట నీళ్ళు తిరిగి అవి కారి జారి కాలువలో పడ్డాయి. అయితే హోటల్ ఓనర్ వచ్చి పిల్లవాడు పని చేసేటట్టయితే పని మానేసి వెళ్ళిపొమ్మని కటువుగా చెప్పటంతో కేశవ పక్కకు వచ్చాడు.

ఆకలిగొన్న తన బిడ్డను తలుచుకుని మాలమ్మ యజమానికి చెప్పి అరువు మీద భోజనం ఇప్పించింది. పెద్ద కంచంలో నవ్వుతున్న అన్నం, చారు, కూరలు, పాయసం, ఉరగాయ, పెరుగు ఉండటం చూసి కేశవ దాన్ని తెచ్చిపెట్టిన అన్నతో "అన్నీ నాకేనా" అన్నాడు. "మీ అమ్మకు కూడా" అని అతడు నవ్వాడు. కేశవ అమ్మను పిలిచాడు. మాలమ్మ, "లేదు బిడ్డ నీకే. తిను" అంది. ముందుగా దేన్ని తినాలో వాడికి అర్థం కాలేదు. ఆకలిగొన్న పొట్ట అన్నిటినీ నింపుకుంది.

తిన్న తరువాత ఈ కంచాలన్నీ అమ్మనే కడగాలి. గుడిసె వదలి హోటల్‌కు వచ్చినా అమ్మనే కడగాలి అన్నది ఆ బిడ్డకు సంకటాన్ని కలిగించింది. అయితే ఇంతటి పెద్ద హోటల్‌లో "మా వీధి వాళ్ళకు తట్టా, లోటాల్లో ఇస్తుండగా మా ఊరి హోటల్లో ఎందుకు ఇవ్వరు?' అనే ఆలోచన వాడి మనసులో తలెత్తింది.

గుడిసెలో పాలు లేని నల్లటి టీ తాగి తాగి బిడ్డకు నోరు చెడివుంటుందని తల్లి బిడ్డకు పాలు కలిపిన టీ ఇప్పించి బిడ్డను వెంటబెట్టుకుని ఊరికి బయలుదేరింది. టెంపోవాళ్ళు వీళ్ళను చూసి కేకేశారు. కేశవ కోప్పడుతూ, "అమ్మా, యింతకు ముందు ఆ అన్న ఇక్కడ బాడుగ ఇప్పిస్తానన్నా నన్ను ఎక్కించుకోలేదు. వద్దు రామ్మా, బస్సులో పోదాం" అంటూ గవర్నమెంట్ బస్సుకు ఇంత దూరానికి ఇంత ఛార్జీ అన్నట్టు ఇరవై కేజీల బియ్యం డబ్బులు పోసి ఊరు చేరుకున్నారు.

ఇద్దరూ ఇల్లు చేరేసరికి గుడిసె అంతా చెల్లాచెదురుగా ఉంది. ఈ పని తండ్రిదే అని అర్థం చేసుకున్న కేశవ తండ్రి కోసం వెదికాడు. అయితే మంజణ్ణ కనిపించలేదు.

అప్పటికే ఏడ్చి కన్నీళ్ళు ఎండిపోయిన మాలమ్మను కూర్చోబెట్టి కేశవ ఇంటిని సర్ది ఒక రూపానికి తెచ్చి తండ్రి కోసం ఎదురుచూడసాగాడు. మాలమ్మ తాను తెచ్చిన బియ్యాన్ని ఎసరుకు పెట్టింది. హోటల్లో సాంబారు కాస్తూ పగుళ్ళు బారిన కాళ్ళు చేతులకు నూనె రాసుకుని కొడుకును తినటానికి రమ్మంది. తండ్రి వచ్చేవరకు తిననన్నాడు. 'ఈ రోజు ఇలా ఎందుకు చేస్తున్నాడు?' అనుకుంది మాలమ్మ . 'రా నాయనా తిందువు' అన్నా కేశవ కదల్లేదు.

చాలాసేపటి తరువాత మంజణ్ణ తూగుతూ, భార్యను తిడుతూ గుడిసెకు వచ్చాడు. "ఏయ్, పనికిమాలిన్దానా, ఇంగ నువ్వు నంజనగూడుకు పోతే కాళ్ళు నర్కుతాను సూడు. రోజు సంపాదిస్తున్నా గుడిసెలో ఏమీ లేదు. దుడ్లను ఏం సేసిండావు? బిడ్డకు లేదు నాకూ ముద్ద లేదు. పొద్దుపొడుపున పోతుండావు. పొద్దు పోయినంక వస్తుండావు. పనికిమాలిన ముండా! దుడ్లు ఎవడికి ఇస్తుండావు?" అని అనగానే కేశవ కోపాన్ని ఆపుకోలేక "తాగనీకి అప్పు సేస్తావే వాళ్ళకు ఇస్తది" అంటూ తండ్రిని లాగి కొట్టాడు. ఆ దెబ్బకు తాగిన మత్తులో ఊగుతున్న మంజణ్ణ కింద పడ్డాడు. "పిల్లగాణ్ణి నా మిందికి ఉసిగొలిపి నన్ను కొట్టిస్తాండావా?" అంటూ నేలమీద పడివుండే ఏడవసాగాడు.

మాలమ్మ తన కంటి ముందు జరిగింది జీర్ణం చేసుకోలేకపోయింది. దీపం వెలిగించింది. ఆ వెలుతురులో బిడ్డ మండిపడుతూ కూర్చున్నాడు. ఇరుగుపొరుగు గుడిసెలవాళ్ళు "నీవింకా పిల్లగాడివి. తండ్రిని కొట్టకూడదు కేశూ" అని నచ్చజెప్ప బోయారు.

"కొడతానమ్మా... కొడతానన్నా... మాయమ్మ పొద్దుట్నుంచి పొద్దుగూకేవరకు రక్తం కారేలా పనిచేస్తుండాది. ఆ దుడ్లతో మాయప్ప తాగుతాడు. కొడ్తాడు. మీరు ఆ యప్పకి బుద్ధి సెప్పండి. అమ్మ నంజనగూడుకు పోయి సంపాదించుకుని వచ్చి మళ్ళీ ఇంట్లో కష్టపడుతా ఉండాది. మీరంతా మా నాయినకి తాగనీకి అప్పిస్తారు...అదే మా యమ్మ పిండికి దుడ్లు లేవంటే ఇస్తారా?"

కేశవ అడుగుతున్న ప్రశ్నలకు జవాబివ్వలేక ఊరు దీపాలు ఆర్పి చీకట్లోకి జారుకుంది.

తల్లి కొడుకులిద్దరూ చాలాసేపటి వరకు అలాగే కూర్చుని దీపం ఆరిపోగానే నిద్రలోకి జారిపోయారు.

తెల్లవారింది.

రేపటికి వస్తుందని దాచిపెట్టిన టీ పొడి, బెల్లం లేకపోవటం చూసి మాలమ్మ టీ కాచటానికి ఏమీ లేక పిల్లవాడి ముఖం చూసింది. కోపంతో నిద్రలేకపోవటంతో కొడుకు కళ్ళు ఉబ్బి ఉన్నాయి.

"నాయినా, ఈ రెండ్రూపాయలు కొండుబోయి పోయి టీ తాగిరా. ఏదైనా సేసి పెడ్తాను. తిని స్కూలుకు పోప్పా"

"అమ్మా, నేను ఇంక పనికి వెళతాను"

"ముందు నాలుగచ్చరాలు నేర్చుకో నాయినా. ఆ మీదట పనికి పోదువుగానీ"

"లేదమ్మా, నేను పనికే పోతాను. నీవు ఇంట్లోనే ఉండు. నిన్ను సాకుతాను" తన బిడ్డ మాటలకు మాలమ్మ సంతోషపడ్డా పిల్లవాడు ఈ వయస్సులో పనికి పోవడం మంచిది కాదనుకుని మాట మార్చాటానికి, "పోయి టీ తాగిరా నాయినా' అని పంపింది.

సిద్దప్పాజి హోటల్‌కు వచ్చాడు కేశవ. అప్పటికే మంజణ్ణ బయట కూర్చుని పేపర్‌లో వాళ్ళు ఇచ్చిన ఇడ్లీలు తింటున్నాడు. "నాయినా, ఈడనే బయట కూసుని తిను. నీకు మానం మర్యాద లేదు" అన్నాడు.

బయట కూర్చుని తింటున్న మంజణ్ణకు కొడుకు తనకన్నా పెద్దగా కనిపించి తెల్లబోయాడు. చేత్తో పట్టుకున్న ఇడ్లీని పక్కకు విసిరాడు.

కేశవ హోటల్ అతడితో, "అన్నా నాకు టీ ఇవ్వు" అన్నాడు.

హోటలతను ప్లాస్టిక్ గ్లాసులో టీ ఇచ్చాడు.

"అన్నా...నంజనగూడులోని పెద్ద హోటల్లో స్టీలు లోటాలు , తట్టల్లో ఇస్తారు. మీరూ ఇవ్వండి" అన్నాడు.

"వెధవ నాయాలా, మీ నాయిన తినటం లేదా? తాగటం లేదా?"

"మాయమ్మ రక్తం కార్చి సంపాదించిన దుడ్లు ఇస్తుండాం. బేధాలు చూపకండి" అంతే.

కేశవ చెంప మీద హోటలతను ఫట్‌మని దెబ్బ వేశాడు.

నిన్నటి కోపం సరిగ్గా దిగని కేశవలో కోపం ఆకాశానికి పెరిగి తన శక్తినంతా కూడదీసుకుని తిరిగి కొట్టిన దెబ్బకు హోటలతని చెంప మీద కేశవుడి వేళ్ళ గురుతులు ఎర్రగా ఏర్పడ్డాయి.

రచనా కాలం :2015

మూల రచయితల వివరాలు

డా॥ దేవనూరు మహాదేవ

1948లో మైసూరు జిల్లా నంజనగూడు తాలూకాలోని దేవనూరులో జన్మించిన దేవనూరు మహాదేవగారు కన్నడనాడు గర్వించదగ్గ ప్రముఖ సాహితీవేత్త. చిక్కకవలందె, హుణసూరు, హంపాపుర, దేవనూరు, సాలిగ్రామ, మైసూరులలో విద్యాభ్యాసం. కొంత కాలం మైసూరు సి.సి.ఐ.ఐ.ఎల్.లో ఉద్యోగం చేసి తరువాత రాజీనామా చేసి తమకు ఇష్టమైన వ్యవసాయాన్ని చేబట్టారు.

వీరి "ఒడలాళ" కృతిని కొల్కత్తా భారతీయ పరిషత్ 1884వ సంవత్సరానికి గానూ ఉత్తమ సృజనశీల కృతిగా గౌరవించింది. 1991లో వీరు రచించిన "కుసుమబాలె" కృతికి కేంద్ర సాహిత్య ఆకాడెమి అవార్డు అందుకున్నారు. కర్ణాటక రాజ్యోత్సవ ప్రశస్తిని దేవనూరు మహాదేవగారు 1989లో అందుకున్నారు. అమెరికాలో జరిగిన "ఇంటర్ నేషనల్ రైటింగ్ ప్రోగ్రాం"లో భాగం వహించారు. వీరి ఇతర కృతులు "ద్యావనూరు", "ఒడలాల", "కుసుమ బాలె", 2011లో పద్మశ్రీ అవార్డు వారిని వరించింది. ఫోన్: 919481819784.

బి.టి. లలితా నాయక్

1945లో చిక్కమగళూరుకు చెందిన కదుర్‌లోని తంగలి తాండాలో జన్మించిన బి.టి. లలితా నాయక్‌గారు, రచయిత్రి, రాజకీయ నాయకురాలు, సంఘసేవకురాలు. బహుముఖ ప్రతిభావంతులైన వీరు మొదట్లో రేడియోకు నాటికలు రాసేవారు, తరువాత కవితలు, కథలు రాస్తూ ప్రముఖ రచయిత్రిగా ఎదిగారు. వారి సాహిత్య కృషికి గుర్తుగా 'హబ్బ మత్తు బలి' కథల సంపుటి, 'గతి' నవల, 'ఇదే కూగు మత్తె మత్తె' కవితా సంకలనం, 'బిదిరు మేలె కంటియలి' ఇలా మొత్తం 16 కృతులు ఆమె కలం నుండి వెలువడ్డాయి పిల్లలకోసమూ రచనలు చేశారు. ఆమె రచనలు అనేక భారతీయ భాషల్లోకి అనువదింపబడ్డాయి. పాఠ్యాంశాలుగానూ నిర్ణయింపబడ్డాయి. ఆమె సాహిత్య కృషికి గుర్తింపుగా 1991లో కర్ణాటక సాహిత్య అకాడెమీ అవార్డును, అదే సంవత్సరం కర్ణాటక రాజ్యోత్సవ అవార్డును అందుకున్నారు. ఎం.ఎల్.సి.గానూ, ఎం.ఎల్.ఎ.గానూ సంఘసేవ చేయడమే కాకుండా గతంలో కర్ణాటక రాష్ట్ర మంత్రిగానూ సేవలందించారు. కన్నడ, సంస్కృతి మరియు స్త్రీ, శిశు సంక్షేమ శాఖలో ఎనలేనిసేవలు అందించారు. ఫోన్: 09900373304

డా॥ బరగూరు రామచంద్రప్ప

బెంగళూరు విశ్వవిద్యాలయంలో 30 ఏళ్ళు అధ్యాపకులుగా పని చేసిన బరుగూరు రామచంద్రప్పగారు కవిగా, రచయితగా, సినీదర్శకులుగా సంభాషణా రచయితగా, గీత రచయితగా బహుముఖ ప్రజ్ఞావంతులు. కువెంపు విశ్వవిద్యాలయం నుంచి గౌరవ డాక్టరేట్, కన్నడ విశ్వవిద్యాలయం నుంచి 'నాడోజ' గౌరవ పదవిని పొందారు.

6 కవితా సంకలనాలు, 4 కథా సంపుటాలు, 2 నాటకాలు, 11నవలలు, 14 విమర్శనా గ్రంథాలు, 11 గ్రంథాల సంపాదకత్వం, 15 చిత్రాల దర్శకత్వం వారి ప్రతిభకు నిదర్శనాలు. కర్ణాటక సాహిత్య అకాడెమీ అవార్డ్, నాల్వాడి కృష్ణరాజ ఒడెయార్ ప్రశస్తి, శాంతవేరి గోపాల్‌గౌడ ప్రశస్తి, టిప్పుసుల్తాన్ ప్రశస్తి, రాష్ట్రకవి కువెంపు ప్రశస్తి, ఉత్తర రచయితగా, ఉత్తమ దర్శకులుగా, ఉత్తమ గీత రచయితగా, జాతీయ, అంతర్జాతీయ స్థాయిలో మొత్తం 29 పురస్కారాలు అందుకున్నారు. బాధ్యతా విధమైన ఎన్నో పదవులు నిర్వహించారు. సాహిత్య సేవతోపాటు సమాజ సేవ కూడా చేశారు. ఫోన్: 917676662565.

డా. అరవింద మాలగత్తి

1956లో కర్ణాటకలోని బీజాపూర్ జిల్లాలోని ముద్దేబిహాల్ లో జన్మించిన అరవింద మాలగత్తిగారు కవులు, కథకులు, నవలాకారులు, నాటకకర్తలు, విమర్శకులు.సంపాదకులు. ఎం.ఏ ఫస్ట్ క్లాసులోనూ, పిహెచ్.డి.లో కర్ణాటక యూనివర్శిటి నుంచి గోల్డ్ మెడల్ అందుకున్న వీరు జానపద సాహిత్యంలోనూ పరిశోధనలు చేశారు. బహుముఖ ప్రతిభావంతులైన వీరు 14 కవితా సంపుటాలు, రెండు కథా సంకలనాలు, 'కార్య' అనే నవల, 6 నాటకాలు, అనేక 'గవర్నమెంట్ బ్రాహ్మణ' అనే ఆత్మకథ, 'చీనాద ధరణియల్లి' అనే ట్రావెలోగ్‌ను, ఇంకా అనేక ఇతర వ్యాసాలను ప్రచురించారు. అనేక గ్రంథాలకు సంపాదకత్వం వహించారు.అనేక జాతీయ, అంతర్జాతీయ సాహిత్య సమావేశాల్లో పాల్గొన్నారు. వారి సాహిత్య కృషికిగానూ అనేక పురస్కారాలు అందుకున్నారు. 'కర్ణాటక సాహిత్య అకాడెమి పుస్తక బహుమాన' అవార్డును పొందారు. ఫోన్ :919448342469.

డా. బి.టి. జాహ్నవి

1963లో బెంగళూరులో జన్మించిన బి.టి. జాహ్నవిగారు డా.జి.ఎం.తిప్పేస్వామి, యల్లమ్మగార్ల పెద్ద కూతురు. దావణగెరెలో విద్యాభ్యాసం చేశారు. 1987 నుంచి సాహిత్యకృషి చేస్తున్నారు. కథా రచయిత్రిగా, అనువాదకురాలిగా ప్రసిద్ధి చెందారు. "కళెదుకొండవళు హాగూ ఇతర కథెగళు', హుడుకాట' కథాసంకలనాలను ప్రకటించారు. మాంటో కథలను అనువాదం చేశారు. మొదటి కథాసంకలనానికి సర్.ఎం. విశ్వేశ్వరయ్యా ప్రశస్తి, రెండవ కథా సంకలనానికి సావిత్రమ్మ దత్తి ప్రశస్తి అందుకున్నారు. ప్రస్తుతం ఆమె కర్ణాటక సాహిత్య అకాడెమీ సభ్యులుగా సాహితీసేవలో ఉన్నారు. ఫోన్ : 09242216138.

డా. మూడ్నాకూడు చిన్నస్వామి

1954లో జన్మించిన మూడ్నాకూడు చిన్నస్వామిగారు ప్రముఖ దళిత కవి, కథకుడు, నాటక కర్త, అనువాదకుడు సంపాదకుడు, నటుడు. బహుముఖప్రజ్ఞావంతులైన చిన్నస్వామిగారి కలం నుంచి 'కొండిగళు మత్తు ముళ్ళుబేలిగళు', 'గోధూళి', 'నానోందు మరవాగిద్దేనె', 'చప్పలి మత్తు నాను', 'కనకాంబరి', బుద్ధ బెళదింగళు' కవితాసంకలను, 'మోహన దీప' కథాసంకలనాన్ని, కెండదమండల, మూరు బీదినాటకగళు, మూడ్నాకూడు నాటకగళు, "భీమబోయి' అనే మోనోగ్రాఫ్ ఇంకా అనేక రచనలు వెలువడ్డాయి. వారి సంపాదకత్వంలో దళిత కథలు, మరళి మనెగె అనే రచనలు వెలుగు చూశాయి. కొన్ని రచనలను అనువాదం చేశారు.వీరి కవితలు హిందీ, ఇంగ్లీషు, స్పానిష్, తెలుగు భాషల్లో అనువదింపబడ్డాయి. వీరి సాహిత్యకృషికిగానూ అనేక బహుమతులు, పురస్కారాలు అందుకున్నారు. అందులో వారంబళ్ళి అవార్డు, మృతుంజా సారంగనాథ అవార్డు, సిరసంగి లింగరాజ సాహిత్య అవార్డు, నాడచేతన అవార్డు, బేంద్రె అవార్డు, కర్ణాటక సాహిత్య అకాడెమీ అవార్డు అందుకున్నారు. ఫోన్: 0990229933,07760991090.

డా. ఈరణ్ణ కోసగి

కవి, కథకుడు, నవలాకారుడు అయిన డా. ఈరణ్ణ కోసగి 12.3.1967 జన్మించారు. పట్టుదలగా ఎం.ఏ, ఎం.ఈడి, పి.హెచ్.డి చేసిఉపాధ్యాడిగా పనిచేస్తూ ప్రస్తుతం విద్యాశాఖలోనే అధికారిగా సేవలు అందిస్తున్నారు. సాహిత్యం పట్ల ఉన్న ఆసక్తితో 'అంతర' కవితా సంకలనాన్ని, 'పంజరద పక్షి' నవలను, 'క్షణదల్లి సుందర బరహ' పరిశోధన గ్రంథాన్ని, అకాడెమీకోసం 'విచార సాహిత్యాం', 'జనపద వైద్యద బగెగళు', 'జనపద మత్తు జనపద వైద్య', 'రోగపరీక్షె మత్తు చికిత్స విశేష అధ్యయన' మొదలైన గ్రంథాలను ప్రకటించారు.రచనల్లో దళిత జీవితానుభవాలను వ్యక్తపరిచారు. ఫోన్: 09449144832.

మోదూరు తేజ

కవి, కథకుడు, నవలాకారుడుగా ఇప్పటికే పేరు తెచ్చుకున్న మోదూరు తేజ 1974లో చిత్రదుర్గ జిల్లా చళ్ళకెరె తాలలూకు కర్ణాటక-ఆంధ్ర సరిహద్దు గ్రామమైన మోదూరులో జన్మించారు. మోదూరు, జాజూరు, చళ్ళకెరె, చిక్కమగళూరులలో విద్యనభ్యసించారు. మైసూరు ఓపెన్ యూనివర్సిటి నుంచి ఎం.ఏ. పట్టా పుచ్చుకున్నారు. సాహిత్యం పట్ల ఉన్న అభిరుచితో అనేక కవితలు, కథలు, నవలలు రాశారు. బహుమతులు అందుకున్నారు. వీరి సాహిత్య కృషి ఫలితంగా 'మరదొళగిన కిచ్చు', 'బుద్ధన మేలూ యుద్ధ', 'భూమి తూకద ప్రీతి', 'వేదవతి తీరదల్లి', 'అర్ధక్కె నింత చిత్ర' రచనలను ప్రచురించారు.ప్రస్తుతం రోటరీ ఆంగ్ల మాధ్యమ పాఠశాలలో కన్నడ బోధకులుగా ఉన్నారు. ఫోన్: 09945562909.

డా. అనసూయకాంబళె

దళిత సంవేదనతో కన్నడలో రాస్తున్న రచయిత్రులలో డా. అనసూయ కాంబళెగారు ముఖ్యులు. కర్ణాటకలోని బాళగావి జిల్లాలోని రాయబాగ తాలూకాలోని ఖెమలాపూర గ్రామంలో 1970, డిసెంబర్ 28న జన్మించిన అనసూయగారు ధారవాడ విశ్వవిద్యాలయం నుంచి ఎం.ఎ. పట్టా పొందారు. బరుగూరు రామచంద్రప్ప నవలలపై అధ్యయనం చేసి ఎం.ఫిల్, 'ఆధునిక కన్నడ సాహిత్యద మేలె అంబేద్కర్ ప్రభావ' అనే అంశంపై పి.హెచ్.డి అందుకున్నారు. వారి రచనా సామర్థ్యానికి గుర్తుగా 'ముళ్ళు కంటెయ నడువె', 'మత్స్య గంధియ హాడు' రెండు కవితా సంపుటాలు. 'హరిద పత్ర' అనే కథా సంపుటిని ప్రచురించారు. తమ సాహిత్య కృషికి శ్రీగంధహార ప్రశస్తి, కర్ణాటక సాహిత్య పరిషత్ దత్తనిధి ప్రశస్తి, ఇంచల కావ్య ప్రశస్తులు అందుకున్నారు. ఫోన్: 919980151006.

మంజునాథ వి.ఎం.

1976లో బెంగళూరుకు 14 కి.మీ.దూరంలోని 'వెంకటాల'లో జన్మించిన మంజునాథ వి.ఎం. కవి, కథకుడు, నాటక కర్త, నవలాకారుడు, చిత్రకారుడు. నేటి యువకథకుల్లో బహుముఖ ప్రతిభావంతుడు. వెంకటాల, యలహంకలలో చదువుకున్నారు. విద్యార్థి దశలోనే ప్రముఖ కన్నడ రచయిత ఆధ్వర్యంలో ప్రచురింపబడుతున్న లంకేశ్ పత్రికా ప్రభావంతో సాహిత్యం పట్ల అభిలాష పెంచుకుని రచనా వ్యాసంగానికి శ్రీకారం చుట్టారు. 'ఫాదర్ 55 మత్తు నీనాసమ్ డైరియ కవితెగళు', 'లెవల్ క్రాసింగ్' కవితా సంకలనాలు, 'బ్రాండి', 'జాన్-గోవా' కథాసంకలనాలు, 'క్రిమి' నాటకం ప్రచురించారు. వైవిధ్యమయ రచనలతో కన్నడ పాఠకలోకంలో ఒక స్థానం సంపాదించుకున్నారు. ఫోన్: 919945177900

టి.కె. దయానంద

1974లో తుముకూరు దొడ్డట్టి స్లంలో పుట్టి పెరిగిన దయానంద ఉన్నత విద్యావంతులు. బెంగళూరు నేషనల్ స్కూల్ ఆఫ్ ఇండియా యూనివర్శిటీలో పరిశోధకులుగా కార్యనిర్వహణ చేశారు. ఈ పరిశోధన సమయంలో జరిపిన మలం మోసేవారి రాష్ట్రస్థాయి అధ్యయనం ఆధారంగా రాసిన పత్రిక రచనలకు కౌంటర్ మీడియా అవార్డు అందుకున్నారు. నిర్లక్షకుల, నిర్గతికుల కథలను వారి మాటల్లోనే రాసి 'రస్తె నక్షత్ర'గా ప్రకటించారు. 'రెక్కెహావు' వీరి మొదటి కథా సంకలనం. రాసిన అనేక కథలకు బహుమతులు అందుకున్నారు. 'బెంకిపట్ణ' అనే చిత్రానికి దర్శకత్వ బాధ్యతలు వహించారు. ఫోన్: 09535158102.

పి. మంజునాథ

1974లో బెంగళూరులో జన్మించిన పి.మంజునాథ బి.ఏ. పట్టభద్రులు. సుమారు పదిహేనేళ్ళ నుండి రచనా వ్యాసంగంలో ఉన్నారు. యువతరం రచయితల్లో శక్తివంతంగా రాస్తున్న కవి, కథాకారుడు. ఆకలి, పేదరికం, వర్షం, వర్షం మీద ఆధారపడ్డ రైతుల,

రైతుకూలీల నికృష్ఠ జీవితాలు ఆయన రచనలకు వస్తువులు. 'ముగిల మాయెయ కరుణ' ఆయన ప్రచురించిన కథా సంకలనం. 2013లో డా. పాటిల్ పుట్టప్పగారి కథా పురస్కారం అందుకున్నారు. ఫోన్ :919448339731

సంతోష గుడ్డియంగడి

1980లో ఉడిపి జిల్లాలోని, కుందపుర తాలుకాలోని మొవడిలో జన్మించిన సంతోష గుడ్డియంగడి థియేటర్ ఆర్ట్స్‌లో డిప్లోమాచేసి ప్రస్తుతం డ్రామా టీచర్‌గా హెగ్గడహళ్ళిలోని గవర్నమెంట్ హైస్కూల్లో ఉపాధ్యాయులుగా ఉన్నారు. సాహిత్యం పట్ల ఆసక్తి ఉన్న సంతోష్ గుడ్డియంగడి అనేక కథలు రాశారు. ప్రజావాణి కథా ప్రశస్తి అందుకున్నారు. తమ సాహిత్య కృషికి గుర్తుగా "కొరబాడు" కథా సంకలనాన్ని ప్రచురించారు. పాఠశాల పిల్లల మ్యాగజైన్ 'హెమ్మార-అల్లిమర'కు సంపాదకులుగా వ్యవహరిస్తున్నారు. ఫోన్ :919449331551

అనువాదకుడి పరిచయం

పేరు : రంగనాథ రామచంద్రరావు

పుట్టిన తేది : 28-04-1953

కలం పేర్లు : సూర్యనేత్ర, స్వప్నమిత్ర, రంగనాథ, మనస్విని, నిగమ

విద్యార్హతలు : బి.ఎస్.సి., ఎం.ఎ.(ఆంగ్లం) బి.యిడి., రాష్ట్ర భాష విశారద,

అభిరుచులు : రచన, సంగీతం, చిత్రలేఖనం

సెల్ : 9290050229

రచనల వివరాలు :

కేంద్ర సాహిత్య అకాడెమీ కోసం- అనువాదాలు

1. తిరుగుబాటు (నవల)
2. రాళ్ళు కరిగే వేళ (కథల సంపుటి)
3. వడ్డారాధన (కొన్ని కథలు)
4. అల్లమప్రభు (కొన్ని వచనాలు)
5. ఓం ణమో (నవల)
6. పూర్ణచంద్ర తేజస్వి (జీవితం -సాహిత్యం)
7. అంతఃపురం (నవల)

బాల సాహిత్యం

1. గొప్ప త్యాగం (కథల సంపుటి
2. ఎత్తుకు పై ఎత్తు (కథల సంపుటి)
3. సచిత్ర శ్రీ రాఘవేంద్రస్వామి చరిత్ర
4. గవర్నర్ పిల్లి (జానపద కథలు)
5. తోకపోయే కత్తి వచ్చే ఢాంఢాంఢాం
6. అద్భుతమంత్రం(జానపద కథలు)
7. దేస దేశాల జానపద కథలు
8. సింద్‌బాద్ సాహస యాత్రలు
9. గలివర్ సాహస యాత్రలు
10. అల్లావుద్దీన్ అద్భుత దీపం

నవలలు

1. మాయాబజార్ 2. అల్లరి పందెం
3. పూలన్‌దేవి 4. తేనెజాబిలి (అనువాద నవల)

కథలు

1. దింపుడు కళ్ళం (కథల సంపుటి, 2009)
2. నేనున్నాగా... (కథల సంపుటి, 2012)
3. సమకాలీన కన్నడ కథలు (అనువాద కథల సంపుటి, 2013)
4. నలుపు, తెలుపు, కొన్ని రంగులు.. (అనువాద కథల సంపుటి, 2013)
5. మళ్ళీ సూర్యోదయం (కథల సంపుటి, 2015)
6. ఓ నగరం కథ (అనువాద కథల సంపుటి, 2015)

ఇతర రచనలు

1. సూర్యనేత్ర కలం పేరుతో సుమారు 300 పైగా వివిధ ప్రక్రియల్లో రచనలు
2. 250కు పైగా అనువాద కథలు, 75కు పైగా సొంత కథలు, 120 పైగా బాలల కథలు
3. జయమ్ము నిశ్చయమ్మురా - వ్యక్తిత్వ వికాస వ్యాసాలు
4. మహిళా ఖైదీల కథలు, పునర్జన్మ కథలు, ఘోస్ట్ స్టోరీస్
5. డా. సుభాష్ భరణిగారి ఆదికర్ణాటకులపై రాసిన పి. హెచ్. డి. గ్రంథానికి చేసిన అనువాదం.

బహుమానాలు - పురస్కారాలు :

1. 2001లో జిల్లా ఉత్తమ ఉపాధ్యాయుడుగా పురస్కారం.
2. 2007, నవంబరు 1న తెలుగు కళా సమితి, కర్నూలు వారిచే సాహిత్య పురస్కారం
3. 2008లో-సాహితి మిత్రులు, మచిలీపట్నం వారిచే అనువాద రచనలో చేసిన కృషికి విశిష్ట పురస్కారం
4. 2008లో- కథలపోటీలో "కొడవలూరు బలరామయ్య అవార్డు"ను గెలుచుకున్నారు.
5. 2011లో- డా. పట్టాభి కళాపీఠం, మచిలీపట్నం వారిచే 'ఉత్తమ కథకుడు' పురస్కారం
6. 2011లో- బాల సాహిత్య పరిషత్, హైదరాబాద్ వారిచే 'బాల సాహితీ రత్న' పురస్కారం
7. 2013లో- 'రాళ్ళు కరిగే వేళ' అనువాద గ్రంథానికి 'తెలుగు యూనివర్శిటీ' పురస్కారం
8. 2013లో -"నేనున్నాగా..." జి.వి.ఆర్. ఆరాధనా-సాహితీ కిరణం వారు సంయుక్తంగా నిర్వహించిన జాతీయ కథా సంపుటాల పోటీలో ప్రథమ బహుమతి పొందింది.
9. 2014లో-కథకు రంజని పురస్కారం.

ఇతర కార్యక్రమాలు :

1. "తిక్క లక్ష్మమ్మ అవ్వ కథ"-టెలిఫిల్మ్‌లో నటించారు.
2. "ఓ చంటిగాడి ఇంటి కథ"-టెలిఫిల్మ్‌లో నటించారు.